புரை ஏறும் மனிதர்கள்

(இணைய பதிவுகளின் ஒரு தொகுப்பு)

பா ராஜாராம்

டிஸ்கவரி புக் பேலஸ்

கே.கே.நகர் மேற்கு, சென்னை - 600 078.

(பாண்டிச்சேரி கெஸ்ட் ஹவுஸ் அருகில்)

பேச : 044 48557525, +91 87545 07070

புரை ஏறும் மனிதர்கள் (கட்டுரைகள்)
ஆசிரியர் : பா ராஜாராம்©

Purai Earum Manitharkal (Essays)
Author : Pa Rajaram©

First Edition: Jan - 2019
Pages: 176 - ISBN: 978-93-86555-61-8

Published by :
Discovery Book Palace (P) Ltd,
6, Mahaveer Complex, Munusamy Salai,
K.K.Nagar West, Chennai-600 078.
Mobile: +91 87545 07070

E-mail: discoverybookpalace@gmail.com,
Website: www.discoverybookpalace.com

Rs. 170

எழுத்துகளால் ஆனவர்

இரண்டுமுறை பா ராவை நேரில் பார்த்துப் பேசியிருக்கிறேன். ஏழெட்டுதடவை அலைபேசியில் பேசியிருக்கிறேன். அவ்வளவுதான். காலங்காலமாக அவரை அருகிலிருந்து பார்த்ததுபோல, பழகியது போலிருக்கிறது. பெரியப்பா, சித்தப்பா எல்லோரும் சேர்ந்து வசித்த தனியறை இல்லாத, தனிமை வாய்க்காத, குழந்தைகள் நிரம்பிய வீடொன்றில் தனது, அப்பாவும் அம்மாவும் எங்கு முக்குளித்து தன்னைக் கண்டெடுத்தார்கள் என்று அதிசயப்படும் பா ராவை, அவர் குழந்தையாக இருக்கும்போதிருந்து நமக்குத் தெரிந்திருக்கிறது. வெயிலோடு வேப்பம்பூ வாசனையை தைத்துக்கொண்ட அவரது பால்யத்தை அறிந்தவர்களாக நாம் இருக்கிறோம். கூத்தாண்டன் ரெயில்வே பாலத்துக் கண்மாயில் மாமாக்கள் தூக்கியெறிய, தண்ணீரில் அவர் கை,கால்களை அடித்து மூச்சுத் திணறியதை பார்த்துச் சிரித்திருக்கிறோம். காளீஸ்வரன் வாத்தியாரைப் பார்த்ததும் ‘தொப்’பென சைக்கிளில் இருந்து குதித்து, வணக்கம் வைக்கிற அவர் பள்ளிக்காலத்தை உணரமுடிகிறது. இப்படியே அவர் நாம் அறிய, வாழ்ந்த மனிதராக இருக்கிறார். இருபது வயதில் நடந்த அவரது திருமணம், வாழ்க்கைத் துணை லதா, குழந்தைகள் மஹாவும் சசியும், பேனா நண்பர்கள் ஜ்யோவ்ராம் சுந்தர், தெய்வா, பிரபா, குமார்ஜியிலிருந்து அவரோடு சுற்றித்திரிகிற அந்த மண்ணின் மனிதர்கள், ‘முண்ட’ என மனிதர்களை அழைக்கும் சிவகங்கைச் சீமை, ஏழுகடை, நெப்போலியன் நாய், சவுதி பயணம், தொலைதேசத்து வாழ்க்கை, வலைதளம் ஆரம்பித்து எழுதியது, எழுத்தின்வழியே கண்டெடுத்த நண்பர்கள், அவர்களுடனான உறவுகள், பழக்கங்கள் எல்லாம் எனக்கும் நம் எல்லோருக்கும் தெரிகிறது. சிவகங்கையில் இறக்கும்தறுவாயில் இருந்ததன் பெரியப்பாவிடம் சவுதியிலிருந்து அவர் பேசியதைக்கேட்டு கண்கலங்குகிறோம். நமது பா ராவின் மகள் மஹாவின் திருமணப் பந்தலில் நாமெல்லாம்கூடி, பேசி, வாழ்த்தி பிரியாவிடை பெறுகிறோம். மீண்டும் பா ரா சவுதி சென்றது, தொடர்ந்து எழுதியது எல்லாம் காலத்தின்போக்கில் நம் கூடவேயிருக்கிறது.

வாழ்வில் நாம் சந்தித்த எத்தனை எத்தனையோ மனித முகங்களும், கேட்ட குரல்களும் தொடர்ந்து தங்குவதேயில்லை. பா ராவோ நினைத்தமாத்திரத்தில் தோன்றி, 'மாதுமக்கா' என மிக இயல்பாகவும், சகஜமாகவும் அருகில் வந்து அமர்ந்துகொள்கிறார். நம்மோடு நடமாடிக்கொண்டு இருக்கிறார், அதுவும் நம் கையைப் பிடித்தபடி, நாம் பேசும்போது பதிலுக்கு 'உச்' கொட்டியபடி, 'அருமை' என பாராட்டியபடி, அன்பை சிந்தியபடி, ஆதரவாய் தேற்றியபடி.

பா ரா என்ற பெயருக்கு உருவத்தையும், மனசையும் படைத்து நம் எல்லோரோடும் சஞ்சரிக்க வைத்தது அவரது எழுத்துகள்தாம். 2009 ஜூன் மாதத்தில் அவர் 'கருவேல நிழல்' என்னும் வலைப்பக்கம் ஆரம்பித்து 2013 வரை பா ரா எழுதி இருக்காவிட்டால், இன்றைக்கு நம் பா ரா யாரோ, நாமெல்லாம் யார் யாரோதான்!.

ஆரம்பத்தில் அவரது கவிதைகளாலும், அவர் மற்றவர்களின் எழுத்துகளுக்குத் தந்த பின்னூட்டங்களாலும் அவரை அறிய முடிந்தது. தொடர்ந்த எழுதிய சிறுகதைகளால் அறியமுடிந்தது. அடுத்து, அவரது 'புரையேறும் மனிதர்கள்', 'இலை உதிரும் சத்தம்', 'ஏழுகடைக் கதைகள்'மூலம் அறியநேர்ந்தது. அவரும், அவரது உலகமும் விரிந்துகொண்டே இருந்தது. ஆரம்பத்தில் 'அண்ணாச்சி' என்று கொஞ்சம் தூரத்தில் நின்று அழைத்தவர், பின்னர் 'மாதவன்' என நெருங்கி, அடுத்து 'மாதுமக்கா' என அப்பிக்கொண்டார். எல்லாம் எழுத்துகளால் ஆனது.

'புரையேறும் மனிதர்கள்' என்னும் வார்த்தைகளில் வெளிப்படும் அர்த்தமும், மிக இயல்பான மண்ணின் வாசனையும்தான் பா ரா என்னும் மனிதனின் தனித்துவம். தன் நினைவில் கொண்டிருக்கும் மனிதர்களைப் பற்றி அவர் சொல்வதில் பாசம் பெருக்கெடுத்து ஓடும். காந்தி பெரியம்மாவின் அன்புக் குரலை பரிமாறிவிட்டு அவர்தான் 'ராகவன்' என்கிறார். காளீஸ்வரன் வாத்தியாருக்கு மரியாதை காட்டிவிட்டு, அவர்தான் 'ராஜசுந்தரராஜன்' என்கிறார். பழைய நண்பன் சாதிக் இப்போது 'செ. சரவணக்குமாராக' வந்து சேர்ந்திருப்பதாக இளகிப்போகிறார். சேகர் அத்தானே 'மணிஜி' என அடையாளம் காட்டுகிறார். தான் முகம் காணாத மனிதர்களை எல்லாம்தான் முகம் கண்டு வாழ்ந்த சொந்தங்களாகவும், சுற்றங்களாகவும் தன் எழுத்துகளின்வழியே பார்க்கிறார். பிழைப்புக்காக தொலை தேசத்தில் வசித்து, அன்புக்காக ஏங்கும் ஒரு மனிதன் தன் பிரியமானவர்களை எப்படி எழுத்துகளால் வரித்து ஈடுகட்டிக் கொள்கிறார்!

வெறும் எழுத்துகளாலும், சொற்களாலும் இது சாத்தியமே இல்லை. எழுத்துகளுக்கு தன் நுட்பமான சித்தரிப்புகளாலும், இழப்பின் வலிகளாலும், மனிதநேயத்தாலும் உயிர்த்துடிப்பை அளித்துவிடுகிறார். அந்த வித்தை மிக இயல்பாய் அவரிடம் வாய்த்திருக்கிறது. அன்பையும், உண்மையையும் வாழ்வின் தத்துவங்களாக்கி தரிசிக்க வைக்கிறார்.

“இது வீடுதான் என்பதை உணர்த்தவென ஒரு தட்டில் காய்ந்திருந்த மீந்த சோறு”

“வெள்ளை பேப்பரில் சிந்திய மை நாலாய் மடித்தால் ஒரு சித்திரமும் எட்டாய் மடித்தால் மற்றொரு சித்திரமும் வருவது போல் சித்திரம் சித்திரமாக...”

“அநாதரவான நெடுஞ்சாலையில் ஒரு மைல்கல் இருப்பது போலும், அக்கல்லில் மாடு மேய்க்கும் சிறுமி ஒருத்தி அமர்ந்திருப்பது போலும், போகிற வருகிற வாகனங்களுக்கெல்லாம் டாட்டா காட்டவே பிறவி எடுத்ததுபோலும், பிறகு அச்சிறுமியே மைல் கல்லாக சமைந்ததுபோலும் சம்பந்தா சம்பந்தமில்லாமல் காட்சிகள் விரியத் தொடங்கியது...”

“மனசு ஒன்றிப்போகிற எந்த இடமும் வீடுதானே!”

“ஒரு ஊருக்குள்தான் எத்தனை சாலைகள்? சாலையென்றால் திருப்பங்கள் இல்லாமலா?. திருப்பங்களில் திரும்பினால் மீண்டும் சாலைகள். மீண்டும் திருப்பங்கள். நடக்கவும் கடக்கவும் மயங்கி நின்றால் வாசலை அடைவது எப்படி? வீடு நுழைவதுதான் எப்படி?”

“வெயிலோடு வேப்பம்பூ வாசனையை பால்யத்திலேயே தைத்துக் கொண்டுவிட்டேன் என்றே தோன்றுகிறது. மருதாணிப் பூ வாசனையை காந்தி பூங்காவோடும், வெற்றிலை வாசனையை முனியம்மாள் அக்காவோடும், திருநூறு வாசனையை வீராயி அம்மாச்சியோடும், கடுக்காப் பழ வாசனையை அப்பா தொலைத்த வயலோடும் தைத்துக்கொண்டதெல்லாம் பால்யத்தில் இருந்துதானே. முதன்முதலில் எதோடு எதை தைத்துக் கொள்கிறோமோ அதுதானே கடைசிவரையில்...”

“வெளிநாட்டில் இருப்பவர்களுக்கு எல்லாம் குரல்தான் மக்கா... முன்னப்பின்ன நகர்த்தும் ஆதார சுருதி. அம்மா, மனைவி, மகள், மகன், சகோதரிகள் அழைக்கிற குரல் அடையாளங்கள்தான் அன்றைய பொழுதின் வெளிச்சம் அல்லது இருட்டு.”

“கடிதங்களில் ‘இச்’ என்றால் தும்மிக் கொள்வதும் ‘இம்’ என்றால் இருமிக் கொள்வதுமாக இருந்துவந்தோம்...”

இப்படி பா ராவின் மொழி அள்ள அள்ளக் குறையாமல் நமக்குத் தந்துகொண்டே இருக்கிறது. ‘புரையேறும் மனிதர்கள்’ தரும் காட்சிகளும், உணர்வுகளும் நம்மை தன் வயப்படுத்தி பா ராவின் உலகிற்குள் அழைத்துச் செல்கின்றன. அடுக்கப்படாத பக்கங்களில் ஒரு நாவல் பெரும் காலத்தின் ஆகிருதியோடும், அன்பைக் காட்டும் மனித வாழ்க்கையோடும் பெருக்கெடுக்கிறது.

அவரது ‘கருவேலநிழல்’ வலைப்பக்கம் சென்று பார்த்தபோது 2013, மார்ச், 8ம் தேதி, ‘புரையேறும் மனிதர்கள் 20’ என்பதே அவரது கடைசி

எழுத்தாக அங்கிருந்தது. இப்படி தன் எழுத்துகளால் ஆன, அறியப்பெற்ற பா ரா, இந்த வருடம் ஜூலை மாதம் 8ஆம் தேதி காலமாகிவிட்டார் என, மணிஜிமூலம் தெரியவந்தபோது, 'ஐயோ' வென்றிருந்தது. வெளிநாட்டிலிருந்து பா ரா ஊருக்கு வந்து ஐந்து வருடங்களுக்குமேல் ஆகிவிட்டதாகவும், சிவகங்கையில்தான் இருந்தார் எனவும் கேள்விப்பட்டபோது வலித்தது. தூரத்தில் இருக்கும்போது அருகில் இருந்தால் அடிக்கடி பார்க்க முடியும் என ஏங்கிய நாட்கள் எப்படி தொலைந்துபோயின? எழுத்துகளால் ஆன, நடமாடிய மனிதராகவே அவர் இருந்திருக்கிறார்.

ஒருநாள் காலையில், எங்கள் வீட்டு வாசலில் ஒரு பறவை சிறகில் அடிபட்டு வீழ்ந்து துடித்துக்கொண்டு இருந்ததையும், மாலையில் அது அடங்கிப்போனதையும் தாங்கமுடியாமல், 'தேகம்' என தலைப்பிட்டு என் துவலை பக்கத்தில் எழுதியிருந்தேன். அதற்கு பின்னூட்டமிட்ட பா ரா, இப்படி எழுதியிருந்தார். "சாதாரண நாளாக விடிந்து, தோற்றுப்போகிற நாளாக முடிந்துபோய்விடும் மாது ஒருநாள்! அப்பா, அவர், இவர், எவர் இருந்தாலும் ஒன்னும் செய்ய இயலாமல் போய்விடும். 'ஏ மனமே, கடவுள் இஷ்டப்படியே எல்லாம் நடக்கும். அஞ்சாதே. சும்மா இரு' என, ரமண மகரிஷி வார்த்தை ஆறுதல் தரும். கடவுள் என்றால் அந்தக் கடவுளா? இங்கு வார்த்தைதானோ கடவுள் மாது?"அந்த வார்த்தைகள்தான் நம் பா ராவா?

சில நாட்களுக்குமுன்பு கும்க்கி அலைபேசியில் அழைத்து பாரா, தன் வலைப்பக்கத்தில் எழுதிய பதிவுகளை எல்லாம் கோர்த்து, 'புரையேறும் மனிதர்கள்' என ஒரு புத்தகம் வெளியிடும் காரியத்தில் நண்பர்கள் ஈடுபட்டு இருப்பதை தெரியப்படுத்தியபோது ஒரு நிம்மதியும், மகிழ்ச்சியும் வந்தது. அப்படி 'புரையேறும் மனிதர்கள்' புத்தகமாக வந்தால் அதற்கு மாதுமக்காதான் முன்னுரை தரவேண்டும் என பா ரா, ஏற்கனவே எழுதிவைத்திருக்கிறார் என்று அவர் மேலும் சொன்னபோது தொண்டை அடைத்துப்போனது.

எவ்வளவு அழகான உலகையும், அன்பினாலான வாழ்வையும் பா ரா, நம்மிடம் விட்டுப் போயிருக்கிறார்.

இப்படி ஒரு கொடுப்பினையைத் தந்த பா ராவையும், இந்தப் புத்தகத்தைக் கொண்டுவரும் நண்பர்களையும் நினைத்து, கண்களில் நீர் பெருக்கெடுக்க புரையேறுகிறது.

J.மாதவராஜ்
சாத்தூர்

உள்ளடக்கம்

1. புரை ஏறும் மனிதர்கள்

1. S.A. நவாஸுதீன் 9
2. அப்பா என்றொரு மக்கா 12
3. குரல் வழி சிற்பங்கள் 16
4. ஆயிரத்தில் ஓர் இருவர் 24
5. பொன்னுச்சாமி (எ) செல்லப்பா பெரியப்பா 27
6. குழந்தைகளைக் கூட்டிவந்த சரவணன் 30
7. சார் என்ற அண்ணன் ராஜசுந்தரராஜன் 33
8. பால்ய ஸ்நேகிதியும், சில மழை நாட்களும் 49
9. தடவி அறிந்த ப்ரைலி முகங்கள்: ஒன்று, இரண்டு, மூன்று, நான்கு, ஐந்து, ஆறு, ஏழு 52
10. தேவதைகள் வாழும் வீடு 82
11. கோபி, பாலராஜன் கீதா 85
12. காளியப்பன் அண்ணன் 98

2. இலையுதிரும் சத்தம்

இலையுதிரும் சத்தம் 107

ஏழுகடைக்கதைகள்: ஒன்று - முத்துராமலிங்கம் 108

ஏழுகடைக்கதைகள்: இரண்டு - பவானி 113

ஏழுகடைக்கதைகள்: மூன்று - மூர்த்தி, மணி அத்தான், டூல்ஸ் முத்து 122

ஏழுகடைக்கதைகள்: நான்கு - செட்டி என்கிற ஶ்ரீதர் 126

ஏழுகடைக்கதைகள்: ஐந்து - குண்டு கார்த்தி 130

3. டைரி குறிப்புக்கள் அல்லது கூகிள் ப்ளஸ் பதிவுகள் 153

4. பா ராஜாராமின் முற்றுப்பெறாத கடைசி எழுத்து 172

புரை ஏறும் மனிதர்கள்

"மரம் பார்க்க ஒரு ஜென்மம் போதாது" என்று, நண்பன் குமார்ஜி சொல்வான். எனக்கு மனிதர்கள்...

நான் சந்தித்த மனிதர்களை இந்தத் தலைப்பின்கீழ் பதியலாம் என்பதாக யோசனை. கை எட்டும் தூரத்தில் இம்மனிதர்களை அடுக்கி வைத்துக்கொண்டு, சாய்வு நாற்காலி காலங்களில் இவர்களை தட்டி எடுத்துப் பார்த்துக்கொண்டே இவர்களுடன் இருந்த காலங்களை அசை போட்டபடி கண்மூட ஏதுவாக இருக்கலாம் எனக்கு. இதை என் பார்வைக்கெனவே தயார் செய்கிறேன். இவர்களை நீங்களும் அறிவீர்கள் எனில் எனக்கு ஒரு குறையும் இல்லை.

சவுதியின் என் அடர்த்தியான நிகழ்வுகளில் இருந்து எனக்கென ஒரு சாளரத்தை திறந்து தந்தார்கள், ரமேஷும் கண்ணனும். பெயர் கருவேல நிழல் என்றாக்கிக் கொண்டேன். இச்சாளரம் வழியாக நான், என் முதல் மனிதனைத் தேடி எடுத்துக் கொண்டேன். அவர்...

1

நிழல் என்ற S.A. நவாஸதீன்

இணையத்தில் பின்னூட்டம் வழியாக அறிமுகமாகி, அலை பேசி மூலமென அடிக்கடி பேசிவருகிற நண்பர்கள் இந்த நவாஸ், ரவுத்திரன், தமிழன் கறுப்பி, சரவணா என ஒரு குட்டி உலகத்தை நான் இங்கு சிருஷ்டித்துக் கொண்டேன். பெரும்பாலும் இவர்கள் எல்லோருமே ஜெத்தாவில்தான் இருக்கிறார்கள். சரவணா மட்டும் இங்கு. ஜெத்தா, இங்கிருந்து 1300 கி.மீ. எனக்கு இளவரசர் ஒருவருக்கு பசியாற்றுகிற வேலை. முதலாளி எங்கு போனாலும் நானும் போகவேணும். அப்படி ஜெத்தா போக நேரிட்டபோது...

ஜெத்தா இறங்கி அறை அடைந்ததும் நவாஸை தொடர்பு கொண்டேன். "நாளை மாலை என்னுடன் தங்கும்படி உங்களை தயார் செய்துகொள்ளுங்கள்" என்றார் நவாஸ். அவர் சொன்ன நாளை மாலையும் வந்தது. குரல்வழியாக தடவி ஏற்றுக்கொண்ட மனிதனின் முகம் பார்க்கப்போகிற உற்சாகம் எனக்கு. அலைபேசியில் எங்கு சந்திக்கலாம் எனத் திட்டம் வகுத்துத் தந்திருந்தார் நவாஸ்.

"புறப்பட்டுட்டேன்... வந்துகொண்டிருக்கிறேன்... கிளம்புங்கள், சரியாக இருக்கும்" என, என்னை நகர்த்திக்கொண்டே இருந்தது அவர் குரல். என்னுடன் பணிபுரிகிற ராதா சேட்டா இந்தக் கதைகளை எல்லாம் கேட்டு நம்பமுடியாத சுவாரசியத்துடன் "நானும் வரவா ராஜா?" என்றார். "வாங்களேன்" என கூட்டிக்கொண்டேன். நவாஸ் குறிப்பிட்ட இடத்தை நானும் ராதா சேட்டாவும் நெருங்கிக் கொண்டிருந்தோம். மீண்டும் அழைப்பு மணி. "கோடு போட்ட டீ ஷர்ட்டா நீங்கள்?" என்று துணுக்காகத் தூக்கினார். "வலது புறம்

பா.ராஜராம்

திரும்புங்கள்." இதுதான் கடைசியாக அலைவழிக் குரல் அவருடையது. திரும்பினால்... கார் நின்றுகொண்டிருந்தது. அருகில் கை உயர்த்திய நவாஸ்! கொண்டிரு.

பறக்கத் தொடங்கினேன் நான். காரை விட்டு வேகவேகமாக நடந்துவந்த அவரும் ஒரு புள்ளியாகக் கட்டி இறுக்கிக் கொண்டார்... முதல் சந்திப்பில் இவ்வளவு நெருக்கமான ஒரு தழுவுதலை உணர்ந்த நாள் இதுதான். அப்படி ஒரு சிரிப்பும் தளும்புதலும் நவாஸிடம்! குரல்வழியாக எனக்குள் இருந்த நவாஸின் சித்திரத்துடன் செய்து வைத்ததுபோல் பொருந்திக் கொண்டார் எதிரில் நின்ற நவாஸும்!. பத்து நூறு வருடம் பழகியதுபோல் அப்படி ஒரு வாஞ்சை.

சவுதி வந்து, இந்த ஏழெட்டு வருடங்களில் முற்றிலும் ஒரு புதிய நாளை, முற்றிலும் பசுமையான மரத்தில் இருந்து பறித்து வைத்திருந்தார் நவாஸ் அன்று. சலசலவென பேசியபடி அவர் வீடடைந்தோம். பெரிய வீடு அது. மொட்டைமாடியில் இவர் அறை. விசாலமான தனி அறை. அறைக்கு வெளியே பெரிய ஷெட். நிழலுக்கு, வெயிலுக்கு என. எனக்கு அந்த அறை ரொம்பப் பிடித்திருந்தது. கண் விழித்ததும் பார்க்கும்படியாக குழந்தைகளின் புகைப்படம் மாட்டியிருக்கிறார். படுக்கையில் இருந்தபடி நீட்டுகிற அப்பாவின் கரங்களுக்குத் தாவ தயாராக நிற்கிறார்கள் நதீமும் நூராவும்.

நண்பர்களுக்கு தன் வாழ்வில் பெரிய இடம் வைத்திருக்கிறார் நவாஸ். புகைப்படங்களைக் காட்டி நண்பர்கள்பற்றி பேசும்போது முகத்தில் வெளிச்சம் பரவுகிறது... ஜமால், அபு அஃப்சர், பாலா, சபிக்ஸ், செய்யது, தமிழரசி என நிறைய வலையுலக நண்பர்களை நெருக்கமாக வைத்திருக்கிறார். இவர்களைப் பற்றி பேசும்போது இவர்களை அப்படியே நமக்குள்ளும் இறக்குகிறார். கிட்டத்தட்ட ஏழு மணிநேரம் என்னென்னவோ பேசிக் கொண்டிருந்தோம்.

இடையில் ராதா சேட்டா என்கிற ஒரு மனிதர் இருப்பதையே மறந்துபோனேன் நான். நவாஸ்தான் அவரையும் காபந்து பண்ணிக் கொண்டார். சரளமாக மலையாளம் பேசுகிறார் நவாஸ். "சுத்தமான மலையாளம் ராஜா" என இப்பவும் புலம்புகிறார் ராதா சேட்டா! எங்களைக் காண வரும்போதே உணவுகளையும் தயாராக வாங்கி வந்திருந்தார். மனசு நிறைந்து இருக்கும்போது உணவும் வாசனையாக இருக்கிறது. நன்கு ருசித்து பசியாறிக் கொண்டேன். நாங்கள் கிளம்ப வேண்டிய சாயல் பார்த்ததும் "எங்க கிளம்புறீங்க... தங்கிட்டுத்தான் போறீங்க... விளையாடுறீங்களா...?" என்கிற குழந்தைத்தனத்தையும் கொண்டிருக்கிறது அவர் முகம்.

"வீட்ல வந்து கொஞ்சநாள் இருந்தாங்க ராஜா... நம்ம வேலையா போறோம் எப்ப திரும்புறோம் எனச் சொல்லமுடியாது. நாலு

சுவத்துக்குள்ளேயே கிடப்பாங்க. நம்ம சுயநலத்துக்காக அவுங்களையும் இப்படி அடைக்க மனசு வரலை" என்று பேசுகிற, யோசிக்கிற மனசை வைத்திருக்கிறார் மனுஷன். அதாவது மனிதன்!

நவாஸ் மக்கா...

உங்களை, அவ்வீட்டை, நண்பர் ரம்ஜானை, அந்த மொட்டை மாடியை, இது வீடுதான் என உணர்த்தவென ஒரு தட்டில் காய்ந்து கொண்டிருந்த மீந்த சோற்றை, தலையுரசி பறந்த விமானங்களை, வாசலை, பக்கத்து வீட்டில் நின்றுகொண்டிருந்த காய்க்காத அந்த மாமரத்தை பொதிந்து வைக்கிறேன். இதை, இங்கு, இப்படி பொதிய இந்த மாமரமே காரணமாகிறது.

"நான் வந்த காலம்தொட்டு இந்த மரம் காய்க்கவே இல்லை" என்று, வாசலில் வைத்துச் சொன்னீர்கள் நினைவு இருக்கா? அந்த ஒரு வார்த்தை, அந்தத் தருணம், அங்கிருந்து நான் இன்னொரு வீடடைந்தேன். அங்குதான் இருக்கிறார்கள் என் மீனா அத்தையும், சின்னப்பன் மாமாவும். அந்திம காலம் வரையில் தன் குழந்தை வாசனை முகராத மீனா அத்தையும், சின்னப்பன் மாமாவும்.

இனி, அவர்களைக் காணும்போது இந்த மாமரத்தையும் நினைத்துக் கொள்வேன்... எனில், இந்த அனுபவம் தந்த உங்களையும்!

நதீம், நூராவுக்கு என் அன்பு நிறைய...

2

அப்பா என்றொரு மக்கா

நண்பர் மணிஜியிடமிருந்து மொபைல் எண் பெற்று கேபில்ஜியை தொடர்பு கொண்டேன்.

"உடம்புக்கு சரி இல்லைன்னு விஷயம் கேள்விப்பட்டுத்தான் ஆஸ்பத்திரிக்கு கூட்டிட்டுப் போக கார எடுத்துட்டுப் போறேன் தல. சட்டையைப் போட்டவர் சோபாவில் உட்கார்ந்தார். அப்படியே நிலைகுலைஞ்சு விழுந்துட்டார். சகோதரி கணவர்கூட காலையில்தான் துபாய் போறார். பிறகு விஷயம் கேள்விப்பட்டு உடனே திரும்புறமாதிரி ஆயிருச்சு. மருமகன்னா உயிர் இவருக்கும். எண்பது, நூறுபேரு இருக்கும் தல. நம்மாளுங்க. வந்து நின்னு எல்லா வேலைகளையும் இழுத்துப்போட்டு பார்த்தாங்க. யாருன்னே தெரியாது. முகம்கூட பார்த்தது இல்ல. எங்கிங்கிருந்தோ எவ்வளவோ போன் கால்கள். என்ன செய்யப்போறேன் தல, இவுங்களுக்கெல்லாம்?" என்று, தத்தித் தத்தி வெயிலிலும் மழையிலும் அமர்ந்துகொண்டிருந்தது அவர் குரல். முதல்முறை கேட்கிற குரல். சம்பவமும், சூழலும் அடைத்து அப்பாமேலான பிரியம் மட்டும் ஒழுகிக்கொண்டே இருந்தது அவர் குரலில்.

அப்பா என்பவர் அப்பா மட்டும்தானா? எவ்வளவு நிகழ்வு, எத்தனை நாள், எவ்வளவு இரவு, எத்தனை பிணி, எவ்வளவு சந்தோசம், போதனை, கல்வி, சிரமங்கள், எவ்வளவு மீசை குத்திய முத்தங்கள், இன்னும் எவ்வளவு எவ்வளவு இந்த அப்பா? போனை வைத்ததும் சொல்லொண்ணா அடர்த்தி கவ்விக் கொள்கிறது. ஒரு சரித்திரம் ஒரு நொடியில், ஒரே ஒரு நொடியில் முடிந்து போய் விட முடியுமா?

கேபில்ஜியின் முகம் பார்க்காத அப்பாவிடமிருந்து நினைவு தப்பி அப்பாவிடம் வருகிறது...

அப்பா என்றொரு மக்கா 2.

கோவையில் இருந்து திரும்பிக் கொண்டிருந்தோம் அப்பாவும், நானும். ஆரப்பாளையம் இறங்கி, அண்ணா பஸ் ஸ்டாண்ட் வந்துதான் சிவகங்கை பஸ் மாறணும் அப்போ. அண்ணா பஸ் ஸ்டாண்ட் வந்ததும் அப்பா கேட்டார்:

"தம்பி, அம்பது ரூபா வச்சுருக்கியாடா?" (ரொம்ப அபூர்வமாதான் இந்த "தம்பி"யை யூஸ் பண்ணுவார் அப்பா)

"இருக்குப்பா... என்னப்பா?" என்றேன்.

"தா" என்று வாங்கிக்கொண்டு நடந்தவர் நாலு அடி நடந்திருப்பார். திரும்பி என்னைப் பார்த்தவர் "வாடா" என்றார். பின்னாலேயே நானும் போனேன்.

அருகில் உள்ள ஒயின் ஷாப்பிற்குள் அப்பா நுழைவதைப் பார்த்ததும் நின்றுவிட்டேன். உண்மையில், நான் உணவருந்தப் போகிறார்போல என்பதாகத்தான் பின்தொடர்ந்தது. "சரிதான்" என சிரித்துக்கொண்டு, அருகில் நிழலில் நின்றுகொண்டேன். நிற்கையில் நிழலில் ஒரு மரியாதை இருந்தது. வேம்புக்கெனவே வாய்க்கிற மரியாதை நிழல். அப்படி நிற்கிற என் மரியாதையும் அவருக்குப் பிடித்திருந்தது.

ஒயின் ஷாப்பில் ஒரு குவாட்டரை பிடித்துக்கொண்டு, பக்கத்தில் உள்ள பாருக்குள் நுழைந்தார் அப்பா.

இரண்டு நிமிடத்திற்கும் குறைவில் பாரில் இருந்து வெளிப்பட்டார். வாயைத் துடைத்துக்கொண்டே வந்தவரின் கையில் உரித்த வாழைப்பழம் ஒன்று இருந்தது. பாதியை வாயில் போட்டுக்கொண்டு மீதியை என்னிடம் நீட்டினார்.

"எனக்கு வேணாம்ப்பா, நீங்க சாப்பிடுங்க" என்றேன்.

"முண்டை.... புடி. பாருக்குள்ளே போயி ரைட்ல திரும்பு. பாதி வச்சுட்டு வந்திருக்கேன். பார் பயல்ட்ட உன்னை காமிச்சு சொல்லிட்டு வந்திருக்கேன்." என்றவர், என் முகத்தைக்கூட பார்க்காமல் விடு விடுவென பஸ் ஸ்டாண்ட் நோக்கி நடக்கத் தொடங்கிவிட்டார்.

எனக்கு பெரிய அதிர்ச்சி. நான் தண்ணி அடிப்பது அப்பாவிற்குத் தெரியும். அப்பாவிற்குத் தெரியும் என்பது எனக்கும் தெரியும். ஆனாலும் அப்பா இல்லையா? தண்ணியில் இருக்கும்போது அப்பாவைப் பார்த்ததும் தெறிப்பதும், புகைத்துக் கொண்டிருக்கும்போது அப்பா வந்துவிட்டால் சிகரெட்டை எறிவதும் பயமோ, மரியாதையோ

சம்பந்தப்பட்டது மட்டுமில்லை. இப்படியெல்லாம் இருக்கப் பிடித்தும்தானே வருகிறது.

"என்ன வெயில்டா..." என்று நண்பனுடன் பேசிக்கொண்டே சட்டை பட்டனை தளர்த்துகிறபோது, கையிலிருக்கிற தினசரி கொண்டு நமக்கும் சேர்த்து விசிறுகிற நண்பனைப் போல், சுளுவாய் அப்பா மற்றொரு கதவைத் திறந்துதந்தார். அப்பாவிற்கும் எனக்குமான நீர்பாசனக் கதவை!

ஊர் வந்ததும் நண்பர்களிடம் சொல்லிச் சிரித்தேன். பிறகு வந்த காலங்களில் ஒரு சிப் உள்ளிறங்கியதும், TVS 50 சாவியை நண்பர்கள் யாரிடமாவது கொடுத்து "அப்பாவைப் போய் கூட்டிட்டு வாங்கடா" என்பேன். அப்பா வந்ததும் ரெண்டாவது ரவுண்டு தொடங்கும். நண்பர்கள் எல்லோரையும் அப்பா "சித்தப்பு" என்றுதான் அழைப்பார். (மகன் அசோக், உங்களிடம் மிக நெருங்கியதற்கு மன ரீதியான இவ்விளிப்பே காரணமாய் இருக்கலாம் எனக்கு). பசங்கள் எல்லோரும் "அப்பா" என்றழைப்பார்கள்.

எல்லா கிளாசையும் வட்டமாக அடுக்கி நிரவி ஊற்றுவது அப்பாவாகவே இருக்கும் பெரும்பாலும். நண்பர்களில் சூரி அண்ணனும், முத்துராமலிங்கமும் அப்பாவிற்கு மிக நெருக்கம். நண்பர்கள் எல்லோரும் ரவுண்டு கட்டி அமர்ந்து தண்ணி அடித்தாலும், நான் மட்டும் அப்பாவின் 'முன்பாக' என அருந்துவது இல்லை. மூர்த்தி கடையில் ஒரு திரை இருக்கும், திறந்து மூடவென. திரையை இழுத்துவிட்டு பின்புறமாக நின்றுகொள்வேன். முத்துராமலிங்கம் என் கிளாசைக் கொண்டுவந்து திரைக்குள் தருவான். சத்தம் பறியாமல் உறிஞ்சிக் கொள்வேன்.

"நீ தண்ணி அடிக்கிறேன்னு தெரியும். இங்க அடிச்சா என்ன, திரைக்குப் பின்னால் அடிச்சால் என்னா? உக்காந்து அடிடா முண்டைக்கு மாரடிச்சவனே!" என்பார் அப்பா.

நான் சிரித்தபடியே, வெளியே தம் அடிக்க இறங்கிவிடுவேன். ஒருமுறை, தம் முடிச்சு சபைக்குள் நுழைய அப்பா எதிரில் உட்கார்ந்திருக்கிற முத்துராமலிங்கம் கையில் சிகரெட் புகைந்து கொண்டிருந்தது.

எனக்கு சுரீர் என்றது. அவன் கையிலிருந்த சிகரெட்டைப் பிடுங்கி வெளியில் எரிந்துவிட்டு, வெளியில் வந்துவிட்டேன்.

பின்னாடியே வந்த முத்துராமலிங்கம், "என்ன மாமா?" என்றான். "என்ன... நொண்ண மாமா? ஒங்கூட உட்கார்ந்து தண்ணி அடிக்கிறார் என்பதற்காக அவரோடு உட்கார்ந்து தம் அடிப்பியா?" என்று கடித்துவைத்தேன்.

இப்பவும் எனக்கு இந்த சைக்காலஜி புரியவில்லைதான். ஆனால் புடிச்சிருக்கு. புடிச்சிருக்கும்படிதானே வாழவும் முடியும்.

அப்பாவிற்கு எல்லாம் ஒண்ணுதான். முன்னாடி, பின்னாடி எல்லாம்...

ராஜா, சூரி அண்ணன், PC ரவிஅண்ணன், முத்துராமலிங்கம், மகந்தா, மதி, மூர்த்தி, அமரன் கார்த்தி, குண்டு கார்த்தி, டூல்ஸ் முத்து, நாகேந்திரன், செட்டி, ஜெயா, காலீஸ், எல்லாம்!

விரிந்த வெளிகளில் அப்பா, வாழ்வை சிந்திக்கொண்டே போனார். வெள்ளை பேப்பரில் சிந்திய மை நாலாய் மடித்தால் ஒரு சித்திரமும் எட்டாய் மடித்தால் மற்றொரு சித்திரமும் வருவதுபோல் சித்திரம் சித்திரமாக சிந்திக்கொண்டே போனார். பிறகு சிந்தியும் போனார்.

உறவினர்கள் யாராவது அம்மாவிற்கு இதை வாசித்துக்காட்டக் கூடும். "அப்பா பற்றி எழுத உனக்கு வேறு நல்ல விஷயங்கள் இல்லையாடா?" என வெட்கிப் புன்னகைப்பாய் அம்மா நீ!

இருக்கட்டும் அம்மா. இந்த முகம் நீ பார்க்கலைதானே? பார்த்துக்கோ...

இது எல்லாம் சேர்த்துத்தான் அப்பா... அம்மா.

அப்பா என்றொரு மக்கா, அம்மா!

3

குரல் வழி சிற்பங்கள்

"**க**விதைல்லாம் எழுதி பேமஸ் ஆயிட்டியாமேடா? சித்தப்பா வந்து சொன்னுச்சு" என்று, சமீபமாய் அம்மா அழை பேசும்போது விசாரித்தாள். குடும்ப விஷயங்கள் எவ்வளவோ பேசினோம். ஆனால் அம்மா கேட்ட இந்தக் கேள்வி மட்டும் சுழன்றுகொண்டே இருந்தது. வீட்டிற்கு வந்த விருந்தினர்கள்முன் அம்மாவை, அப்பா கேலி பேசும்போது அம்மா காதோரத்தில் சுருண்டு தொங்கும் முடியை காதுமடல் பின்புறமாக ஒதுக்கியபடி புன்முறுவலுடன் உள் விரைவது நினைவு வந்தது. அந்த அம்மாபோல இருக்க விரும்பினேன் அத்தருணம்.

வெளிநாட்டில் இருப்பவர்களுக்கு எல்லாம் குரல்தான் மக்கா... முன்னபின்ன நகர்த்தும் ஆதார சுருதி. அம்மா, மனைவி, மகள், மகன், சகோதரிகள் அழைக்கிற குரல் அடையாளங்கள்தான் அன்றைய பொழுதின் வெளிச்சம் அல்லது இருட்டு.

தற்சமயம், குடும்பம்போலவே ஆகிப்போன நண்பர்களும், வலையுலக நண்பர்களும் உண்டு. அப்படி குரல்கள்மூலம் தேடி அடையும் நண்பர்கள் குறித்து பேச விருப்பம்.

குமார்ஜி, தெய்வா, சுந்தரா.

"வச்ச இடம் தெரியாமல் எடுத்த இடம் தெரியாமல்..." என்று லதாதான் அடிக்கடி என்னை திட்டிக்கொண்டே இருப்பாள். பொருள்களைப் போன்றே நான் மனிதர்களையும் தொலைத்தது உண்டு. மிக நெருக்கமாய் இருந்த நண்பர்களை காலம் சுழட்டி எறிந்த

ஒரு திருப்பத்தில் தொலைக்க நேரிட்டது. கிட்டத்தட்ட பதினைந்து வருடங்களாக அவர்களைத் தேட இயலவில்லை. அவர்களும் கிடைத்தார்கள் என நிகழவில்லை.

தளம் தொடங்கி தொலைத்த கவிதைகளை எல்லாம் நினைவு வழியாக மீட்டெடுத்து இதில் பதியத் தொடங்கிய சில காலங்களில் சற்றும் எதிர்பாராது மூன்று மனிதக் கவிதைகள் கை அடைந்தது. முன்பு கால திருப்பத்தில் தொலைத்ததாக சொன்னேனே அந்த நாலில் மூன்று! மணிபர்சை தேடிக்கொண்டிருக்கிறபோது முன்பு எப்பவோ தொலைத்த பேனா கிடைக்குமே அதுபோல. இன்னும் ஒரு கவிதை பாக்கி. ப்ரபா என்கிற பெண் கவிதை.

ப்ரபாவையும் தேடப்போவதில்லை. தேடியா கிடைத்தார்கள் இந்த மூன்றுபேரும்? வழக்கம்போல தேவைக்கு தீப்பெட்டியைத் தேடினால்போதும்... தொலைத்த பென்டார்ச் கிடைத்தாலும் கிடைக்கும். பார்க்கலாம்...

அப்படிக் கிடைத்த மூன்று பேர்தான் இந்த குமார்ஜி, தெய்வா, சுந்தரா.

குமார்ஜி.

கிடைத்த குஷியில், "ஏலே ஒரு கடிதம் எழுதுலே..." என்று கேட்ட குமார்ஜியின் குரலில் பதினைந்து வருடமாய் கேட்காத மூப்பு தெரியக் காணோம். எங்கு தொலைத்தேனோ அங்கிருந்தே எடுத்துத் தருகிறான் அவன் குரலை. கீதா உபதேசம்போல... கைக்குழந்தையாய் இருந்த குழந்தை குட்டி எல்லாம் கல்லூரிக்கு நடக்கிறார்கள் என்று அவன் குரலில் கேட்கிறபோது, "அடச்சே... நரை கூடிப் போச்சேடா நமக்கும்" என்று உணர வாய்க்கிறது.

அதே வெள்ளந்தியான மனசையும், குரலையும் அதே குரல்வழியாக அனுப்பித்தருவதை பெறும்போது, என்ன பெரிய பதினைந்து வருடங்கள் என்று தோணுகிறது.

தெய்வா.

நண்பர்கள் குடும்பத்தில், யார் பிறந்த நாளையும் மறப்பதில்லை இவன். மனைவி லக்ஷ்மியைக் கொண்டு அழகழகு வாழ்த்து அட்டைகளை வரைய வைத்து வீடு அனுப்பித் தருவான். முதல் நாளோ அல்லது சரியாய் அன்றோ கை அடையும் வாழ்த்து அட்டைகள். பதினைந்து வருடங்களுக்கு அப்புறமும் தேதிகளை நினைவில் வைத்திருக்கிறான். வாழ்த்து அட்டைகள் குறித்து தற்சமயம் இவனிடம் விசாரித்தேன். "இல்லைடா... எல்லாம் இப்ப போன் விசாரிப்புகளோடு முடிந்துபோகிறது" என்றான்.

மழுக்கென எதுவோ முறிந்ததுபோல் உணர்ந்தேன். எல்லா முறிவுகளையுமா தேடிப்பார்க்க தைரியம் வருகிறது?

சுந்தரா.

புகைப்படங்கள் வாயிலாக இவனைப் பார்க்கவும் வாய்க்கிறது தளங்களில். குரலையும், ஞாபகத்திறன்களையும் அப்படியே வைக்கத் தெரிந்த இவனால், தலை முடியை பத்திரப்படுத்த இயலாமல் போய் விட்டதுபோல. போகட்டும்டா சுந்தரா. நீ ஒரு நாள் கை மறதியாய் வைத்த டி.வி. ரிமோட்டை தேடு. ஒருவேளை, தலைமுடிகள் கிடைத்தாலும் கிடைக்கும். யாராவது ஒரு ஆள் வேணும்தானே... தொலைந்த பதினைந்து வருடங்களைக் காட்டித் தர.

நேசமித்திரன்.

"மெட்டி ஒலி காற்றோடு என் நெஞ்சைத் தாலாட்ட" என்கிற பாடலை இன்று நான் கேட்கிறபோதும், கண்கிறங்கி இன்னொரு உலகம் நகர்வது உண்டு. அங்குதான் நான் பிராயமாய் இருந்தேன். பெல்ஸ், ஸ்டெப் கட்டிங், அரும்பு மீசை, மாமா என்றழைக்கிற அவளின் குரலுக்காக பைத்தியம் பிடித்து அலைந்த மனிதனென. அப்படியேயான அன்பும், உயிர் சுண்டலும் நேசன் அழைக்கும் "என்னண்ணே" என்கிற குரலில் கிடைக்கிறது எனக்கு.

தென்னைகள் சூழ்ந்த ஆற்றங்கரையோரத்து பழைய கோவில் ஒன்றிற்கு கைப்பிடித்து அழைத்துக்கொண்டு செல்கிறது அது. தேங்காய் சாதமும் துவையலும் தருகிறது. தேங்காய் சாதத்தின் ருசி எனக்கு அங்கிருந்து கிடைத்ததே. துவையலை பாம்புபோல உருட்டி "பாதிப் பாம்பு உனக்கு பாதிப் பாம்பு எனக்கு" என்று கெக்கலித்து, சிரித்து சாப்பிட்ட காலங்களோடு பொருத்துகிறது.

ஆண் உணர்வு தாண்டி, குரல் செதுக்கும் சிற்பங்களுக்கு கேள்வி, கோட்பாடு இல்லைதானே? ஒருவேளை, இவன் கவிதைகள் என்னை எடுத்துச் சென்று அந்தரத்தில் விட்டு அழகு பார்க்கும் கோலம் காரணமோ என்னவோ?

ராகவன்.

காந்தி பெரியம்மா என்கிற மனுஷிதான் எங்கள் எல்லோருக்கும் ரோல் மாடல். அன்பை எப்படிக் கொடுப்பது, எப்படி வாங்குவது என எந்தத் திட்டமிடலும் அற்று, எந்த பிரதிபலன்களும் கருதாது தன்னிடமுள்ள பூ கொண்டு தேன் தயாரித்தார்கள் பெரியம்மா. தேனை, தேனீக்குத் தந்தார்கள். தேனீ கூடுகட்டியது. தேன் சொரிந்தது. எட்டும், அஞ்சும், மூன்றும், பதினாறு குழந்தைகள் நாங்கள்.

பெரியப்பா, அப்பா, சித்தப்பா என மூன்று அப்பாக்கள். வேறுவேறு அம்மாக்களின் கருவறை.

தீப்பெட்டிக்குள் அடைபட்ட குச்சிபோல ஒரேமாதிரியாக உரசலில் பற்றியெறியும் அன்பிற்கு அந்த தேனம்மைதான் காரணம். “ராஜா செல்லம்” என்கிற குரலையும் ராகவனின், “எப்படி இருக்கீங்க பாரா?” என்கிற குரலையும், ஒன்றாகவே உணரவாய்க்கிறது என்னால். ஒரு மனுஷன் தானே கொண்டு சேர்க்கிறான் ஒரு மனுஷியிடம்.

தண்டோரா என்கிற மணிஜி.

சேகர் அத்தானிடம், தண்ணி அடித்து சந்தோசமாக சிரித்தது போல் இப்பவரையில் வேறு மனிதர்கள் வாய்க்கவில்லை எனக்கு. சற்றேறக்குறைய சேகர் அத்தானிடம் சேர்க்கிறது இவர் குரல். தண்ணியின் ஆளுமையில் ப்ரிய மனிதர்களிடம் பேசுகிற தேவையும், தன்னையும் இளக்க தேவையான இவரின் தேடல் இவரிடமிருந்து அவரிடம் சேர்க்கிறது என்னை.

அப்பிரவாகப் பிடியில் சொக்கியபடி “மாப்ள” என்றோ, “மாப்ள வெண்ணை” என்றோ, அத்தான் அழைப்பது வழக்கம். போலவே, ”தலைவரே” எனவும் “சொல்லுங்கண்ணே” என்கிற தடுமாற்றம்கூட காரணமாக இருக்கலாம். போக, எந்தப் பிடிமானங்களும் அற்று மிதப்பதுபோலான ஒரு அனுபவத்தை இவர் குரல் எழுதிக்கொண்டே போகும். புல்ஸ்டாப், கமா, ஆச்சர்யக் குறி, கேள்விக்குறி, இதெல்லாம் இல்லாது எழுதிக்கொண்டு போவது எவ்வளவு வசதியோ, அவ்வளவு வசதியாக இருக்கிறது இவர் குரல். இப்போ, சேகர் அத்தான் இல்லை. இவர் இருக்கிறார்... “சேகர் அத்தான் திரும்பக் கிடைச்சாச்சு அக்கா”வென, சுமதி அக்காவின் முன்பாக இவரைப் பார்க்கிறபோது கொண்டுபோய் நிறுத்தவேணும். அக்கா கண்கலங்குவாள். கலங்கட்டும். கலங்கத்தானே கண்கள்.

அகநாழிகை வாசு.

“எலக்கட்டு வந்துருச்சான்னு பாருங்கப்பா. தென்னங்குருத்து வெட்ட யார்றா போயிருக்கா? சமையக்கட்டுல ஒரு ஆளு நில்லுங்கடா. பக்கிகளா... சத்தம் போடாம வெளாடுங்க” என்று ஒரு கல்யாண மண்டபம் முழுக்க நிறைந்திருப்பார் ஞான மாமா. யாரும் அவரைக் கூப்பிட வேணாம். ஒரு குறையான பேச்சு உதிராது. முகூர்த்தக்கால் நட்டது தொட்டு, வந்து வந்து பார்த்து போய்க் கொண்டிருப்பார். ஒவ்வொரு வருகையிலும் அக்கல்யாணம் ஒரு அடி நகர்ந்திருக்கும். அதே ஞான மாமாதான், தன் ரெண்டு மகளுக்கும், ரெண்டு மகனுக்கும் திருமணம் நடத்தினார். முழுக்க வேறுமுகங்கள் வைத்திருந்தார்

அதுசமயம். "பார்த்துச் செய்ங்கடா எல்லாத்தையும் என்கிட்ட கேட்டுக்கிட்டு" என்று சிரித்தபடி அமர்ந்திருப்பார். நாங்கள் பத்து நூறுபேர், அவர் ஒரு ஆளுக்கு ஈடாகாது.

"சொல்லுங்க ராஜாராம்" என்ற வாசுவின் குரலை முதன்முதலாக கேட்டபோது நான் சவுதியில் இருந்தேன். அவர் சென்னையில், எனக்கு மிகப்பிடித்த இடத்தில் இருந்தார். இருவருமாக இந்த ஞான மாமாவிடம் சேர்ந்தோம்.

அன்பு என்பது வார்த்தையல்ல, அது ஒரு செயல் என்றுணர்த்துகிற ஞான மாமாவிடம்!

ரௌத்திரன்.

இங்குதான் இருக்கிறார். ஆனால் இப்பவரைக்கும் குரலில்தான் பார்த்துக் கொண்டிருக்கிறோம். "ராஜாராம் சார்" என்கிற ஒரு தூரமான குரலை பேசிப்பேசி நெருக்கமாக மாற்றியது இவராகத்தான் இருக்கும். சார் என்பது, ஒரு பெயர் மாதிரிதான்போல என்றுணர்ந்த பிறகு இப்பல்லாம் நானும்கூட "வானம்பாடிகள் பாலா சார்" என்றழைக்க பழகிக் கொண்டேன். ஏனெனில், இந்த சார் என்பதில் அவ்வளவு உவப்பு இருந்ததில்லை எனக்கு எப்பவும். கல்வி எவ்வளவு உவப்பு இல்லையோ அவ்வளவு.

கவிதை எழுதுபவன், அவன் குரலில் இருந்துதான் எடுக்கிறானோ அவன் கவிதையை என்று, உணரவாய்க்கிறது இவர் குரல் எப்பவும். என்னென்னவோ பேசிக்கொண்டிருப்போம். எங்கே தொடங்கினோம், எங்கே முடிப்பது என்றறியாமல். இரவு மூன்று மணி வரையில் ஏழுகடை வாசலில் அமர்ந்தபடி தண்ணி அடித்து, உணவருந்தி, வெத்தலை பாக்கெல்லாம் போட்ட பிறகெல்லாம்கூட வீடு நகர எது அனுமதிக்கவில்லை என்பதை அறியோம் நானும் சூரி அண்ணனும். எனக்கென்னவோ, சூரி அண்ணன்தான் ராஜேஷோ என்றிருக்கு.

செ.சரவணக்குமார்.

செ புள்ளி சரவணக்குமாரை, சரவணா என்றழைக்க விரும்பியதற்கு என்ன பெரிய காரணங்கள் இருந்துவிட முடியும். எழுத்தும் குரலும்தானே? போக, இவரிடம் இன்னொரு நெருக்கமும் உண்டு எனக்கு. சாதிக் என்கிற என் நண்பனுக்கு அப்போ யாரும் இல்லை. யாரும் என்றால் அப்பா அம்மா முதற்கொண்டு. எங்காவது 'பற்றி'க் கொள்ளமாட்டோமா என்றிருந்தவனுக்கு நான் கிடைத்திருந்தேன். வீட்டின் சோற்றுப்பானை அறியாது நண்பர்களை கவ்விக்கொண்டு போகிற பூனை நான். இவனோ, சதாநேரமும் பசியில் இருப்பவன். திடீரென்று ஒரு நாள் வீட்டில் சாப்பிடுவதை நிறுத்திவிட்டான்.

எவ்வளவோ வற்புறுத்தியும் சாப்பிடுவதில்லை. இப்போ காரும் பங்களாவுமாக மலேசியாவில் இருக்கிறான். போன என் பயணத்தில் அவனும் வந்திருந்தான். மனைவி குழந்தைகளுடன் வீடு வந்திருந்தவன் எல்லோரையும் சாப்பிடப் பண்ணி இவன் சாப்பிடவில்லை.

என்னவோ, இனம்புரியாத குற்றவுணர்ச்சி மட்டும் இருக்கிறது, பரஸ்பரம், பழைய சாதிக்கிடமும் புதிய சரவணாவிடமும். ஏனெனில் எத்தனையோமுறை என்னைப் பார்க்க முயன்று கடைசியாக, டாக்சியில் பயணப்பட்டவரை திருப்பி அனுப்ப நேரிட்டது. இயலாததற்கு எவ்வளவோ காரணங்கள் இருக்கலாம். ஆனாலும் "என்னண்ணே" என்கிற குரலில் ஒடுங்கிப்போகிறேன் புதிய சரவணனிடமும் பழைய சாதிக்கிடமும்.

மாதவராஜ், காமராஜ்.

உருவி விட்டதுபோல் ஒரேமாதிரி இருப்பார்கள் மோகன் மாமாவும், ராஜ்குமார் மாமாவும். ஆறடி உயரம், நடை, உடை, குரல் அமைப்பு எல்லாம். மாமாக்கள் இருவரும், அப்பாவும், நானும் நால்வருமாக கூத்தாண்டன் ரயில்வே பாலத்திற்கு குளிக்கப் போயிருந்தோம். எனக்கு அப்போ எட்டு வயதிற்குள் இருக்கலாம். அப்பா போர்த்திய, அப்பா வாசனை அடிக்கிற துண்டை தோளில் போர்த்தியபடி இவர்கள் நடைக்குப் பின்னாலேயே ஓடிக்கொண்டிருந்தேன். கூத்தாண்டன் கண்மாய் என்பது ரயில்வே பாலத்தை மேவி, நிறைசூலியாய் மூச்சுவிடுகிற காலம் அது. துண்டு, உருப்படிகளை மடியில் இடுக்கியபடி பாலத்தில் அமர்ந்திருந்த நான், இவர்கள் மூவரும் குளிப்பதைப் பார்த்துக் கொண்டிருந்தேன். "துணியை அங்கிட்டு வச்சுட்டு தவ்வுடா" என்று, கூப்பிட்டுக் கொண்டேயிருந்தார்கள் மாமாக்கள்.

முகம், நீரின் மேலாக மிதந்தாலும் கூப்பிடவில்லை அப்பா. கூப்பிட்டாலும் போயிருந்திருக்க மாட்டேன். மாமாக்கள் குளத்தில் இருக்க கரை ஏறி வந்தார் அப்பா. "துண்டு கொடுடா" என்றார். துணிகளை தரையில்வைத்த தருணம் நான் தண்ணியில் இருந்தேன். கால் தரைதட்டியது வரையிலான செங்கழனி நீரை இதோ, இப்பவும் பார்க்க வாய்க்கிறது. தூக்கிக்கொண்டு கரை வந்த மாமாக்கள் இருவரும், "வக்காளி என்னடா மாப்ள நீ?" என்றபடி சிரித்ததை இப்பவும் கேட்க வாய்க்கிறது.

ராகவனிடம் அழை எண் பெற்று மாதவராஜ், காமராஜை அழைத்தபோது இருவருமே வங்கியில் இருந்தார்கள். பாலம் பாலமாய் வெட்டுகிற சிரிப்பு செய்துவைத்த பேச்சுத் தொனி.

அடுத்தடுத்த வீடு, அடுத்தடுத்த அழைஎண் என உரிச்சு தந்தார்கள். என் அந்த மாமாக்களைத் தூக்கி எறிய அப்பா இல்லையே என்று

தான் நானாகக் குதித்தேன், இவர்கள் எழுத்துக் குளத்தில். "வக்காளி என்னடா மாப்ள நீ?" என அசால்ட்டாக கரை தூக்கிக்கொண்டு வந்தது இவர்கள் இருவரின் செஞ்சுவச்ச குரல். எழுத்திற்கும் குரலுக்கும் ஒன்றும் மாமாங்க தூரம் இல்லை!

பாலா.

அதிகம் பேசமாட்டார் ஜெயராம் மாமா. முதலில் தாய்மாமன் பிறகு லதாவின் அப்பா அப்புறம் மாமனார் என்று படிப்படியாக தன்னை அலங்கரித்துக்கொண்டார். கடைசி அலங்காரத்தை அலங்கோலம் எனலாம். ரத்தினம்போல் எப்பவாவது என ஒரு சொல் உதிரும். குடுகுடுவென ஓடிப் பொறுக்கிக்கொள்ளத் தோணும். "சாம்பார் நல்லா வச்சுருக்கக்கா' ன்னு எந்தம்பியே சொல்லிட்டான்" என்று வெகுநாள் வரையில் பேசிச் சிரித்த அம்மாவை நான் இன்னும் பத்திரமாக வைத்திருக்கிறேன்.

"யப்பா... மாமாவுக்கு தண்ணி, கிண்ணி வாங்கிக் கொடுத்துராதீக. அல்சர் தொந்திரவு. அப்புறம் நாந்தான் சிரமப்படணும்" என்று சரசத்தை என்னை ரகசியமாய் எச்சரிப்பார்கள். இடுப்பில் சொருகிக் கொண்டுபோகிற குவாட்டர் பாட்டிலை மல்லிகைப் புதரில் வைத்துவிட்டு, "அத்தைக்குத் தெரியாமல் குடிங்க... கொண்ணே புடுவார்கள் என்னை" என்று, மாமா காதிற்குள் சொல்வது உண்டு நான். அத்தைக்கும் மகனாகி, மாமாவிற்கும் மருமகனாகி, லதாவிற்கும் "நடைபிரண்டி" ஆகிற சந்தோசத்தை மிஸ் பண்ண விரும்புவதில்லை நான். அது ஒரு குஜால்தான் மக்கா...

"எலும்பள்ளி வைங்கத்தா மாப்ளைக்கு" என்று, தண்ணிக்குப் பிறகு பரிமாறுகிற வீட்டு மனுஷிகளை விரட்டுவதைப் பார்க்கணுமே நீங்கள். அவ்வளவு அழகாய் இருக்கும்! மாமா உதிர்க்கிற ரத்தினம் போல் பாலாவும் ஒரு பின்னூட்டம் உதிர்த்தார். "தகப்பனாக இருப்பது" என்கிற என் கவிதைக்கு. "இந்த கவிதைக்கு பின்னூட்டம் போடுவது என்றால் ஒரு ஓரமாய் உட்க்கார்ந்து அழுதுட்டுத்தான் போடணும்" என்று. ஒரு வார்த்தைதானே உறையவைக்கிறது அல்லது குளிரவைக்கிறது!

"மாம்சு" என்று பாலா, ஒவ்வொருமுறை மீட்டுகிறபோதும் நான் என் வீணையிடம் சேர்கிறேன். "எலும்பள்ளி வைங்கத்தா" என்கிற என் பழைய வீணையிடம்.

D.R.அசோக்.

"புதூர் கம்மா மாமரம்" என்கிற ஒரு மாமரம் உண்டு. அது, என் வாழ்வோடு நேரடித் தொடர்பு கொண்டது. வீட்டிலிருந்து

குறுக்கு வழியாகப் பிடித்தால் ஒரு கிலோமீட்டர் தூரமே. TVS 50யை கண்மாய் பாதத்தில் நிறுத்திவிட்டு கரை ஏறவிடாது மக்கா. அப்படியே வாரிச் சுருட்டிக்கொள்ளும். சற்றேறக்குறைய அரை ஏக்கர் பரப்பிற்கு சும்மா தண்ணென்று நிழல் பரப்பி நிற்கிற மாமரத்திடம் என் ஆன்மா பேசியது அதிகம். பரஸ்பரம் அதுவும்!

"என்ன புள்ளே... இன்னைக்கு ரொம்பத்தான் கொணட்டிக்கிற" என்று நானும், "போடா குடிகாரக் கிழவா" என அதுவும் சீண்டாத நாள் இருக்காது. மனைவி, குழந்தைகளிடம் எந்த மனக்கிலேசம் ஏற்பட்டாலும் அடுத்த நொடி, "டொர்ர்" என்கிற என் TVS 50 அங்குதான் அழைத்துச் செல்லும். வர்ற வரத்து பார்த்து "ஆத்தி... எம்புள்ளைக்கு என்னாச்சு?" என்று ஏந்திக்கொள்ளும். "ந்தா... வந்த முகத்தோட போகாத" என்று அதட்டி, சேலை விலக்கி, உள் பாவாடை சீட்டித்துணியில் கண்ணு மூக்கெல்லாம் சிந்தி, அழுந்த துடைத்து அனுப்பிவைக்கும்.

"சித்தப்சு" என்று, உற்சாக நுரை கொப்பளிக்கிற என் அசோக்கின் குரலை நான் அவளின்றி வேறு எவ்விடம் சேர்ப்பேன்? அசோக் பேசிமுடித்து வெகுநேரம் வரையில் அறை வாசனையாக குளிர்ந்து கொண்டிருக்கும் எறும்பூறி உதிர்ந்த மாம்பூ வாசனைபோல.

✸

சபிக்ஸ், தமிழன் கறுப்பி, ஜெஸ்வந்தி, லாவண்யா மனோ, ஜோதி, செய்யது, ஜமாலன் சார், மோகன் குமார், ஸ்டார்ஜன், அக்பர், நர்சிம், தேனம்மை, யாத்ரா, முரளி என்று இன்னும்கூட விதவிதமான குரல்வழி அடைந்த சிற்பங்கள் உண்டு. அவர்கள் சம்மதம் தெரிவித்தால் தனித்தனியாக பேச விருப்பம் இருக்கிறது. "போதும்டா. போர் அடிக்குது" என்றாலும் போதும்தான்.

இவர்களை எல்லாம் நேரில் பார்க்கிறதுவரையில் இப்படியாக ஏதாவது, ஒரு "என் மனிதர்களுடன்" மோதவிட்டு அழகு பார்த்துக் கொண்டிருக்கிறேன். யானையைக் கொண்டு குதிரையை வெட்டியும், குதிரையைக் கொண்டு சிப்பாயைத் தட்டியுமாக...

4

ஆயிரத்தில் ஓர் இருவர்

சவுதி வாழ்வின் மற்றொரு நாட்காட்டித்தாள் யார் கையும் படாமலேயே லாந்தலாக விழுந்தது, இன்று. வெகுநாளாக வைத்திருந்த நேர்ச்சையை குலசாமி வந்து கனவில் சொல்லுவது போல் எல்லாமே யதார்த்தமாக நிகழ்ந்தது. சரவணாவின் குரல் கேட்கமுடியாத குற்ற உணர்ச்சியை வெற்றி சார் என்கிற குலசாமி குரலால், மனசாட்சியின் வெட்டுக்கத்தியில் இருந்து என் குரல்வளை தப்பிக்கொண்டது இன்று.

ஆம்!... அந்த செ புள்ளி சரவணக்குமார் என்ற என் சரவணாவை இன்று சந்தித்துவிட்டேன். கூடுதலாக தேனு மக்கா தேடித்தந்த வெற்றி சாரையும்தான்.

வேலைக்குக் கிளம்பிக்கொண்டிருந்தேன். ஒரு போன் வந்தது. ஒரு போன் சும்மா வரும். ஒன்னு எல்லாம் தாங்கி. மற்றொன்று எதிர்பாரா கொக்கிடம் இருந்து நகத்தில் விழுகிற கோடிச்சட்டை போலான குரலாக இருக்கும் இல்லையா? அப்படி இருந்தது அந்தக் குரலும்.

“ஜெத்தாவில் இருந்து வந்திருக்கேன், பெயர் வெற்றி. ரெண்டு நாள் இருப்பேன். சந்திக்க இயலுமா?” என்பதுமாதிரியான ஒரு குரல். முன்னதாக, தேனு மக்காவிடம் பேசிக்கொண்டிருந்தபோது இவர்குறித்தும் அறிந்திருந்தேன். தேனு தளத்தில் இருந்த இவரின் பின்னூட்டம் மூலமாக இவர் தளம் போய் வாசித்து அடையாளம் பண்ணிக்கொள்ளாமல் வந்துவிட்டேன். “பக்கத்தில் இருக்கிற சரவணாவைப் போயே பார்க்க முடியலையே... எதுக்கு சக்திக்கு மீறியதான ஆசை” என்பதுபோல்.

இந்தக் குரலை கேட்டபிறகு ஏற்கனவே இருந்த நேர்த்திக் கடனையும் சேர்த்து முடித்துவிட்டால் என்ன எனத் தோன்றியது. சரவணாவைக் கூப்பிட்டேன். ஆகட்டும் என்றார். பரபரவென சம்பவங்கள் நிகழத் தொடங்கின. மறுநாள் மாலை சந்திப்பதாக பேசிக்கொண்டோம். குறிப்பிட்ட நேரத்தில் என் சாளர மனிதர்களை சந்திக்கக் கிளம்பினேன்.

சரவணன் கோல்டன் ஜூஸ் கார்னரில் நிற்கிறார். வெற்றி சார் மதினா ஹோட்டல் வாசலில். இருவருக்கும் நாப்பது, ஐம்பது அடிகள் தூரம்தான் இருக்கும். இணைக்கத்தான் நான் போய்க்கொண்டிருக்கிறேன் என உணரும்போது மனசு பறந்து கொண்டிருந்தது.

இறங்கி சரவணாவைக் கூப்பிட்டபோது அவரும் மதினா வாசலில் நிற்கிறார். முன்னப்பின்ன பார்க்காத மனிதர்களை ஆனால் பார்க்க விரும்புகிற மனிதர்களை, பார்க்க நெருங்கிவிட்ட தருணத்தை அனுபவித்து இருக்கிறீர்களா மக்கா? ஆம் எனில், தயவுசெய்து அந்த இடத்தில் வந்து நில்லுங்களேன். ஏனெனில் என்னால் அந்த மனநிலையை விவரிக்க இயலவில்லை.

சரவணன் ஓடி வந்து கட்டிக் கொண்டதை, அப்படி ஒரு சிரிப்பு சிரித்ததை, கண்களில் இருந்த புகைபோலக் கிளம்பிவந்த பிரியத்தை எதிர்கொள்ள இயலாத பலஹீனனாக இருந்தேன். இருவரும் சேர்ந்து வெற்றி சாரை தேடிப் போனோம்.

மொபைலை எடுத்து அவரைக் கூப்பிடலாம் எனத் தோன்றியபோது அந்த முகத்தைப் பார்த்தேன். ஏற்கனவே அவர் தளத்தில் புகைப்படத்தில் பார்த்த முகம்தான். இன்னும் கொஞ்சம் மலர்த்திவைத்திருந்தார். இப்ப மலர்ந்ததுபோல.

காரைத் திறந்து இறங்கிய வேகத்திலும், கைகளை பற்றிக்கொண்ட வாஞ்சையிலும் மின்சாரம் இருந்தது மக்கா. வெற்றி சார் இல்லையா? மின்சாரம் இருக்கத்தானே செய்யும்! வெற்றிக்கே உரித்தான மின்சாரம் அது. தோல்வி இடத்தில் இருந்து இதைக் கொஞ்சம் உள் வாங்க முயற்சி செய்யுங்களேன். இப்ப நீங்கள் இதன் தாக்கத்தை உணர்ந்துவிட்டீர்கள் இல்லையா? நானும் இப்படியே உணர்ந்தேன்.

பிறகு நாங்கள் அந்த வீதியையும் சுற்றியிருந்த மனிதர்களையும் மறக்கத் தொடங்கினோம். எட்டு வருடமாக நான் இந்த இடங்களில் புழங்கிவருகிறேன். வாய் நிறைய தமிழ் பேசியது இன்றுதான். அதுவும் மண்ணில் இருந்து ஈரம் குழைத்த தமிழ். பிசைந்து பிசைந்து ஊட்டிக் கொண்டோம். இன்னதென்று இல்லாமல் குடும்பம் தொடங்கி இலக்கியம், சினிமா, அரசியல், இணைய எழுத்தாளர்கள் (வாழ்க அகநாழிகை வாசு), சவுதி வாழ்வின் அன்றாடப் பிரச்சினைகள் என்று எல்லாம் பேசிக்கொண்டிருந்தோம். பின்னங்கால்களை உதைத்து பிடிகொடுக்காமல் ஓடுகிற கன்றுக்குட்டியை ஒத்திருந்தது பேச்சு.

விரட்டிப்பிடிக்க இயலாமல் சிரிப்பும், சந்தோசமுமாக பின்னாலேயே ஓடிக் கொண்டிருந்தோம்.

வெற்றி சாரும் சரவணனும் நிறைய வாசிக்கிறார்கள் என்று உணர்ந்துகொண்டேன். தி.ஜா. தொடங்கி சாரு வரையில் புட்டுப்புட்டு கடை விரிக்கிறார்கள். பதினைந்து வருடங்களாக வாசிப்பற்ற பள்ளத்தில் கிடந்த நான் சறுக்கி சறுக்கி ஏறிக்கொண்டிருந்தேன். குனிஞ்சு தூக்கியும், ஏந்தி தள்ளிக்கொண்டும் இருந்தார்கள்.

இவர்களோடு பேசிக்கொண்டிருந்தபோதே தேனு, ஸ்டார்ஜன், அக்பர் இவர்களின் குரல் கேட்டுக்கொண்டதும் அவ்வளவு பாந்தமாக இருந்தது.

“என்னடா பண்ணிக்கிட்டு இருக்க?”ன்னு மகனுக்கு போன் பண்ணேன். படிச்சிக்கிட்டு இருக்கேன்ப்பான்னு சொன்னான். “மனுசனாடா நீ? வேர்ல்டு கப் புட்பால் நடந்துக்கிட்டு இருக்கு நீ படிச்சிக்கிட்டு இருக்கேன்ற? மூடி வச்சுட்டு போய் மேட்ச் பாருடா... காலைல ரிசல்ட் சொல்லணும்” என்று சிரிக்கிற ரசனையான தகப்பன் முகம்கொண்ட வெற்றி சாரையும்...

“அப்படியே ரைட் ஆப்போசீட்”ண்ணே தம்பி. அருமையாய் படிப்பான். எந்தப் பழக்கமும் இல்லை. உதாரணம் சொல்றதுக்கு வெளீல இருந்து ஆள் தேடமாட்டாங்க வீட்ல. இந்தா அவனைப் பாரு... ஒடனொத்த புள்ளைன்னு எதுக்கெடுத்தாலும் தம்பியை இழுத்துருவாங்க...” என்று, பளீரென சிரிக்கிற சகோதர முகம் கொண்ட சரவணனையும்...

இப்படி எழுத்தில் படிக்கக்கூடாது மக்கா. நேரில்தான் பார்க்கணும்!

மிஸ் பண்ணிட்டீங்களே மக்கா.

உற்சாகமான மனிதர்களிடம் இருந்து ஒருபோதும் விடை பெற்றுக் கொள்ள இயல்வதில்லை. அவர்களையும் நினைவிலாவது கூட்டிக்கொண்டுதானே நாம், நம் வாழ்விற்குள் நுழைகிறோம். அப்படித்தான் நுழைந்திருக்கிறேன் நானும்.

5

பொன்னுச்சாமி (எ) செல்லப்பா பெரியப்பா

"பெரியப்பா, பயணம் சொல்லிக்கிற ஆரம்பிச்சிட்டார்டா. மூணு நாளாய் தண்ணி மட்டும்தான் இறங்குது. கனடாவில் இருந்து மதி, கண்ணனும், அமெரிக்காவில் இருந்து பிரசாத்தும் பேசிட்டான்கள். நீயும் பேசிரு. நல்லபடியா போய்ட்டு வாங்க பெரியப்பான்னு சொல்லிரு" என்று, அண்ணாத்துரை சித்தப்பா அழை பேசினார்கள். போன் வரும்போது வேலையில் இருந்தேன். வேகவேகமாய் நடந்து கொண்டிருக்கும்போது சட்டை நுனி ஆணியிலோ, தாழ்ப்பாளிலோ மாட்டி விக் என சுண்டி நிற்போமே அப்படி நின்றேன்.

போனில் தொடர்புகொண்டேன். மங்கை அக்கா எடுத்தார்கள்.

"பெரியப்பாவோட பேசணும்க்கா" என்றேன்.

"பெரியப்பா பேசுற கண்டிசன்ல இல்லைடா" என்றார்கள் மங்கை அக்கா. மூழ்கிக் கொண்டிருக்கிற அப்பாவைப் பார்த்துக் கொண்டிருக்கிற மகளின் குரல் அது.

"தெரியும்க்கா... சித்தப்பா சொன்னார். மொபைலை பெரியப்பா காதில் வைங்க. கொஞ்சம் பேசணும்க்கா" என்றேன்.

"பேசுடா" என்ற மங்கை அக்காவின் குரலுக்குப் பிறகு ஒரு மௌனம் தட்டுப்பட்டது. நான் சந்தித்ததிலேயே ஆகக் கொடுமையான மௌனம் அது.

"பெரியப்பா... பெரியப்பா..." என்று கூப்பிட்டுக்கொண்டே இருந்தேன். சும்மாவே இருந்தார் பெரியப்பா. பத்துப் பதினைந்து

பெரியப்பாவிற்குப் பிறகு, என்ன பேசுவது எனத் தெரியவில்லை. கண்கள் நிறைந்து வழியத் தொடங்கியது.

வேறு வழி இன்றி...

"சமர்த்தா போய்ட்டு வாங்க பெரியப்பா" என்று திருப்பி, திருப்பி சொல்லிக்கொண்டே இருந்தேன். "சரிடா ராஜா. தைரியமாய் இரு" என்று மங்கை அக்காவின் குரல் கேட்பது வரையில்.

பிறகு போன் வரும்போதெல்லாம் உசும்பி, உசும்பி விழித்துக் கொண்டிருந்தேன். மறுநாள் இரவு வேலை முடிந்து திரும்பிக் கொண்டிருந்த வழியில் மாப்ள சிவா அழைத்தான். விஷயம் கேள்விப்பட்டதும் சித்தப்பா குரல் கேட்கணும்போல் இருந்தது. அறை வந்து மீண்டும் சிவாவைக் கூப்பிட்டேன். "சித்தப்பாவுடன் பேசனும்டா" என்றேன். "அண்ணன் புறப்பட்டுட்டார்டா. ஒவ்வொருத்தராய் டாட்டா காமிக்கிறாங்க" என்று தழுதழுத்தார்.

தூரதேசத்தில் இருக்கான்கள். வார்த்தைகளில் பயமுறுத்த வேணாம் என இரண்டு கைகளில் விளக்கைப் பொத்தியபடி இருக்கும் எல்.ஐ.சி. லோகோபோல பாதுகாப்பாய் பேசினார் சித்தப்பா. ஆனாலும் சுடர் ஆடத்தான் செய்தது. அப்படியான பெரியப்பா இவர்.

அணிலின் கோடுகளைப் போன்ற அண்ணன்தம்பிகள்.

பெரியப்பா, அப்பா, சித்தப்பாமாதிரியான அண்ணன் தம்பிகளை என் வாழ்நாளில் சந்தித்தது இல்லை மக்கா.

அப்படி ஒரு புரிதலோடும் பிரியத்தோடும் இருக்கிற அண்ணன் தம்பிகள்!

"அண்ணன், தம்பியாடா நீங்கள்லாம்? மாமன், மச்சினன்மாதிரி பேசிச் சிரிச்சிக்கிறீங்க" என்று, ராக்காயி அம்மாயிமாதிரி மனுஷிகள் பேசிப் பார்த்திருக்கிறோம் குழந்தையாய் இருக்கிற நாங்கள்.

நிதானத்தை சட்டைப் பைக்குள் வைத்திருப்பதுபோல எப்பவும் அமர்த்தலாய் இருப்பார் பெரியப்பா. அப்பா சென்சிட்டிவ் எனில் சித்தப்பா ஆக சென்சிட்டிவ். எதுக்குடா இம்புட்டு உணர்ச்சி என்பதுபோல் சமனாய் இருப்பார் பெரியப்பா.

ஊண்டி கவனித்தோம் எனில், அணிலின்மேல் உள்ள மூன்று கோடுகளில் நடுக்கோடுபோல இருப்பார் பெரியப்பா. மற்ற இரு கோடுகளுக்கு நெருக்கமாகவும், தீர்க்கமாகவும்.

அவரின் எட்டு குட்டிகளை தூக்குகிற அதே தராசு கைகளில்தான் அப்பா, சித்தப்பா, அத்தைமார்களின் அத்தனை குட்டிகளையும் தூக்குவார். ஐந்து அத்தைமார்களில் இருவர் உள்ளூரிலேயே

வாக்கப்பட்டிருந்தனர். புஷ்பமத்தைக்கு ஏழு. அம்ஸமத்தைக்கு நாலு குழந்தைகள். அப்பாவிற்கு அஞ்சு, சித்தப்பாவிற்கு மூணு. ரைஸ்மில் மாதிரியான வாணியங்குடி வீட்டில் நெல்மணிகளைப் போன்று குழந்தை குழந்தைகளாகக் குவிந்து கிடந்தோம்.

சாப்பாட்டு நேரத்தில் அவரவர் வீட்டிற்குப் போகவேணும் என்பதெல்லாம் குழந்தைகளுக்குத் தெரியுமா? எல்லோரும் ஒரே வீட்டில் அமர்வோம். சுடு கஞ்சியோ, வெண்ணிப் பழையதோ அள்ளி வைக்கிற பெரியம்மாவின் கைகளுக்குப் பின்புறம் மறைந்திருக்கும் பெரியப்பாவின் மனசு. பொக்லைன் மாதிரி முரட்டுக் கைகள் பெரியப்பாவுடையது. ஆழத்தில் இருந்து குழந்தைச் செடிகளை, அதன் பிறந்த மண்ணோடு அள்ளுவார். உச்சி முகர்வார். பதியனிடுவார். மனசில் இருந்து நீளும்போது கைதானே மனசு.

வளர்ந்து பக்குவப்பட்ட காலங்களில் பெரியம்மாவும், பெரியப்பாவும் காதலித்து திருமணம் செய்துகொண்டார்கள் என்று அறிய நேர்ந்தது. சொந்தத்திற்குள்ளேயே காதலிப்பதில் ஒரு சௌகர்யம் இருக்கிறது என்பதை பெரியப்பாதான் எங்களுக்கெல்லாம் சொல்லித் தந்தாரோ என்னவோ...

இவ்வளவு பெரிய குடும்பத்தைத் தாங்கிய, காதலித்து திருமணம் செய்துகொண்ட இருவரும் குழந்தைகள் முன்பாக பேசிக்கொள்வது கூட சூசகமாய்த்தான் இருக்கும். அடுக்களைக்கு என வீட்டின் பின்புறம் உள்ள கூரை வீட்டிலோ, கொல்லையில் நின்ற புளிய மரத்தடியிலோ தள்ளித் தள்ளி நின்றபடி பேசிக்கொண்டிருப்பதை பார்த்திருக்கிறோம்.

"ஒண்ணிஸ்பாய்... ரெண்டிஸ்பாய்" எனக் கத்தியபடி ஓடிவரும் எங்களைப் பார்த்ததும், "வரும்போது கீரைக்கட்டு வாங்கிட்டு வாங்க" என்று பெரியம்மாவோ, "ஸ்ரீராம்ல நல்ல படம் போட்டுருக்கான்க காந்தி. பத்து ரூபா கொடு. படம் பார்த்துட்டு வர்றேன்" என்று பெரியப்பாவோ பேசிக்கேட்டிருக்கிறோம். தனியறை இல்லாத, தனிமை வாய்க்காத, குழந்தைகள் நிரம்பிய வீடொன்றில் எங்கு முக்குளித்து எங்களை எல்லாம் கண்டெடுத்தார்கள் இந்த பெரியப்பா, அப்பா, சித்தப்பா? என்று யோசிக்கையில் கண்ணும் மனசும் நிறைஞ்சு போகுது.

இப்படியான நிறைவோடையே இதை முடிக்கிறேன் பெரியப்பா...

பெரிய வாழ்வு வாழ்ந்திருக்கிறீர்கள்...

பத்திரமாய் போய்ட்டு வாங்க.

அப்பாவைக் கேட்டேன்னு சொல்லுங்க.

6

குழந்தைகளைக் கூட்டிவந்த சரவணன்

மூன்று மாத லீவிற்குப் போய் 50 நாளில் திரும்பிய சரவணனை மீண்டும் கோல்டன் ஜூஸ் கார்னரில் சந்தித்தேன். கோல்டன் ஜூஸ் கார்னர் எனக் குறிப்பதுகூட மனநிலையைக் குறிப்பதுபோல்தானே.

ஏறத்தாழ 40 நாள் குடும்ப நெருக்க நிமிஷங்களை இழந்துவந்த சரவணனின் பின்புறம் ஒரு நண்பர் இருந்தார். லீவிற்குப் போன இடத்தில் அவரின் நண்பர் விபத்துக்குள்ளானார். கொண்டுபோன பொருளையும், வீட்டில் இருந்த பொருளையும் தராசின் ஒரு தட்டில் வைக்க நேரிட்டது. மேலும் கீழுமாக ஆடிக்கொண்டிருந்த அந்தப் பக்கத் தட்டில் நண்பனின் உயிர் இருந்தது.

தராசு முள்ளை சமன் செய்து நண்பரை வீடு சேர்த்து, “சரி, நண்பனை மீட்டெடுத்தாச்சு. பொருளும் நாற்பது நாளும் என்ன பெரிய மயிறு” என்று கிளம்பி வந்த சரவணன் சும்மா வரவில்லை.

லாவண்யா, விநாயகம், நர்சிம், காந்தி, மதன் குழந்தைகளையும், அப்புறம் என் மஹாசசியையும் கூட்டிவந்த மனிதனை எதிர்கொள்ள மிகச் சிரமமாக இருந்தது.

ஏனெனில்,

வெளிநாட்டில் இருப்பவன் விடுமுறையில் செல்வது என்பது ஒரு திருவிழாவிற்கு இணையானது. பலூனும், ரப்பர் வளையலும், ரிப்பனும், ராட்டினமும், கரும்புச்சாறும், வியர்வை வாசனையும் ஒரே இடத்தில் கிடைக்கும் அவனுக்கு. அது அவன் வீடாகும்.

போன நாளிலிருந்து நாட்காட்டித் தாளை கிழிக்க அஞ்சுவான். ஆனாலும் கிழிபடும் தாள். அப்படி கிழிபடும் தாளில் ராக்கெட் செய்து அதன் மேலேறி பறந்து வருபவன் ஒரு முகம் வைத்திருப்பான். அம்முகத்துடன் ஒரு மௌனமும் மனைவி செய்துதந்த ஊறுகாயும் கொண்டுவருவான். மௌனத்தின் கசப்புத் தாங்காது போகிற போதெல்லாம் ஊறுகாயைத் தொட்டு நக்கிக்கொள்வான். இப்படித்தான் இருப்பான் பெரும்பாலும் ஊர்த் திருவிழா பார்த்து திரும்பியவன்.

இப்படியெல்லாம் இல்லாமல் நண்பனை பத்திரப்படுத்தி, நண்பர்களின் முதல் குழந்தைகளைக் கூட்டிவந்த களிப்பில் இருந்தார் சரவணன். ஒருவேளை, நண்பனும் நண்பர்களின் குழந்தைகளும் கூட வரும்போது ஒரு முகம் வரும்போல.

அந்த முகத்தையே பார்த்துக் கொண்டிருந்தேன் சற்றுநேரம். எல்லாவற்றுக்குமாக சேர்த்து கட்டிக்கொள்ளத் தோன்றியது சரவணனை. கட்டிக்கொண்டபோது நாட்டை, காற்றை, ஊரை, தெருவை, வீட்டை கட்டிக்கொண்டதுபோல் இருந்தது. 40 நாளை இழந்த விஷயம் முகத்தில் இல்லை. கடைந்த நட்பும் அதுசார்ந்த ப்ரியமும் அமிர்தமெனப் பொங்கியது.

ஏறத்தாழ இரண்டு மணிநேரம் மணிஜி, வாசு, சிவராமன், கேபிள்ஜி, நர்சிம், பலாபட்டரை ஷங்கர், ஜாக்கி சேகர், அப்துல்லா, துபாய் கார்த்திகேயன், சத்ரியன், பிரபாகர், ஜெத்தா அபுபக்கர், அக்பர், ஸ்டார்ஜன், மயில் ராவணன் என்று பேசிக்கொண்டிருந்தார். எதைக் கொடுத்தாலும் தின்கிற பசியில் இருந்தேன். மனிதர்களை திணித்துக் கொண்டிருந்தார். விரும்பித் தின்கிற மனிதர்களை... லபக் லபக் என விழுங்கிக் கொண்டிருந்தேன். அப்பத்தான் கையளித்தார் இக்குழந்தைகளையும்.

மனிதர்களிடமிருந்து குழந்தைகளிடம் தாவினேன். மஹாசசி போல இருந்த ‘கருவேல நிழல்’ தொகுப்பை கையில் தூக்கியபோது கண்கள் நிறைந்துபோனது. அழுவது எவ்வளவு விருப்பமோ, அப்படியே சிரிப்பதும் என்பதால் சரவணனை சிரமப்படுத்தாது சிரித்துவைத்தேன். முதல் தொகுப்பை கையில் பெற்ற நர்சிம், ‘முதல் குழந்தையை கையில் வாங்கியதுபோல் உணர்ந்தேன்’ என உணர்வுபூர்வமாக பதிவு செய்திருந்தது நினைவுவந்தது. எவ்வளவு உண்மையான வார்த்தைகள் நர்சிம்! “இருங்கண்ணே டீ வாங்கிட்டு வந்துர்றேன்” என சரவணன் விலகும்போதெல்லாம் நான் குழந்தைகளை தடவாமல் இல்லை. பிறந்த குழந்தைகளாகப் பார்க்க நினைத்திருந்த குழந்தைகளுக்கு எல்லாம் பல் முளைச்சாச்சு. ஒவ்வொன்னும் அம்புட்டுப் பேச்சு. இதை எல்லாம் பிறகான பதிவுகளில் ஒவ்வொன்றாகப் பாப்போம் பிழைத்துக் கிடந்தால்.

அப்புறம் முட்ட விலகுகிற சந்தர்ப்பம் இருவருக்கும் வந்தது. "சரிண்ணே... கொஞ்சம் பர்ச்சேஸ் இருக்கு, முடிச்சிட்டு நான் கிளம்புறேன்" என விடைபெற்று கிளம்பிப்போன சரவணன் போன திசையை சற்றுநேரம் பார்த்துக்கொண்டு நின்றேன். இப்படி எப்பவாவதுதான் வாய்க்கும் மனிதர்கள் கரைகிற திசைகளைப் பார்க்கிற சந்தர்ப்பம். இல்லையா?

அறை வந்து விளக்குப் பொருத்தியதும், "பிளைட்ல குட்டீஸ் எல்லாம் பயப்படாம வந்தாச்சா?" என்றேன் குழந்தைகளிடம்.

சிரித்தார்கள்.

சவுதி வந்தபிறகு முதல் பயணம் மூன்று வருடம் கழித்தே வாய்த்தது. சென்னை இறங்கி மதுரை பிளைட் எடுத்து ஏர்போர்ட் வந்து லக்கேஜ் பெறுகிற இடத்தில் இருந்து பார்த்தால், கண்ணாடிக்கு வெளியே குடும்பத்தைக் காண இயலும். அப்படி மனைவியைப் பார்த்த கண்ணோடு மகனையும் தேடினேன்.

மகனின் முகத்தை தேடிய இடத்தில் அவன் மார்பிருந்தது. மார்பில் இருந்து அவன் முகம் நோக்கிப் பயணித்த நொடியை, நொடியின் நொடியை...

மூன்று வருடம் என்கிறேன். நம்புவீர்களா மக்கா?

இவ்வளவு அதிர்ச்சி தராதுதான், சரவணன் கூட்டிவந்த எல்லா குழந்தைகளும். பத்து, நூறு வருடம் கழித்துப் பார்த்தாலும் முகம் பார்த்த இடத்தில் முகத்தையே பார்க்கலாம்.

7

சார் என்ற அண்ணன் ராஜசுந்தரராஜன்

காளீஸ்வரன் வாத்தியாரை பார்க்கிறபோதெல்லாம் பயல்கள் ஆன நாங்கள், தொப் தொப்பென சைக்கிளில் இருந்து குதிப்போம். வணக்கம் வைப்போம். "விழுந்து வச்சுராதடா முண்ட" என்பார் சாரும்.

வாத்தியார் வாயில் இருந்து புறப்படுகிற இந்த முண்ட எவ்வளவு வசீகரமாக இருக்கும் தெரியுமா?

ஏனெனில், சார் வாத்தியாராக இருந்ததில்லை. சிவகங்கையாக இருந்தார். ப்ரியங்களில் நிறைந்த என் சிவகங்கையாக.

சிவகங்கை மக்களின் பிரதானமான வார்த்தை இந்த முண்ட. அம்மா, அப்பா தொட்டு அனேகமாக அனைவர் வாயிலும் நிறைந்து தவழும் வார்த்தை. அன்பானாலும்... கோபமானாலும்... குஷியானாலும்.

"வாத்தியார்னா வாத்தியார்மாதிரியா இருக்கணும்?" என்றிருப்பவர் காளீஸ்வரன் சார்.

நடந்து போய்க்கொண்டிருப்போம். சாரை பார்த்துருவோம். அனிச்சையாக சட்டையின் மேல்பட்டனை மூடும் கைகள். வணக்கம் வைக்கிற சந்தோசத்தில் மறந்தும் போயிருவோம்.

"அப்பா நல்லாருக்காராடா ராஜாராமா?" என்று நம்மிடம் பேசிக்கொண்டே நம் சட்டையின் மேல்பட்டனை பொருத்திக் கொண்டிருப்பார் காளீஸ்வரன் சார். மஹாவுக்கு திருமணமாகி டிவிஎஸ்50யில் மகாவை முன்னிருக்கையில் அமர்த்தி, லதாவை

பா.ராஜாராம் 33

பின்னிருக்கையில் அமர்த்தி போய்க்கொண்டிருந்த காலத்திலும்கூட, சாரை பார்த்ததும், "சார்" என்று சடன் பிரேக் போட்டு நின்று பேசிய நாளில், "என்னடா, வண்டிலாம் வாங்கிட்டபோல? கெட்ட பயமா இவன், பத்திரமா பார்த்துக்க" என்று லதாவிடம் பேசிக்கொண்டே என் மேல்சட்டை பட்டனையும் மாட்டிக் கொண்டிருந்தார். மகா, திரும்பித்திரும்பி பார்த்துக் கொண்டிருந்தாள்.

எதுக்குன்னே தெரியாமல் எல்லாமே இருப்பதுபோல் ஏதாவது இருந்துகொண்டிருக்கும் யாரிடமாவது... இல்லையா?

அப்படி,

முன்பே மனசில் எவ்வளவோ இருந்த ஒருவரை நர்சிம் தளத்தில் கண்டேன். எல்லோரும் கவிஞர் ராஜசுந்தரராஜன் என்றாலும், "அண்ணே" என்பதில் நிறைகிறேன். முண்ட மட்டும் தெரிஞ்சவனுக்கு அவ்வளவுதான் தெரியும்.

சுந்தரிடம் விசாரித்து, சிவராமனிடம் அழை எண் பெற்று அழைத்தபோது, அண்ணன் திரையரங்கில் படம் பார்த்துக் கொண்டிருந்தார்.

"அதெல்லாம் இல்ல தம்பி, உங்களைவிடவா படம் பெரிசு எனக்கு?" என்ற குரல்,

நீண்டு

நீண்டு நீண்டு

நீநீநீண்டு

என் சட்டையின்

மேல்பட்டனை மாட்டியது.

பிறகு அண்ணனின் பின்னூட்டம் எங்கு பார்த்தாலும் சைக்கிளில் இருந்து தொப்பென குதிக்கிறேன். வணக்கம் வைக்கிறேன்.

மனைவி, குழந்தையுடன் போய்க்கொண்டிருந்த நாள் ஒன்றில் பார்க்கக் கிடைத்த ப்ரிய வாத்தியார்மாதிரி ஒரு சம்பவம் நிகழ்ந்தது நேசன் தளத்தில்.

பதிவர் தமிழ்நதி, "கவிஞர் ராஜசுந்தரராஜனும், ராஜாராமும் ஒருவர்தானா?" என்கிற கேள்வியை வைத்தார்கள். பின்னூட்டத்தில். அதற்கு அண்ணனின் பதில் என்ன தெரியுமா?

"பா.ராஜாராம், ராஜசுந்தரராஜன் ஒருவர் அல்லர். அண்ணன் தம்பிகள். பா.ரா. சிவகங்கையில் பிறந்தார் அல்லது பிழைத்தார். அல்லது இரண்டும். ராஜசுந்தரராஜன் சிவகங்கை மன்னர் கல்லூரியில்

PUC படித்தார். அவ்வளவு நெருக்கம்" கேட்கவா வேணும்? ...புர்ர்ர் என்று பின்னூட்டத்தில் சந்தோசமாய் நெட்டி முறித்தேன்.

"முண்ட... முண்ட... பட்டன போடு" என்றது, அண்ணனின் பதில் குரல். சாரி, சாரி... "அண்ணன் சாரின்" குரல். அது இது.

"அன்புத் தம்பி,

யார் யாரோ விளையாட்டு வீரர்கள் பேரெல்லாம் சொல்லி அவங்க செட்டான்னு கேட்டிருக்கீங்க. நான் என்னத்தை விளையாட்டைக் கண்டேன். ஒரு பொண்ணெ தினம் தினம் பஸ் ஸ்டாண்டு வரை கொண்டுபோயி மேலூர் பஸ்ல ஏத்தி அனுப்ச்சிட்டு வருவேன். ஒருதலை. அவ மேலூர்ல இருந்து வந்து போய்க்கிட்டு இருந்தா. வகுப்புத் தோழிதான். அவ பிறகு டாக்டருக்குப் படிக்கப் போயிட்டான்னு கேள்வி. நான் ஃபெயிலாயிட்டேன். பாஸாகி இருந்தா நானும் டாக்டர் ஆகி இருப்பேன். லாங்வேஜ் ரெண்டுலயும் கூட A+. மற்ற பாடங்கள்ல எல்லாம் D,D+ தான். கெமிஸ்ட்ரில மாத்ரம் F.

விஸ்வநாதன்னு ஒரு கெமிஸ்ட்ரி லெக்சரர் இருந்தாரு. நல்லாத்தான் நடத்துவாரு, ஆனா அடிக்கடி ஜோக்கு அடிப்பாரு. நான் சிரிச்சுக்கிட்டே மிதந்திட்டேன்.

அண்ணன், ஸ்டான்லி மெடிக்கல் காலேஜ்ல எம்.பி.பி.எஸ். படிச்சிக்கிட்டு இருந்தாரு. பள்ளிக்கூடத்துல அவருகூடப் படிச்சவரு, 'இன்ஸ்டிட்யூட் ஆஃப் கெமிக்கல் டெக்னாலஜி' ஆஃபீஸ்ல க்ளார்க்கா இருந்தாரு. இவரு அவர்ட்டச் சொல்லி அவரு கையில இருந்த ஒரு அப்ளிகேஷனை அனுப்பி வச்சாரு. அப்படித்தான் கெமிக்கல் டெக்னாலஜியில டிப்ளமாப் படிச்சேன். ஸ்பிக்ல வேலை கிடைச்சது. அங்கெ போனதுக்கு அப்புறமா எஞ்ஜினியர் ஆனேன். கெமிஸ்ட்ரியில ஃபெயிலாப் போனவன் கெமிக்கல் எஞ்ஜினியர் ஆன கதை இது.

சரி, நம்ம காலேஜுக்கு வருவோம். நான் PUC படிச்ச வருஷம் கண்ணப்பன் B.A. இரண்டாம் ஆண்டோ மூன்றாம் ஆண்டோ படிச்சிக்கிட்டிருந்தாரு. அந்த வருஷம் அவரு காலேஜ் எலெக்ஷன்ல செக்கரட்ரிக்கு நின்னு தோத்துப்போனாரு. அவரும் பிறகு என்னெ மாதிரியே தோத்த பாடத்துல ஜெயிச்சு மந்திரிவரைக்கும் ஆனார்ங்கிறதுனால அவரெ மறக்காம இருக்கேன்.

அந்த வருஷக் கடைசியில கவிஞர் மீரா என்னெக் கூப்பிட்டு விட்டிருந்தாரு. அவர், அப்ப ப்ரின்ஸ்பல் ஆகலை. தமிழ்த்துறை தலைவரா இருந்தாரு. நமக்குத்தான் அவரு வகுப்பு எடுக்குறதில்லையே என்னத்துக்குக் கூப்பிட்டுவிட்டிருக்காருன்னு குழம்பிப் போயி, மாடியில இருந்த அவர் அறைக்குப் போனேன். நல்லா ஞாபகம் இருக்கு. அது வசந்தகாலம். அவர் அறைச் சன்னலுக்கு வெளியே இருந்த வேப்பமரம்

கொழுந்துவிட்டு, இந்தா தொட்டுத் தடவுன்னு சன்னலுக்குள்ள எட்டிப் பார்த்திச்சு. என்னெ உட்காரச் சொன்ன மீரா, 'தாமரை' பத்திரிகை நடுப்பக்கத்தைப் பிரிச்சு, "இது என் முதல் வசன கவிதை. எப்படி வந்திருக்கு?"ன்னு கேட்டார். 'நான் ஒரு மலைப்பாதை போகிறேன். கல் கிடக்கிறது. முள் கிடக்கிறது. இடறினாலும் தைத்தாலும் பொருட்டில்லை. நான் மலைப்பாதை போகிறேன்.' இப்படி இதுமாதிரியே அடுக்கடுக்கா இடைஞ்சலும் அதைப் பொருட்படுத்தாமையுமா அந்தக் கவிதை இருந்திச்சு. நானும் அதையே, "இடைஞ்சல்களைப் பொருட்படுத்தாமை ஒரு கொள்கை வீரனுக்கு அவசியம்ங்கிறது கவிதையில சிறப்பா வந்திருக்கு"ன்னேன். "நம்ம கல்லூரி மலருக்கு நீங்க ஏன் ஒரு கவிதை எழுதித் தரக்கூடாது?"ன்னார். "அய்யோ, எனக்குக் கவிதை எழுதத் தெரியாதே"ன்னேன். அவரு ஒரு பேப்பரெ என் முன்னால் எடுத்துப் போட்டார். அது கண்ணப்பனை ஜெயிச்சு செக்ரெட்டரி ஆன முத்துக்கிருஷ்ணனுக்கு நான் எழுதிக் கொடுத்த கவிதை: 'விருந்தினரும் வறியவரும் தாமே யுண்ண மேன்மேலும் முகம் மலரும் மேலோர் போல...'ங்கிற கலிங்கத்துப்பரணிப் பாட்டுல தொடங்கி, அதே தாழிசை இலக்கணத்துல, 'என் முன்னோர்கள் அப்படி இருந்தாங்க... எனக்கும் அப்படி இருக்கத்தான் ஆசை. ஆனா பாரு கஞ்சிக்கு வழி இல்லாமச் செத்துக்கிட்டு இருக்கேன். நீயோ யாழ் மீட்டி வர்ற இரவலன்போல பாடிக்கிட்டு வர்றே... என்கிட்ட உனக்குக் கொடுக்க ஒரு சொட்டு ரத்தம்கூட இல்லையே என்ன செய்வேன் கொசுவே'ன்னு முடிச்சிருப்பேன். "இது, நான் எழுதுனது இல்லை, ஸார்"ன்னேன். ஒரு கட்டுரை நோட்டை எடுத்துப் போட்டு வாசிக்கச் சொன்னார். அதுல எக்கச்சக்க எழுத்துப் பிழை. போதாததுக்கு ராமாயணத்தையும் மகாபாரதத்தையும் போட்டுக் குழப்பி இருந்தார். அது முத்துக்கிருஷ்ணன் கட்டுரை நோட்டு. "இவரா இந்தக் கவிதையை எழுதியிருக்க முடியும்?"ன்னார் மீரா. நான் சங்கடப்பட்டேன். "நீங்கதான் எழுதிக்கொடுத்தீங்கன்னு அவரே ஒத்துக்கிட்டார். இதை அவரு பேர்லயே போடுவோம். உங்க பேர்ல ஒரு கவிதை எழுதிக் கொடுங்க"ன்னார். அப்பொ நான் ஒரு கம்யூனிஸ்ட்டு. 'அது எந்நாளோ இது எந்நாளோ'ன்னு அந்நாள்ல ஒன்னை எழுதிக் கொடுத்தேன். மீரா அதை நல்லாவே இல்லைன்னுட்டார். ஆனாலும் என் படத்தையும் போட்டு அந்தக் கவிதையையும் மலர்ல வெளியிட்டார்.

பதினாலு வருஷத்துக்கு அப்புறம் மீராவும் அவரு மனைவியும் தூத்துக்குடி ஸ்பிக் நகர்ல நானிருந்த வீட்டுக்கு வந்திருந்தாங்க. அன்னிக்கு என் மனைவி சுட்டுக் கொடுத்த வடையோட பக்குவத்தெப் பத்தி வருஷங்களுக்கு அப்புறமும் (கதிரோட கல்யாணத்துலன்னு நினைக்கிறேன்) அந்த அம்மா மறக்காமப் பாராட்டுனாங்க.

மீராவும் போயிட்டாரு. என் மனைவியும் என்னெ விட்டுப் போயி அப்புறமும் தினம் தினம் பார்த்துக்கிறோம், பேசிக்கிறோம். கமுதிக்குப் பக்கத்துல செங்கோட்டைப்பட்டிங்கிறது நான் பொறந்த ஊரு. ஊருக்குப் போறப்போ சிவகங்கை வழியாப் போனா, 'மன்னர் துரைசிங்கம் நினைவுக் கல்லூரி'யெக் கையெடுத்துக் கும்பிடாமக் கடக்கிறது இல்ல, இப்பவும்."

அன்போடு,

ராஜசுந்தரராஜன்.

✸

மழெ இல்லே தண்ணி இல்லே

ஒரு திக்கிலே இருந்துங்

கடுதாசி வரத்து இல்லே

அடைக்கலாங்குருவிக்குக்

கூடுகட்ட

என் வீடு சரிப்படலே

நான் ஒண்டியாத்தான் இருக்கேன்

இன்னும்

...........ராஜசுந்தரராஜன்

8

பால்ய ஸ்நேகிதியும், சில மழை நாட்களும்...

மஹா திருமணத்திற்காக நாடு திரும்ப ஒரு மாத காலம் இருந்த சமயம் அது. "ஏங்க... ப்ரபாவிடமிருந்து லெட்டர் வந்திருக்கு" என்றழைத்தாள் லதா ஒரு நாள். "என்ன புள்ள சொல்ற?" என்ற நான், ஆன்மா உதற எழுந்தமர்ந்தேன். ஒரு பெயரைக் கேட்டதும் ஆன்மா உதறுகிறது எனில், அது வெறும் பெயர் சம்பந்தப்பட்டது மட்டும்தானா? ஒரு பெயருக்கு பின்னால் எவ்வளவு, எவ்வளவு இருக்கிறது! எத்தனை வருடங்கள்! எவ்வளவு கடிதங்கள்! எத்தனையெத்தனை பரிமாற்றங்கள்!

கருவேல நிழல் என்னை கையில் எடுத்த புதிதில் 'ஜ்யோவ்ராம் சுந்தர்' என்ற பெயரில் எப்படி உதறி அடங்கினேன்! "மக்கா" என்ற ஒரு பின்னூட்டத்தில் தொலைந்த அத்தனை வருடங்களையும், அது சார்ந்த உணர்வுகளையும், குமார்ஜி தெய்வாவையும் மீட்டெடுத்து விடவில்லையா? அப்படி எதுனா ஒரு சர்க்கஸ் நிகழ்ந்துவிடாதா? இந்தப் புள்ளையை மட்டும்தானே இன்னும் காணோம்? என மறுகிக் கொண்டிருந்த பெயர் இல்லையா இந்த ப்ரபா!

ஆச்சா? லதா அழைத்தாளா?...

"லெட்டர்ல அட்ரஸ் இருக்கா? போன் நம்பர் இருக்கா?" என்றெல்லாம் லதாவிடம் படபடக்கத் தொடங்கினேன். "அதெல்லாம் ஒண்ணுமில்ல. சும்மா சொன்னேன். கெடந்து பறக்காம ஒழுங்கா ஊர் வரப் பாருங்க" என்றும், என் அணத்தல் தாங்க மாட்டாது, "லெட்டர கிழிச்சுப் போட்டுட்டேன்" என்றெல்லாம் லதா சொல்லியதை நம்பமறுத்தது மனம். (பொய் சொல்வதில் என்னளவு கெட்டிக்காரி யில்லை லதா... கேட்டீர்களா?).

புரண்டு ஓடும் மழைநீரில் தலையாட்டி தலையாட்டி மிதந்து போகும் தீப்பெட்டிபோல 'ப்ரபா' மிதக்கத் தொடங்கினாள். பதினேழு வருடங்களுக்குமுன்பு புரண்ட மழை, அப்ப மிதந்த தீப்பெட்டி... இன்னும் நனையக் காணோம், இன்னும் ஊறக் காணோம், இன்னும் அமிழக் காணோம்!

ப்ரபா அறிமுகமானபோது எனக்கு 29 வயது. ப்ரபாவிற்கு 23. (பால்ய ஸ்னேகம் என்கிற பதத்தில் குழம்பலாம் நீங்கள். எனக்கு 300 வருடம் வாழப் ப்ரியம். அப்படியானால் என் 29 எனக்கு பால்யம்தானே?) மகாவிற்கு 6ம், சசிக்கு 1 1/2 வயதும்... (இங்கு, இந்த மஹா என்பவளின் திருமணத்திற்குத்தான் கிளம்பிக் கொண்டிருக்கிறேன் என்பதை தயவுகூர்ந்து என்னைப்போலவே நீங்களும் மறந்துவிடுங்கள்)

பேனா நண்பனாக முதலில் குமார்ஜிதான் அறிமுகமானான். பிறகு தெய்வாவும், சுந்தராவும். பிறகுதான் இந்த ப்ரபா. ப்ரபாவிற்கு கோவை சொந்த ஊர். குமார்ஜி, தெய்வா, சுந்தராவிடம் பகிரும் சகல விஷயங்களையும் என்னால் ப்ரபாவிடமும் பகிர முடிந்திருக்கிறது. பரஸ்பரம் அவளும். நட்பில் ஏது பாலின வேறுபாடுகள்?

பெரும்பாலும் வாசித்த புத்தகங்கள், கவிதைகள், கதைகள் என இருந்தவை பிறகு குடும்ப விஷயங்களுக்கும் என பரிணாமம் பெற்றது. இலக்கிய பரிமாற்றங்களைவிட குடும்ப விஷயங்களை பரிமாறிக்கொண்டதில் இன்னும் பாந்தமாக, ஒட்டுதலாக இருந்தன. குடும்பத்திற்கு அப்புறம்தானே இலக்கியமும் கருமாதியும். குடும்ப நட்பானாள் மற்ற மூவரையும் போன்றே ப்ரபாவும் கடிதங்களில் இச் என்றால் தும்மிக் கொள்வதும் இம் என்றால் இருமிக் கொள்வதுமாக இருந்துவந்தோம்.

ஒவ்வொருவரிடமிருந்தும் வாரம் இரண்டு அல்லது மூன்று கடிதங்கள் வந்துவிடும். அப்பெல்லாம் ஞாயிற்றுக் கிழமைகள் எரிச்சல் தரக்கூடிய நாட்களாகவே இருந்ததுண்டு. பயல்கள் மூவரிடமிருந்தும் வரும் கடிதங்களை லதா பிரிக்காமலே வைத்திருப்பாள். ப்ரபாவின் கடிதம் மட்டும் பெரும்பாலும் பிரிந்தே வீட்டிலிருக்கும். மனைவி என்பவள் மனுஷி என்பதைவிட மனைவி என்பதுதானே முதல்?

ஒளிக்க எங்களிடம் எதுவும் இல்லாமல் இருந்ததால், ப்ரபாவின் எந்த ஒரு கடிதமும் என்னிடமிருந்து ஒளிந்துகொண்டதே இல்லை. என்றாலும், "என்ன பழக்கம் இது. பொம்பளைப் புள்ளைக்கெல்லாம் லெட்டர் எழுதிக்கிட்டு?" என்பாள் லதா எப்பவாவது.

இப்படியாக, சற்றேறக்குறைய ஐந்து வருடங்கள்...

நாட்கள், மாதங்கள், வருடங்கள், நண்பர்கள், நான், நீங்கள் என்பதையெல்லாம்விட விதி வலியதன்றோ?! (இங்கு, வி...த்...தி

வ...ல்...லி...ய...த...ன்...றோ... என வாசிப்பீர்கள் எனில் என் உணர்வை சரியாகப் புரிகிறீர்கள் என ஏற்கிறேன்)

கடுமைகூடிய நாளொன்றின் பின்மதியத்தில் மகன் சசி, திறந்திருக்கும் கழிவுநீர்த்தொட்டியில் வீழ்கிறான். நாட்கள் தட்டாமாலை சுற்றுகிறது. மனசு முழுக்க நிரம்பியிருந்த நண்பர்கள் 'அந்தளை சிந்தளை' ஆகிறார்கள்.

குளுமைகூடிய நாளொன்றின் அதே பின்மதியத்தில்தான் ப்ரபாவும் கிடைக்கிறாள். பதினேழு வருடம் முன்பு அறிமுகமாகி, ஐந்து வருடங்களில் என் குடும்பத்தில் ஒருவளாகி, கடுமைகூடிய நாளொன்றின் பின்மதியத்தில் தொலைந்துபோனாளே அந்த ப்ரபா!

எந்தப் பயணமும்போல் இல்லாமல் இந்தப் பயணத்தில் எதிர்பார்ப்புகள் கூடியிருந்தன. மஹாவின் திருமணம் மட்டும் அன்று. பதிவுலகம் வந்தபிறகான முதல் பயணம். எழுத்துமூலமாக தேடியடைந்த நண்பர்கள் சிலரின் முகம் பார்க்கப் போகிற ஆர்வம். எல்லோரையும் மஹாவின் திருமணத்தில் ஒருசேர பார்த்துவிட வேணும் எனும் துடிப்பு. போக, லதா சொல்லிய பொய்யில் (ப்ரபா லெட்டர கிழிச்சுப் போட்டுட்டேன்) தேங்கியிருந்த உண்மை எனும் அடிமண்டி வீடு சேர்ந்து ஐந்து நாள் வரையில் ப்ரபா கடிதம் குறித்து எந்தப் பேச்சும் எடுக்கவில்லை லதா.

அவ்வப்போது கேட்டுப் பார்த்துக்கொண்டே இருப்பேன்... "அதான் கிழிச்சுப் போட்டுட்டேன்னு சொல்றேன்ல" என்பாள். பாவி, கடங்காரி என்று மனசுக்குள் சொன்னாலும் வெளியில் காட்டிக் கொள்வதில்லை. அப்படியெல்லாம் கிழித்துப்போடுபவள் இல்லை. மயில், தன் இறகை உருவிப்போடும் வரையில் எத்தனை பீடி குடிப்பது நான்? லதாவிடம் மிக உயர்ந்த குணம் (?) ஒன்று உண்டு. வீட்டிற்கு வரும் விருந்தினர்கள் முன்பாக அவளை பெருமையாகப் பேசிவிட்டால்போதும். ஒற்றை ஆளாக ஒரு கிரிக்கெட் மேட்ச் ஆடிவிடுவாள். பௌலிங் போட்ட கையோடு விக்கெட் கீப்பராகவும் பாய்வாள். "HOW IS THAT?" என்று கதறுகிற ஃபீல்டராகவும் மாறுவாள். "இல்லை" என்று தலையாட்டுகிற அம்பயராகவும் நிற்பாள்! சரி... தற்சமயம் வீடு உள்ள சூழ்நிலையில் விருந்தினர்களுக்கு எங்கு போக?

வந்தான் மகராசன் செ.சரவணக்குமார். லதாவின் கணித சாஸ்திரம் அறிந்திருந்த நான் கட்டையை உருட்டத் தயாரானேன். (லதாவிற்கு கிரிக்கெட் எனில் நமக்கு வை ராஜா வை லங்கர் கட்டை!) "சவுதியில் இருக்கும்போதே லதா சொல்லிட்டா சரவணா . லதா மட்டும் இல்லைன்னா ப்ரபாவை கண்டுபிடிக்க முடியுமா? லதா மட்டும் இல்லைன்னா இது சாத்தியமா? "இப்படி, லதா மட்டும், லதா மட்டும் என்று உருட்டிய உருட்டலில்... 'கேப்டன்' கிளீன் போல்ட்!

கடிதம் கைக்கு வந்துவிட்டது. வாங்கிப் பார்த்தபோதுதான் தெரிந்தது... அது ஆனந்த விகடனில் இருந்து ரீடைரெக்ட் செய்யப்பட்ட கடிதம் என்று. (ஆனந்த விகடனுக்கு எப்படிப் போனாள் இவள்?) சரவணனுக்கு முன்பாக கடிதம் படிக்கிற திராணிகூட இல்லாமல் இருந்தது. சரவணனுக்கு கடிதத்தை படிக்கத் தந்துவிட்டு, சரவணன் போனபிறகு கடிதத்தை எடுத்துக்கொண்டு தனியனானேன்.

"நான் ப்ரபா. கோயம்புத்தூர். பதிமூன்று வருடங்கள் பின்பாக நகர்ந்தால் என்னை உங்களுக்கு நினைவுவரலாம்" என்பதுமாதிரி என்னென்னவோ எழுதியிருந்தாள் லூசு. ஆம், பெண்கள் எல்லோருமே லூசுதான் அல்லது ஆண்கள் எல்லோரையும் லூசு என்று நினைக்கிற (லூசா இருந்தா தேவலை) என்று நினைக்கிற குழந்தைகள்! அல்லது லூசுக் குழந்தைகள்!

கடிதத்தில் அழை எண் இருந்தது. உடன் தொடர்புகொண்டேன். "ஹலோ" என்ற ஒற்றைக் குரலில் என் டைம் மிஷின் பின்னோக்கிப் பாயத் தொடங்கியது. பதிமூன்று வருடங்களுக்கு முன்பாக...பதினான்கு வருடங்களுக்கு முன்பாக... பதினைந்து வருடங்களுக்கு முன்பாக... என, தட்டித்தட்டி இறங்கியும் ஏறியுமாக இருந்து கொண்டிருந்தது. (பயல்கள் மூவரையும் நேரில்பார்க்கும் சந்தர்ப்பம் வாய்த்துவிட்டது. ப்ரபாவை மட்டும் நேரில் பார்த்தது இல்லை. ஓரிருமுறை போனில் குரல் கேட்டதோடு சரி. பின்பெல்லாம் கடிதம் மட்டுமே.)

இன்னாரென்று சொன்னேன். ஒரு மூணு அல்லது நாலு செகெண்ட் பேரமைதி அந்தப் பக்கம். அவ்வளவுதான்!

இடையில் கிடந்த பதினேழு வருடங்களையும் மடியில் கட்டிக் கொண்டு ஒரே தாண்டாகத் தாண்டி இந்தப் பக்கம் வந்து அமர்ந்து கொண்டாள் ப்ரபா. ஒரு களைப்பில்லை, ஒரு சலிப்பில்லை. அலுவலகத்தில் இருந்து திரும்பும் அப்பாவிடம் அன்றைய பொழுதைப் பேசுமே குழந்தை... அவ்வழகைத் தாண்டி ஒரே ஒரு பிசிறில்லை!

"நானும் தேடித்தேடி பார்த்தேண்டா. என்னவோ பிரச்சினைன்னு மட்டும் தெரிஞ்சுது. என்னன்னு தெரியல. அட்ரஸ்தான் இருக்கே. ஊருக்குக் கிளம்பிவந்து விசாரிப்போமான்னுகூட வந்தது. அவனே தேடல. அப்புறம் நான் என்னத்துக்கு தேடணும்னு நினைச்சுக்குவேன். ஆனாலும் ஒன்னோட தொடர்பு எல்லைக்கு வெளியில் இருப்பதாக ஒருபோதும் தோணியதே இல்ல மக்கா.

இன்னுமொரு இருபது வருடங்கள் கழிச்சு நீ கூப்பிட்டிருந்தாலும் இப்படித்தான் இருந்திருக்கும் என் மனநிலை... கல்யாணமா? என்னைக்குடா நான் அதைப் பத்தியெல்லாம் யோசிச்சிருக்கேன்? எப்பவோ எழுதி இருக்கேனே இதைப் பத்தியெல்லாம். உனக்கெங்கே இதெல்லாம் ஞாபகம் இருக்கப்போகுது. ஐயோ... மஹா குட்டிக்கா

கல்யாணம்?" என்று கெக்களி போட்டுச் சிரிக்கிறாள்... "திடீர்னு பார்த்தா நாகு வந்து சொல்றா மக்கா (நாகு ப்ரபாவின் தோழி) உன் கவிதை விகடன்ல வந்திருக்குன்னு. ஆஃபீஸில் இருந்து நேரா நாகு வீட்டுக்குத்தான் போனேன். விகடனை வாங்கி உன் கவிதை பார்த்தேன். இனி எப்படியும் உன்னை புடிச்சிரலாம்னு நம்பிக்கை வந்திருச்சு. விகடனுக்கு போன் பண்ணிக் கேட்டேன். அவுங்க அட்ரசெல்லாம் தரமுடியாது. ஒண்ணு செய்ங்க... பா.ராஜாராமிற்கு ஒரு கடிதம் எழுதி அதை ஒட்டி விகடனுக்கு ஒரு கவரிங் லெட்டர் வச்சு அனுப்பிவைங்க. அதை நாங்க அவர் முகவரிக்கு அனுப்பிவைக்கிறோம்ன்னாங்கடா. உடனே அனுப்பிட்டேன். அனுப்பி ரெண்டு, மூணு மாசம் இருக்கும் மக்கா. இது இவ்வளவு வொர்க்கவுட் ஆகுமாடா?... ஐயோ நம்பவே முடியல மக்கா!"

"ஒரு ஜிம்மி வளர்க்கறேன் மக்கா. ஃபீமேல் டாக். இதைத்தானே யாருமே வளர்க்கமாட்டாங்க. ஆஃபீஸில் இருந்து வந்துக்கிட்டு இருந்தேனா. நல்ல மழை. சாக்கடையெல்லாம் ரொம்பி ஓடுது. சாக்கடைக்குள்ள இருந்து ஒரு குட்டிநாய் சத்தம். பார்த்தா இந்த ஜிம்மிடா... குட்டியூண்டு! சாக்கடைக்குமேல மொகத்தை வச்சுக்கிட்டு மெதந்துக்கிட்டு போய்க்கிட்டு இருக்கு மக்கா. வண்டியை நிறுத்தி அதைத் தூக்கிட்டு வீட்டுக்கு வந்தனா. அம்மா கெடந்து கத்துது. குளிப்பாட்டி கிளிப்பாட்டிப் பார்த்தா... ஐயோ அவ்வளவு அழகுடா. நீ பார்க்கணுமே... இப்ப நல்லா வளர்ந்துட்டாங்க" என்று சிரித்துக் கொண்டே இருந்தாள்.

இவள் சிரிக்கச் சிரிக்க எனக்கு கண்கள் இருண்டுகொண்டு வந்தது. பார்வை கரைந்து நீராக இறங்கும்போது இருளத்தானே செய்யும்...

அனாதரவான நெடுஞ்சாலையில் ஒரு மைல் கல் இருப்பது போலும், அக்கல்லில் மாடு மேய்க்கும் சிறுமி ஒருத்தி அமர்ந்திருப்பது போலும், போகிற வருகிற வாகனங்களுக்கெல்லாம் டாட்டா காட்டவே பிறவி எடுத்ததுபோலும், பிறகு அச்சிறுமியே மைல் கல்லாக சமைந்ததுபோலும் சம்பந்தா சம்பந்தமில்லாமல் காட்சிகள் விரியத் தொடங்கின. விழித்திருக்கும்போதே இழுத்துப்போகுமே கனவு... அதுபோல...

காலங்காலமாய் அனாதரவான எல்லா மைல்கல்லிலும் ஏதாவது ஒரு சிறுமி அமர்ந்துகொண்டுதான் இருக்கிறாளோ?

அங்கு தொட்டு இங்கு தொட்டு நம்மையும் தேட ஆட்கள் இருக்கிறார்கள் என்ற நினைப்பு எவ்வளவு பாதுகாப்பு உணர்வைத் தருகிறது!

ப்ரபாவுடன் அழை பேசிய அன்று இரவு முட்டக் குடித்தேன். சாதாரணமாகவே முட்டக் குடிப்பவன்தான் என்றாலும் அன்று

தொண்டைக்குழி வரையில் குடிக்கத் தேவையாக இருந்தது. நினைவு தப்பவேணும்... தப்பவேணும் என விரும்புகிற நாட்களில்தான் நினைவு தப்புவதே இல்லை.

ப்ரபாவிடம் பேசிய சகலத்தையும் லதாவிடம் அன்றிரவு பகிர நேர்ந்தது. இங்கு, இந்த 'பகிர' என்கிற வார்த்தைகூட எவ்வளவு பாதுகாப்பான வார்த்தையாக இருக்கிறது. சரி... அனத்த அல்லது புலம்ப என்று உங்கள் வசதிப்படியே எடுங்களேன். ஏனெனில் லதாவும் அப்படித்தான் எடுத்திருப்பாள்.

"நாற்பது வயசாச்சு புள்ள. இப்பத் தெரியாது. இன்னுமொரு எட்டு, பத்து வருஷம் போய்ட்டா இவள் தனிமை உணரத் தொடங்கிவிடுவாள். அப்பா, அம்மாவிற்குப் பின்னால யார் இருக்கா இவளுக்கு? ந்தா நளினிகூட திருமணம் ஆகிப் போய்ட்டா (நளினி... ப்ரபா தங்கை) என்ன விளையாட்டுத்தனமா இருக்கு? குமாரிடம் பேசியிருக்கிறேன். மஹா திருமணம் முடிந்ததும் இங்கு வருவதாகச் சொல்லியிருக்கிறான். ப்ரபாவையும் வரச்சொல்லி சீரியஸா பேசணும் புள்ள. சவுதிக்கு போவதற்குமுன்பாக இதற்கு ஒரு முடிவு கட்டிட்டுத்தான் போகணும்" என்றேன்.

"சரி... படுங்க, காலையில் பேசலாம்" என்றாள் லதா. தரமான குடிகாரனை, "எதா இருந்தாலும் காலையில் பேசலாம்" என்பது மாதிரியான வார்த்தைகள் சுட்டெரித்து விடாதா?

"இல்ல புள்ள. இத இப்பவே முடிவு செஞ்சுட்டா பரவால்ல" என்பதுமாதிரி என்னவோ சொன்ன நினைவு. (ஒரு இரவில்தானே சுதந்திரமே பெற்றோம் என்கிற வில்லங்க நினைப்போ என்னவோ?)

"சரி... சரி... விடுங்கப்பா. அதாவது நிம்மதியா இருக்கட்டுமே" என்று முடித்துவிட்டாள் லதா. நினைவு தப்பவேணும் என்று விரும்பி குடித்ததாக முன்பே சொல்லியிருந்தேன் இல்லையா? லதாவின் இந்த வார்த்தைக்குப் பிறகு நினைவு தப்பிவிட்டது. ஆக, நினைவு தப்பும் ரசாயனம் சரக்கில் இல்லைபோல.

மஹாவின் திருமணத்திற்குப் பிறகு, மகன் வினோ கோவையில் வீடு கட்டி கிரஹப்பிரவேசம் வைத்திருந்தான். பத்திரிக்கை வைக்க சிவகங்கை வந்திருந்தான். எனக்கும் பத்திரிக்கை வைத்து, மஹா வீட்டிற்கும் போய் தனியாக பத்திரிக்கை வைத்திருந்தான். ப்ரபாவும், குமாரும் சிவகங்கை வருவதாகவும் சொல்லியிருந்தார்கள். அதற்குள்ளாக கோவை போகும் சந்தர்ப்பம் இது. கோவை போகும்போது இனி ப்ரபாவை பார்க்காமல் திரும்ப முடியுமா?

அப்படி, ப்ரபாவை, என் சினேகிதியை, என் பால்ய பருவத்தின் மழை நாட்களாக இருந்த தோழியைச் சந்தித்தேன்!

என்ன அருமையான தருணங்கள் அவை! மன்னிக்கணும் நண்பர்களே... அந்தத் தருணங்களை என்னால் அப்படியே பகிர இயலவில்லை. பகிரவும் இயலாது. எல்லா உணர்வுகளையும் பகிர்ந்துவிடவா முடிகிறது?

மஹா பிறந்த அன்று, "உன் மனநிலையை மூன்றில் ஒரு பங்காக சுருக்கி வரையவும்" என்று சொன்னால், எப்படி முடியாதோ அப்படி இதையும் பகிர இயலவில்லை. கோவையில் நண்பர் வடகரை வேலனை சந்தித்தேன். சந்தித்த சில நிமிஷங்களிலேயே ஒரு கேள்வி கேட்டார். "மகளின் கழுத்தில் தாலி ஏறப்போகும் அந்தத் தருணத்தில் உங்க மனநிலை எப்படி இருந்தது ராஜாராம்?" என்றார். வேலனும் பெண் குழந்தையின் தகப்பன்... இல்லையா?

நான் சற்று யோசித்து, (அந்தத் தருணத்திற்குள் மீண்டும் நுழைய வேணும் இல்லையா?) "ஐயர் தாலியை கையில் எடுத்து மாப்பிள்ளை கையில் கொடுத்த சமயம், மஹா நிமிர்ந்து என்னை ஒரு பார்வை பார்த்தாள் வேலன்" என்று சொல்லிக்கொண்டே வந்தவனால், மேற்கொண்டு பேசமுடியாமல், "அந்த உணர்வை சொல்லத் தெரியலையே வேலன்" என்று முடித்துவிட்டேன்.

அப்படியாகவே இப்பவும் இருக்கிறது. இப்படியாக, பகிரமுடியாத உணர்வுகள் என எவ்வளவு இருக்கிறது. சரி... அதது அப்படியே இருக்கட்டும். அப்படியே இருந்துவிடுவதில்தான் அதற்கு அழகும் கூட...

மறுநாள், வினோ வீட்டு விசேஷத்திற்கு ப்ரபாவும் வருவதாக இருந்தது. வினோ, ப்ரபாவிற்கும் பத்திரிக்கை அனுப்பியிருந்தான். அதுசமயம் ப்ரபா, ஒரு ஃபைல் கொண்டுவந்து தந்தாள். "ராஜா மக்கா" என்று தலைப்பிட்ட ஃபைல் அது. ஐந்து வருடங்களாக அவளுக்கு நான் எழுதிய கடிதங்கள் அதில் இருந்தன. இப்படியே குமார் கடிதங்களையும் வைத்திருக்கிறாளாம். ஃபைலை புரட்டினேன். இன்றிரவும் முட்டக் குடிக்கிற சந்தர்ப்பத்தைத் தர போதுமான காரணங்கள் அவற்றில் இருந்தன.

அதில் நம், ஜ்யோவ்ராம் சுந்தரின் கடிதம் ஒன்றும் இருக்கக் கண்டேன். "இது எப்படி இங்கு வந்தது ப்ரபா?" எனக் கேட்டேன். "நீதாண்டா அனுப்பித் தந்த. எனக்கு வேலை விஷயமா சுந்தரிடம் கடிதம் எழுதி இருந்தேல்ல. அதுக்கு சுந்தர் பதில் எழுதிய கடிதம் இது. அதுனால எனக்கு அனுப்பி இருந்த" என்றாள்.

சுந்தருக்கு போன் பண்ணி "'97ல் நீ எனக்கு எழுதிய கடிதம் ஒண்ணு கிடைச்சிருக்குடா" என்றேன். "ஏன்? நீங்க எனக்கு எழுதிய

எல்லாக் கடிதங்களும் என்னிடமும் இருக்கு ராஜாராம்” என்றான். நண்பர்கள் எழுதிய கடிதங்களில் ஒன்றுகூட தற்சமயம் என் கைவசம் இல்லாத குற்ற உணர்வு பெரிதாகத் தோன்றியது எனக்கு.

“நீங்களும் கடிதங்களை எல்லாம் பத்திரமாக வைத்திருக் கிறீர்களாடா?” என்று குமார்ஜியிடமும், தெய்வாவிடமும் கேட்க பயமாக இருந்தது. அவன்களும் ‘ஆமாம்‘ என்று சொல்லிவிட்டால்? போங்கடா பயல்களா... நீங்களும் உங்க லெட்டரும்!

காலங்களுக்குப் பிறகு இதோ ப்ரபா லெட்டர் எழுதத் தொடங்கி விட்டாள். நம்புங்கள் மக்களே, இன்னும் காகிதத்தில் கடிதம் எழுதுகிற மனிதர்களும் இருக்கிறார்கள்தான் போல...

‘இருக்கிறேன்’ என்று, ப்ரபாவிடம் காட்டிக்கொண்ட மூன்றாவது நாளில் இந்தக் கடிதம் வந்தது...

கோயம்புத்தூர்

08102010

9.35 pm

அவசரமில்லை

ஓழிந்த நேரங்களில்

தேடுங்கள்.

ஞாபகப் பரணில்

நினைவு சேந்தியில்

தோட்டத்தில்

வெளித் திண்ணையில்

காலணி இடும் இடத்தில்

நீங்கள் அறியாது

நிகழ்ந்ததாகத்தான்

இருக்கும்.

மறந்த மயிலிறகின் பீலியைப் போல்

கிடைக்கிறதாவெனப் பாருங்கள்.

கிடைக்காது போகிறபோது

மட்டுமே இறைஞ்சுகிறேன்.

என் பிரியமானவர்களே

ஒருமுறைக்கிருமுறை

யோசியுங்களேன்

தூக்கி எறியும் முன்பாக

என்னை.

பா.ராஜாராம்

ராஜா மக்காவுக்கு,

எனக்கு பேச்சில் தெளிவாய் வெளிப்பட முடிவதில்லை.

ஏதோ ஒன்றாய் வெளிப்பட இருந்து, வேறு ஏதோ ஒன்றாய் உருவம்கொள்ளும் நான் மற்றும் என் வார்த்தைகள் எப்போதும் பூரணத்துவம் பெறுவதில்லை. சோ... எழுத்துதான் எனக்கு சரியான களம். உன்னிடம் எல்லாமும் பகிர...

நிறைய மாறியிருக்கிறாய் மக்கா நீ! ஆனால் இந்த மாற்றம் அழகாய்த்தான் இருக்கிறது. இன்னுமே ஒரு நல்ல வாழ்க்கை தோழனாய், நல்ல தகப்பனாய், என மிகவும் அழகாக ஆகிவிட்டாய் நீ. சந்தோசமாயிருக்கிறது மக்கா... நாகுவிடம்கூட இதைப் பகிர்ந்து கொண்டேன்... லதா, குழந்தைகள் என உன் நேசிப்பு குறித்து...

இந்த 13 வருடங்கள் பற்றி சொல்ல நிறைய இருக்கிறது. எதுவும் இல்லாமலும் இருக்கிறது மக்கா... நான் ஏற்கனவே சொன்னது போல் இவ்வளவு நாட்கள் உன் தொடர்பு எல்லைக்குள் வருவதை ஒத்திப்போட்டு வைத்திருந்தனே தவிர, என் பிற்பகுதி வாழ்க்கை உங்களுடனான நட்புடனும், நேசிப்புடனும்தான் முடிவடையும் என்பதில் எனக்கு எப்போதும் எந்தவிதமான சந்தேகமும் இருந்ததில்லை.

மக்கா, அதாவது இது என் நிலை மட்டும்தான். உன் மேலான நேசிப்பு 'பாலின நிலைகளுக்கு' அப்பாற்பட்டது. அதை எப்படி உணரவைக்கன்னு தெரியலை எனக்கு. இருந்தும்கூட சிலசமயம் நான் பையனாய் பிறந்திருக்கக்கூடாதான்னு தோணும். அல்லது நீ பெண்ணாய். இன்னும் தெளிவாய் சொல்லனும்னா ஒருவேளை, இப்ப நீ என்போலவே தனியனா இருந்திருந்தாக்கூட, அப்பவும் என் வெளிப்பாடு இதே நிலையில்தான் இருந்திருக்கும். நீ என் மிகமிக நேசிப்பிற்குரிய நண்பனாய்...

என்னிடம் கேட்க உனக்கு ஒன்றுமில்லாவிடாலும், எனக்கு நிறைய இருக்கு மக்கா... உன்னிடம் கேட்கவும்... பேசவும்...

மிக முக்கியமாய் எனதன்பு சசி பையன் குறித்து. அந்த நேரத்தில் லதாவும் நீயும் எதிர்கொண்ட அந்தத் தருணங்கள்... நான் அப்பவெல்லாம்

உங்களுடன் இல்லாமல்போனேனே என்கின்ற வருத்தமும், வேதனையும் இனி எப்போதும் எனக்குள் இருக்கும். வேறென்ன சொல்ல?

'தகப்பனாய் இருப்பது 'கவிதையும் அதுசார்ந்த உன் எழுத்தும் அந்தக் காலகட்டத்தை என் கண்முன்னே கொண்டுவந்து நிறுத்தியது ராஜா மக்கா! அதே தெருக்களில் சந்தோசமாய் திரிந்த காலங்கள் போய்... எவ்வளவு கொடுமையான தருணங்களை எதிர்கொண்டிருந்திருப்பாய் நீ? மனசு வலிக்குது நினைச்சுப் பார்த்தா... நினைக்கவே முடியலை...

சந்தோசமான காலங்களில் உன்னுடன் இருந்துவிட்டு, உன் கஷ்டமான தருணங்களில் உன்னிலிருந்து விலகி இருந்து விட்டேனென்ற வேதனை... நாகுதான் சொல்வாள்: "என் சந்தோசமான நேரங்களில் நீ பங்கெடுத்துக்காட்டாலும்... என் கஷ்டங்களின்போது நீ கண்டிப்பா என்கூட இருப்பாய். இதில் எனக்கு சந்தேகமே இருந்ததில்லை" என்று.

அப்படிப்பட்ட ஒரு மனநிலையை உனக்கு நான் தரமுடியாமல் போய்விட்டதுதான்... என்னுடைய மீட்டெடுக்கமுடியாத வேதனை ராஜா மக்கா. இதற்கு உனக்கு நான் ஏதாவது பண்ணிவிட முடியாதான்னு இருக்கு... எனக்கு என் உணர்வுகளை சரியாக சொல்லத் தெரியல... இந்த நேரம்.

நான் இதுவரையில் இரண்டு தருணங்களில்தான் பணம் குறித்த அருமையை அறிதலை முழுமையாக உணர்ந்திருக்கேன்... முதலாவது, பிராணிகளுக்காக ஒரு ட்ரஸ்ட் மாதிரியான அமைப்பை ஏற்படுத்தி, தெருவில் சாப்பாட்டுக்கு... நோயினால் கஷ்டப்படுகிற உயிரினங்களுக்காக நாய், பூனை, 'மதம்'பிடித்த மனிதனால் கோவில் போன்ற இடங்களில் சிறைப்பட்டுக் கிடக்கும் யானைகள், பயன் தரும் வரையில் உபயோகப்படுத்திவிட்டு இறைச்சிக்காக கொல்லப் படுகிற மாடுகள், ஆடு என எல்லாமும் சேர்ந்து வாழ ஒரு பெரிய சரணாலயம் போன்ற அமைப்பை ஆங்காங்கே ஏற்படுத்த வேணும்... இந்த பூமி முழுதும். அதற்குத் தேவைப்படும் கோடிக்கணக்கான பணம் என்னிடம் இருந்திருக்கக் கூடாதான்னு தோணும்.

கடவுள் என்கிற விஷயத்தைப்பற்றிய கேள்வியும், வெறுப்பும் எனக்கு ஏற்படுவது அதுக கஷ்டப்படுவதை... நிவர்த்தி செய்ய இயலாத... அந்தத் தருணங்களை எதிர்கொள்ளும் சமயம்தான். டாக்டர் கைவிட்டபிறகு இரண்டு நாய், ஒரு பூனை என அதுகளை mercy killing க்கு உட்படுத்தியதுகூட அப்படிப்பட்ட ஒரு தருணத்தில்தான். (அந்தநேரத்து வலியும், வேதனையும் வார்த்தைகளால் சொல்ல முடியாதவை மக்கா!)

நம்மைச்சுற்றி நாம் பார்க்க ஆரம்பித்தோம்னா, நம்முடைய கஷ்டங்கள் எல்லாம் பலநேரங்களில் ஒரு விஷயமாகவேகூட தோணாது மக்கா. அப்புறம் அதற்கு உபரியாக தண்ணியடிக்கவும், சிகரெட்

பிடிக்கவும்கூட தோணாது. எல்லாநேரமும் நீ உனக்குள்ளேயே அமிழ்ந்து போய்விடாதே மக்கா...

அதைத்தான் சொல்ல முடியும். உனக்குத் தெரியாதது இல்லை.

அப்புறம்... இரண்டாவதாக பணம் என்பதன் அந்த அசுர சக்தியை அறிய நேர்ந்தது, சசி பற்றி கேள்விப்பட்ட அந்தத் தருணம்... நான் பணக்காரப் பெண்ணாக இருந்திருக்கக் கூடாதான்னு இருந்தது ராஜா மக்கா... என்னிடம் மட்டும் பணம் இருந்திருந்தால் இப்படி எந்தக் கஷ்டமும் பட்டிருக்க வேணாம். இப்ப நீ சவுதிக்குக்கூட போகவேணாம்... இல்லையே மக்கா என்னிடம்... என்ன செய்ய?... இருந்தும்கூட ஆறுதல்தான்... எல்லா கஷ்டங்களுக்கும் வேறொரு நல்ல தீர்வு நிச்சயம் உண்டுதான்.

உனக்கு இப்போது கிடைத்திருக்கிற மிக அருமையான நண்பர்கள்! எவ்வளவு பெரிய விஷயம் இது! நம்மைச்சுற்றி இவ்வளவு அற்புதமான மனிதர்கள் இருக்கிறார்கள் என்கின்ற உணர்தல் தரும் சந்தோசம்... அதற்கு ஈடு எதுவும் உண்டா மக்கா? நீ அப்படிப்பட்ட மனிதர்கள் மத்தியில் இருக்கிறாய் என்பதுதான் இப்போதைய என் பெரிய சந்தோசம் ராஜா மக்கா... வேறன்ன சொல்ல இருக்கு?

சரிடா... வேறென்ன? இந்த நேரம் வீட்டிற்கு வந்து சாப்பிட்டு படுத்தாகிவிட்டதா? லதாவுடன் பேசிக்கொண்டிருக்கிறாயா? மஹா, சசியை விசாரித்ததாகச் சொல். சரி மக்கா... நான் பிறகு எழுதறேன்... ஏனோ தெரியல, வலிதான் மிஞ்சுகிறது கடைசியில்.

✷

பி.கு.

இங்கு மூன்று கண்ணிகள் மிக முக்கியமானவை. எந்த ஒரு கண்ணி முறிந்திருந்தாலும், இந்த ப்ரபாவை இந்தப் பயணத்தில் பார்த்திருக்க இயலாது. அவர்களுக்கு நன்றி சொல்வது என் கடமை ஆகிறது.

நன்றி: விகடன், நாகலெக்ஷ்மி, லதா!

9

தடவி அறிந்த ப்ரைலி முகங்கள்
ஒன்று

நூறு நாள் விடுமுறை. யோசித்துப் பாருங்கள் மக்கா, நூறு நாள்...! மகள் திருமணம், மகனின் சிரிப்பு, மனைவியின் அருகாமை, உறவுகளின் சூழல், புதிதென எழுத்துமூலமாக சம்பாதித்த என் மனித முகங்களையும் தடவி அறியப் போகிறேன். இந்த நூறு நாளும் இந்த ஒரு வேலைதான் எனக்கு. எல்லா வேலைகளையும் ஒரே வேலையாகப் பார்க்க எது அனுமதிக்கிறது? சந்தோஷமா? விடுதலையா? இவ்விரண்டுமா? யாருக்குத் தெரியும்!

யோசிச்சிட்டீங்களா? எவ்வளவு சந்தோஷமா இருக்கு. இல்லையா?

ஊரில் இருந்து திரும்பிய பிறகுதான் இதை எழுதத் தொடங்குகிறேன். ஆயினும், இங்கிருந்து கிளம்பிய அன்று பறந்த பறத்தலில் பாதியாவது இப்பவும் பறக்க வாய்க்கிறது. நினைவு கிளர்த்தும் உணர்வு என்னே அலாதியானது...! பெட்டி படுக்கையெல்லாம் லக்கேஜில் சேர்த்துவிட்டு, போர்டிங் முடித்து ஒரு சிகரெட்டை பற்றவைத்துக்கொண்டேன் ராஜாமாதிரி. இந்த ராஜாவை சொல்லவில்லை. அந்த ராஜாவை, ராஜாதி ராஜாவை...

என் நாடு, என் மண், என் மனிதர்கள், காற்று, ஊர், தெரு, வீடு, லொட்டு, லொசுக்கு எல்லாம் என்னுடையதாகப் போகிறது. என்னுடைய எல்லாவற்றுக்குள்ளும் சொருகிக்கொள்ளப் போகிறேன். இனி, எவன் என்னைப் பிடிக்க முடியும்? ஏர்போர்ட்டில் அங்குமிங்குமாக நடந்துகொண்டிருந்த மனிதர்கள், ரொம்ப தாழ நடந்துகொண்டிருந்தார்கள். என் பறத்தலின் தாழ.! "பறக்கப் பாருங்கடா, இன்னும் நடந்துக்கிட்டு..." என்கிற திமிர்கூட தானாக

ஒட்டிக்கொண்டது. விரையும் தரை, வயிற்கூச்சம், காதடைப்பு, தாழ மேகம், விரிந்த வெளி'யென ராஜகுமாரனை தூக்கிக்கொண்டு... கொண்டு போய்க் கொண்டிருந்தது அலுமினியப் பறவை. அழகழகான பணிப் பெண்களை சகோதரிகளாகப் பார்க்கிற கிறுக்குத்தனம் வந்திருந்தது. அவர்கள் கண்களிலும் வழிந்த சகோதரத்துவத்தை பெரிய மனது கொண்டு ஏற்றுக்கொள்ள முடிந்தது.

"சாயா, காப்பி, முருக்கேய்... காப்பி, சாயா, முருக்கேய்..." என பணிப்பெண்கள் தலைதலையாக விசாரித்துப்போவதாக 'ஹோம்லியாக' நினைத்துக்கொள்ள பிடித்திருந்தது. கால்மேல் கால் போட்டுக் கொண்டேன். 'யெஸ்... யுவர் ஹைனஸ்' என என்னை நானே சொல்லிப் பார்த்துக்கொண்டேன்.

இப்படியாக பாலை கடந்து, கடல் கடந்து, மலை கடந்து, ஜன்னலுக்கு வெளியே சதுரம் சதுரமான பச்சையம் அடைந்து விட்டேன். இந்த பச்சயத்தை இங்கு விட்டால் எங்கு பறிக்க முடியும்? பரந்த வெளி, தாழ மேகம், காதடைப்பு, வயிற்கூச்சம், மீண்டும் விரையும் தரை. நிலைகுத்தியது அலுமினியப் பறவை!

பெட்டி படுக்கைகளை சேகரித்துக் கொண்டேன். ஜ்யோவ்ராம் சுந்தர், மணிஜி, வாசு, சரவணா, சிவாஜி ஷங்கர் ஆகியோரிடம் முன்பே அழை பேசியிருந்தேன். வருவதாகச் சொல்லியிருந்தார்கள். ஊரில் இருந்து முத்துராமலிங்கமும் நண்பர்களும் காரில் அழைத்துப் போக வருவதாகச் சொல்லியிருந்தார்கள்.

நண்பர்களைச் சந்தித்து அவுன்ஸ் நெப்போலியனை இறக்கி, சட்டை பட்டனையும், கார் கண்ணாடியையும் திறந்துவிட்டுக் கொண்டு, நிலவோடு பேசிக்கொண்டே வீடடையப் போகிறேன். 'கிடுக்கி...கிடுக்கி... கிடுக்கி' என ட்ராலியைத் தள்ளிக்கொண்டு வெளியில் வந்தேன். மனசு சந்தோசமாய் இருக்கிறபோது ட்ராலி கூட என்னமா கூவுது!

முதலில் சரவணனைத்தான் பார்த்தேன். சவுதியில் பார்த்த சரவணன்தான். பூ, பொட்டெல்லாம் வைத்து சும்மா கும்முன்னு வந்திருந்ததுபோல இருந்தது. சவுதியில் அவரை நான் பார்த்தாலும் அவர் என்னைப் பார்த்தாலும் கைம்பெண் களையில்தான் இருப்போம். இடம், மனசு சார்ந்துதானே பொழிவும்? 'வக்காளி... நீயும் தப்பிச்சு வந்துட்டியாண்ணே' என்பதுபோல் சுதந்திரமாக சிரித்தார்.

"ந்தா... உங்க ஜ்யோவ் வர்றாப்ல" என, சரவணா சுட்டிய திசையில் சுந்தர் வந்துகொண்டிருந்தான். ச்சின்ன ச்சின்னதாக குதிச்சு நடக்குற சுந்தர். அதே நடை, அதே முகம், அதே இல்லாத தலை, அதுவே அதுவான சிரிப்பு... இவனைப் பார்க்காத இந்த பதினைந்து வருடங்களில் காலம் என்ன பெரிதாக கிழித்துவிட்டது? குமுதத்தின் ஆறு வித்தியாசங்கள்போல சிற்சில மாற்றங்களுடன்

அப்படியேதான் இருந்தான். "என்னங்க, அப்படியே இருக்கீங்க?" என என்னைவேறு கட்டிக் கொண்டான். ஊன்றிக் கவனித்து ஆறு வித்தியாசங்களை கண்டுபிடித்துவிடுவானோ என அவசர அவசரமாக கட்டிக் கொண்டேன். கண்களிலும் சிரிப்பிலும் எங்கள் காலத்தின் வாசனை கசிந்துகொண்டிருந்தது.

மணிஜி, வாசுவைத் தேடினேன். 4000 கி.மீ. அந்தப் பக்கம் இருந்தே இவர்களை நண்பர்களாகக் கண்டுபிடித்துவிட்டேன். அங்கனைக்கு அங்கனையா கண்டுபிடிப்பது கஷ்டம்?

ட்ரிம் பண்ணிய ஃபிரன்ச் தாடி, ஜிசர்ட், கையில் சுழட்டிய சாவிக் கொத்துடன் அங்கனையேதான் நின்றுகொண்டிருந்தார் மணிஜி. பெண்டு நிமிர்த்துகிற PT வாத்தியார் மாதிரியும், பாரில் இருந்து திரும்புகிற பள்ளிச் சிறுவனைப்போலவும் கடுமையும், ஏகாந்தமும் கலந்த சிரிப்புடன் கட்டிக்கொண்டார். (ராஸ்கல், எப்படிய்யா ரெண்டையும் சிரிப்பில் கலக்குற? காக்டைல் தடியா!) எழுத்தில் காட்டும் ரௌடித்தனத்தை மணிஜி முகத்தில் தேடினேன். 'நீ என்ன தேடினாலும் கிடைக்காதுடி' என்பதுபோல் வாசுவிற்கு அழை பேசிக் கொண்டிருந்தார்.

வழிதப்பிய ஆட்டுக்குட்டியானார் வாசு. "ரௌண்டானா தாண்டி லெஃப்ட்ல வா வாசு. அரைவலுக்கு எதிர்ல நிக்கிறோம். வந்துட்டார்" என வழி அறிவித்துக் கொண்டிருந்தார் வாசுக்கு மணிஜி. வந்திறங்கினார் வாசு. வழியிலேயே காரை நிறுத்தி கார் கதவு திறந்து கையைப்பற்றி நெருக்கமாக இழுத்து அணைத்துக்கொன்டார். 'ஞாயிற்றுக்கிழமை மதியப் பூனை'போல அவ்வளவு குறும்பும், சாந்தமும் கலந்த சிரிப்பு. பேசிக்கொண்டே சிரிப்பவர்களையும், சிரித்துக்கொண்டே பேசுபவர்களையும் பிடிக்குமா உங்களுக்கு? அப்ப வாசுவை உங்களுக்கு ரொம்பப் பிடிக்கும்...!

எல்லோருமாக சேர்ந்து முத்துராமலிங்கத்தைத் தேடினோம். அவன் அங்கதான் நிற்பதாகச் சொல்லிக்கொண்டே இருந்தான். அந்த அங்கதான் எங்க என குழப்பமாக இருந்தது. கண்டுபிடித்த பிறகு ஓடிவந்து கட்டித்தூக்கி நிலத்தில் ஒரு குத்து குத்தினான் முத்துராமலிங்கம். இது ஊர்க்குத்து! இப்படி குத்தினால்தான் எங்களுக்கு குத்தினதுமாதிரி. ரப்பர் ஸ்டாம்புக்குப் பிறந்த பய புள்ளைகள்...

முத்துராமலிங்கம் ஒரு முரட்டுக் காரை கொண்டுவந்திருந்தான். "என்னடா, டாட்டா சியாரால்லாம்?" என்றேன். "அட, வா மாமா" என்றான். "யார்டா டிரைவர்?" என்றேன். "நம்ம அறிவுதான்" என்றான். எனக்கு திகீர் என்றது.

தடவி அறிந்த ப்ரைலி முகங்கள்

இரண்டு

அப்பேற்பட்ட டிரைவர் இந்த அறிவு!

செல்லமாக, 'ஆக்சிடெண்ட் அறிவு' என்போம். "வட்டையை பிடிச்சான்னா மாப்ள 'தட்டாம' வரமாட்டான்" என்கிற வழக்கை சொந்தமாக வைத்திருந்தான். மாப்ள அறிவுக்கு மனிதர்களிடத்தில் எல்லாம் முரண்பாடு இல்லை. ஆடு, கோழி என்றால் கை ஆடிவிடுவான்.

"நாம் பாட்டுக்கு லெஃப்ட்ல ஏத்தி போய்க்கிட்ருக்கேன்... க்காலி குறுக்க வந்து விழுகுது" என, சவாரி போய் திரும்பும்போதெல்லாம் வெடக்கோழியாகவோ, குரும்பாடாகவோ டிக்கியில் இருந்து தூக்கிப் போடுவான். "கெடந்தாத்தானே நூல் பிடிச்சு வருவாய்ங்க... தூக்கிட்டு வந்துட்டா" என்பான். எங்களுக்கும் சரக்குக்கு ஆகிப் போகும். சிலநேரம் நாங்களே கேட்பதுண்டு, "மாப்ள வேட்டைக்குப் போகலையா?" என்று.

கிளம்பலாம் என காருக்கு வந்தோம். வண்டிக்குள் சுரேந்தர் படுக்கவைத்த 'S' போல படுத்தும் படுக்காமல் இருந்தான். "சுரேந்தர்" என்றேன், சிரித்து. "யெஸ்!" என்றான் சைடாக சிரித்து. "சரிதான்... ஷிக்கு, யெஸ் சரியாப் போச்சு" என்று நினைத்தபடி முத்துராமலிங்கத்தைப் பார்த்தேன். "வரும்போதே போட்டுட்டான் மாமா" என்றான். பேஷ். இப்படை தோற்கின் எப்படை வெல்லும்?

வண்டியில் ஏறியதும், "மாப்ள மஹா கல்யாணம் முடிஞ்ச மக்கா நாள் ரோட்லவிட்டு ஏத்திக் கொல்லு. கேக்க மாட்டேன். மஹா கல்யாணத்துக்கு மொத நாள் போனாக்கூட பாதகமில்ல, உருட்டுபோதும்" என்றேன். "அட, ஏன் மாமா நீ வேற" எனச் சிரித்தான்.

மணிஜி என்னுடன் ஏறிக் கொண்டார். சுந்தர், சரவணன், வாசு காரில். ஊரப்பாக்கம் என நினைவு. நெடுஞ்சாலையில் வண்டியை ஓரம்கட்டி வாசு கார் பார் ஆனது. சென்னை ஏர்ப்போர்ட்டில் ரெட்லேபில் வாங்கியிருந்தேன். அதை நண்பர்களுக்குக் கொடுத்து விட்டு எனக்கு நெப்போலியன் வேணும் என்றேன் வாசுவிடம். "வாங்கிருவோம்" என்ற வாசு ஆட்டோ எடுத்தார். துடிப்பான பப்ளிசர் தெரியுமா வாசு!

களைகட்டத் தொடங்கியது சபா. எவ்வளவு நாள் கனவு தெரியுமா இது? பின்னூட்டங்களில், அலை பேசியில் தடவித்தடவி உணர்ந்து கொண்டிருந்த முகங்களை கண் நிறைத்து பருகிக்கொண்டிருப்பது. அதுவும் பருகிக்கொண்டிருக்கும்போதே பருகிக்கொண்டிருப்பது!

ரெண்டு ரவுண்டு போய்விட்டால் (இலக்கண சுத்தமாக 'இரண்டு' என்றெல்லாம் எதிர்பார்க்காதீர்கள். இனி சித்தம் போக்கு, சிவன் போக்குதான்) வாயைக் கட்டிவிடும் எனக்கு. சும்மா சும்மா சிரித்துக் கொண்டிருப்பேன். வாயை கட்டிய பிறகு எப்படி சிரிப்பீர்கள் என நம் கார்க்கி மாதிரியெல்லாம் கேள்வி கேட்கக் கூடாது. கொடுத்துப் பாருங்கள் தெரியும். சிரிப்பாய் சிரிப்பேன். சிரிப்பாய் சிரிப்பீர்கள்!

சற்று நேரத்திற்கெல்லாம் மயில் ராவணனும், மாப்ள சிவாஜி சங்கரும் வந்து சேர்ந்தார்கள். முதல் பார்வையிலேயே மயில் ராவணனை யாருக்கும் பிடிக்கும்.அந்த யாருக்குள்ளும்தானே நானும் இருக்கிறேன்! ("யோவ்... உனக்குப் பிடிக்காத ஆள்னு யாருமே இல்லையா?" கேள்விதானே?... ஏன்? இருக்கிறார்களே... இதோ இந்த அறிவை இப்ப பிடிக்கலை. பத்திரமாய் கொண்டுபோய் வீடு சேர்த்துவிட்டான் எனில் அப்ப பிடிக்கும். அப்படித்தான்,... அப்பப்ப, அப்படியப்படி!)

எடுத்த எடுப்பிலேயே தோள்மேல் கை போட்டுக்கொண்டு பேசவும் சிரிக்கவும் மயில்ராவணனால் முடிகிறது. பதிலுக்கு நாமும் கை போட்டுக்கொள்ள அவர் தோள் இடம் தருகிறது.

"மாமா..."வென கூச்சலிட்டு கட்டிக்கொண்ட சிவாஜியின் அன்பு அலாதியானது. பேச்சுக்கு பேச்சு மாப்ள கைகளை பற்றிக் கொள்கிறான். கைகளை பற்றிக்கொள்வதுகூட யாருக்கும் வந்துவிடும். விரல்களோடு விரல்களை பிணைத்துக்கொண்டு பேச யாருக்காவதுதானே வரும்...

வித்யாவும் (விதூஸ்), பத்மாவும் அலை பேசி விசாரித்தார்கள். நலம் விசாரித்த கையோடு, 'வந்ததும் தொடங்கியாச்சா?' என்பதையும்! கட்டிய வாயை பிரித்துப் பிரித்து பேசியதில் கண்டுபிடித்திருப்பார்கள் போல. ஸ்டெடியாக இருப்பதுமாதிரி நடிப்பதில்தான் நம்மை ஸ்டடி பண்ணிவிடுகிறார்கள்!

பத்து மீட்டர் இடைவெளி விட்டு வரவும் என்கிற பேருந்தின் பின்புற வாசகம்போல் போதிய இடைவெளியில் 'சிவகங்கையான்கள்' கச்சேரி நடத்திக்கொண்டிருந்தான்கள். 'இங்க வாங்கடா' என்று கூப்பிட்டாலும் வரவில்லை. டீசன்சி மெயின்டைன் பண்றான்களாம். போங்கடா... நீங்களும் உங்க டீசன்சியும். டீசன்சியை தொலைக்கத் தானே குடிப்பதே... ஆக்வர்ட் ஃபெல்லோஸ்.

சரவணா, மணிஜி, சுந்தர், வாசு, 'நீர்விட்டா வளர்த்தோம்?' என புரட்சி வெடிக்கிற தறுவாயில், இலக்கியம் வளர்க்கத் தொடங்கி யிருந்தார்கள். வாய் பார்க்க வசதியாக நான் சற்று மேடான இடமாகப் பார்த்து நின்றுகொண்டேன். அவ்வப்போது மணிஜியோ, சரவணனோ, இன்னார் லைனில் இருக்கிறார்கள் பேசுங்கள் என அழை பேசியை என்னிடம் தந்தார்கள். வாங்கும்போதும், பேசும்போதும் நான் சிவகங்கையான்களை ஓரக்கண்ணில் பார்ப்பதை வழக்கமாக்கிக் கொண்டேன். ஊர் போய்ச் சேர்ந்து விட்டால் பைசாவிற்கு மதிக்கமாட்டான்கள். 'கெடைச்ச வரைக்கும் தூத்திக்கடா ராசாராமா' என்பதில் தீவிரமாக இருந்தேன்.

அப்படியான 'இன்னார்'களில், கேபிள்ஜியும், ஈரோடு கதிரும் முக்கியமானவர்கள். பயணம் மற்றும் நலம் விசாரித்து அன்பு செய்தார்கள். மற்ற இன்னார்களில் பாதிப்பேர் ஏர்டெல்லில் இன்னென்ன வசதி இருப்பதுபற்றியும், இந்தப் பாட்டை காப்பி பண்ண முப்பது ரூபாய்தான் மாதத்திற்கு என்பதுபற்றியும் அறிவுறுத்தினார்கள்.

இடையிடையே முத்துராமலிங்கம் வந்து, "ஆத்தாவையும். சந்தைக்குப போகணும். காசு கொடு" என்பதுபோல், "ஐத்தை கத்துது மாமா... கிளம்பியாச்சான்னு" என தொந்திரவு செய்து கொண்டிருந்தான். "ஐத்தை கத்தாட்டி தாண்டா மேட்டரு. கத்துனா கூட ஒரு குவாட்டரு" என பன்ச் வசனம் பேசி என் நாடியை தொட்டுப் பார்த்தேன். தாடி இல்லை, நல்லவேளை!

ஒரு கட்டத்திற்குமேல் முத்து வன்முறையில் இறங்கத் தொடங்கி விட்டான். தரதரவென இழுத்துக்கொண்டு போய் வண்டியில் எறிந்து, "கிளம்புடா அறிவு" என்றான். அவ்வளவு போதையிலும் அறிவு என்கிற சொல் கதக் என்றது எனக்கு. பத்திரமாய் ஊர் போய்ச் சேர்ந்துட்டா ஆஞ்சநேயர் கோயிலுக்கு தொழுகைக்கு வருவதாகவும், மதுரைமுக்கு கன்னி மாதாவிற்கு சிதறு தேங்காய் உடைப்பதாகவும், நேரு பஜார் ஜும்மா மசூதியில் அங்கப்பிரதட்சணம் செய்வதாகவும் கலந்துகட்டி வேண்டுதல் வைத்தேன்.

சற்றும் எதிர்பார்க்காத அளவு, மாப்ள அறிவு நேர்த்தியாக இருட்டை ஊடுருவிக்கொண்டிருந்தான். ஒருவேளை, இருட்டுகூட

அவன் வெற்றிக்கு காரணமாக இருக்கலாம். பயம் மறைந்து உற்சாகம் தொற்றிக்கொள்ளத் தொடங்கியது.

"என்ன மாமா?" என்றான் முத்துராமலிங்கம்.

"என்ன மாப்ள?"

"பாட்டுலாம் பறியுது?"

"வாய்விட்டு பாடிட்டனாடா?"

"பரவால்ல பாடு. ஆனா முதல்லருந்து பாடு"

"நிலவைப் பார்த்து பூமி சொன்னது

என்னைத் தொடாதே"

"மாமா, அது வானம்"

"வானம் பார்த்து பூமி சொன்னது

என்னை தொடாதே"

"ப்ச்...முதல்ல நிலவு மாமா. ரெண்டாவது வானம்"

"முதல் நிலவைப் பார்த்து ரெண்டாவது வானம் சொன்னது

என்னைத் தொடாதே"

"கிழிஞ்சது போ!"

எட்டி நிலவைப் பார்த்தேன். வாய்பொத்தி சிரித்தபடி கூடவே வந்து கொண்டிருந்தது. ஆட்காட்டி விரல் சுண்டு விரலை விரித்து 'சேர்த்தி' என்றது.

"சேர்த்தி" என்றபடியே தூங்கிப் போனேன்.

✸

தடவி அறிந்த ப்ரைலி முகங்கள்
மூன்று

தூங்கிக்கொண்டிருந்த கட்டிலை யாரோ உலுக்கிக் கொண்டிருந்தார்கள். திடுக்கிட்டு விழித்தேன். கட்டிலைச்சுற்றி எட்டுப்பத்து ஆட்டுக்குட்டிகள்... உதறி எழுந்து வட்ட சம்மணம் கூட்டி அமர்ந்தேன். "அறிவண்ணனுக்கு பலிக்கொடை தர வந்திருக்கோம்" என்றதுகள் குட்டிகள் கோரசாய்.

"அவர் வீட்ல இல்லை. வேட்டைக்குப் போயிட்டாரு" என்றேன். "வந்தா இந்த கார்டை கொடுங்க. வரச் சொல்லுங்க" என்று விசிட்டிங் கார்டுமாதிரி ஒரு கார்டை கொடுத்தது ஒரு குட்டி... 'தல'க்குட்டி போல! "கோழிகளெல்லாம் வந்தாலும் வருங்க. வந்தா எங்கட்ட பாலிசி எடுத்துட்டாரு அண்ணன்னு சொல்லிருங்க" என்றதுகள். 'ஆகட்டும்' என்றேன் அவசரமாய். விடைபெற்றதுகள் குட்டிகள். ஒரு குட்டி மட்டும் போகாமல் பாவமாக என்னையே பார்த்துக் கொண்டிருந்தது. "உனக்கென்ன?" என்றேன்.

உற்சாகம் பெற்ற குட்டி, கட்டிலுக்குத் தாவி அருகில் அமர்ந்து கொண்டது. சற்றுப் பயமாக இருந்தாலும் காட்டிக்கொள்ளாமல், "கட்டிலுக்கெல்லாம் வரக்கூடாது" என்றேன். முகம் சோம்பி அழும் தறுவாயில், "எண்ட அப்புப்பாவுக்கு ஒரு ஆடு உண்டாயிருண்ணு" என்ற குட்டியின் குரல் நம்பியார் சேட்டாவின் குரலை ஒத்திருந்தது.

"நீ சவுதியில் வேலை பார்த்தியா?" என்றேன். பதில் சொல்லாமல், "அண்ணே, அண்ணே" என பிராண்டத் தொடங்கிவிட்டது குட்டி. மீண்டும் விழித்தபோது, "அண்ணே, அண்ணே" என விடாமல்

பிராண்டிக் கொண்டிருந்தான் சுரேந்தர். என்ன எழவுக் கனவுடா இது! "நல்லவேளை... எழுப்பின சுரேந்தர்" என்றேன்.

"அண்ணே... நீங்க திடீர்னு கவிஞராயிட்டீங்கலாம்ல?" என்றான் கொட்டிக் கவுத்தியதுபோல்.

"யார்டா சொன்னா?"

"முத்தண்ணந்தான் சொன்னுச்சு"

"திடீர்னு சொன்னானா?"

"இல்லைண்ணே. ஆற அமரத்தான் சொன்னுச்சு. அப்ப நீங்க தூங்கிட்டுருந்தீங்க"

"திடீர்னு கவிஞர் ஆயிட்டதா சொன்னானாடா ன்னா?"

"அதை விடுங்கண்ணே. ஒரு கவிதை சொல்லுங்கண்ணே" என்றான் நடுச்சாமத்தில் சற்றும் இரக்கம் இல்லாமல். முத்துராமலிங்கத்தைப் பார்த்தேன். முன் இருக்கையில் இருந்தவன், 'இருக்கிறேன்' என்பதாக குறட்டை விட்டுக் கொண்டிருந்தான். "அண்ணே கவிதைண்ணே" என்ற சுரேந்தரை 'திடீர்'னு ஏனோ பிடித்துவந்தது. ஏமாற்ற மனமில்லை.

"முன் இருக்கையில் யாரோ

முகம் தெரியவில்லை

குறட்டை பிரிந்துகொண்டிருந்தது

தூங்க முடியவில்லை"

என்று சுரேந்தரைப் பார்த்தேன்.

"இது கல்யாண்ஜி கவிதைண்ணே. கடைசியில்கூட தாங்க முடியலைன்னு முடியும்" என்றான்.

சுத்தமாய் தூக்கம் விலகிவிட்டது எனக்கு. 'ஆழம் தெரியாமல் காலை விட்டுட்டோமோ?'வென கவலை பிடித்துக்கொண்டது. நாளைக்கு, எனக்குப் போக கூடுதலாக ஒரு குவாட்டர் வாங்க வேணுமே என யோசனையும் தோன்றியது.

"அண்ணே, உங்க கவிதையை சொல்லுங்கண்ணே" என்ற சுரேந்தரை முதல்முறையாக ஊன்றிக் கவனித்தேன். இருட்டாகத்தான் இருந்தான். 'இவனை பாம்புன்னு தாண்டமுடியல. பழுதுன்னு மிதிக்க முடியலையே'வென நினைத்தபடியே, "தலை வலிக்குதுடா. அடுத்த ஊரில் நிறுத்தச்சொல்லி டீ சொல்லு" என்றேன்.

"நல்லாருக்குண்ணே. ஆனா, ஓவர் யதார்த்தமா இருக்குண்ணே. இதையே,

“ஒரு டீ சொல்லு

நிறுத்திய ஊரில்

அடுத்த தலைவலிக்கு”ன்னு சொல்லிப் பாருங்களேன். புதுசா இருக்கும்“ என்றான்.

“டேய் முத்து, எந்திரிடா” என்று உலுக்கி எழுப்பினேன், முத்துராமலிங்கத்தை. “நாலஞ்சு கிலோ தேறும் மாப்ள. யாரும் பாக்குறதுக்கு முன்னால டிக்கியில் தூக்கிப் போடு” என்று எழுந்த பிறகும் சுற்றும்முற்றும் பார்த்தபடி புலம்பினான். ‘சரிதான்! அறிவு படத்தைத்தான் இவனும் ஓட்டிக் கொண்டிருந்தான்போல’ என்று நினைத்துக்கொண்டேன்.

“மாமா, சிங்கப்பூர் வழியா போயிருவோமா? ஏழு கிலோ மீட்டர் குறையும்” என்றான் அறிவு இடையில்.

“சிங்கப்பூர் வழியாவா?”

“சிங்கம்புணரி வழியா மாமா!”

“என்னவோ செய்ங்கடா. முதல்ல டீ சாப்பிடணும். ஒரு இடத்தில் நிறுத்து” என்றேன். “இதையேண்ணே...” என மீண்டும் தொடங்கினான் சுரேந்தர் விடாமல். “சுரேந்தர்! உன்னையும்தான். நிறுத்து!” என்றேன். டீயெல்லாம் வாங்கிக் கொடுத்து, ‘ சிவகங்கை நகராட்சி உங்களை அன்புடன் வரவேற்கிறது’ என்கிற போர்டை கண்ணில் காட்டிவிட்டான்கள் பயல்கள்.

கார் கண்ணாடியைத் திறந்துவிட்டேன். என் மண்ணுக்கே உரிய கருவேலம்பூ வாசனை...

மார்கழி மாத அதிகாலை பூஜைக்கு அப்பாவுடன் போகிறது போல் இருந்தது. ஒரு வாசனை இழுத்துச் சென்றுசேர்க்கிற இடம் ஒரு மனிதமாக இருக்கிறபோது... அம்மனிதம், இல்லாத நம் அப்பாவாக இருக்கிறபோது, கண்ணில் நீர் துளிர்த்துவிடுகிறது.

“அப்பா” என்றேன் சிவகங்கையை...

“ஏழு கடையில் நிறுத்து மாப்ள. ஒரு தம் போட்டுட்டு போகலாம்” என்றேன் அறிவிடம். இந்த ஏழுகடை, என் வாழ்வின் மிகப் பிரதானம் வகிக்கும் ஒரு இடம். வீட்டில் இருப்பதற்கு இணையாக இந்த ஏழு கடையிலும் இருப்பது உண்டு நான். மனசு ஒன்றிப்போகிற எந்த இடமும் வீடுதானே!

இறங்கி ஒரு தம் பற்றவைத்துக்கொண்டு, “வந்துட்டேன் மக்கா” என்றேன், ஏழு கடையைப் பார்த்து. பொம் என்கிற அதிகாலை

மூச்சைவிட்டபடி படுத்துக்கிடந்தது ஏழுகடை. "பொறவு வர்றேன்... கேட்டியா?" என்றபடி அங்கிருந்தும் கிளம்பினேன்.

தெரு திரும்பினோம். வீட்டில் விளக்கெரிந்து கொண்டிருந்தது. காம்பவுண்ட் சுவரைப் பிடித்தபடி தெருவையே பார்த்துக் கொண்டிருந்தார்கள் மஹாவும் சசியும். கார் கதவைத் திறந்து இறங்கியபோது வாயெல்லாம் பல்லாக குழந்தைகள் வந்து கட்டிக் கொண்டார்கள். "புதுப் பெண்ணே" என்றேன், மஹாவைப் பார்த்து. "போங்கப்பா" என்று புதுச்சிரிப்பு சிரித்தாள்...

வாசலை அடைத்து கோலம்போட்டு, தரையில், ' velkame' என்று எழுதியிருந்தாள் லதா. (இந்த இரண்டு வருடத்தில் ஃபிரன்ச் கற்றுக்கொண்டாளோ என்னவோ?) "கவிதா, சீத்தா, வாங்கடி வந்துட்டாரு" என குரல் கொடுத்தாள் எதிர் வீட்டிற்கு.

"நில்லுங்கண்ணே" எனச் சிரித்தபடி ஓடி வந்தார்கள் எதிர்வீட்டுக் கவிதாவும், சீத்தாவும்.

ஆரத்தி!

இது நாலாவது ஆரத்தி. இந்த நாலு பயணங்களிலும் மூணு ஆரத்தி. (அப்பா இறந்துபோன பயணம் ஒண்ணு). ஒரு ஆரத்தி ரொம்ப பழசு. முதல் ஆரத்தியும்கூட.... மாலையும் கழுத்துமாக மணமகனாக இருந்தபோது...

பழைய மணமகளைப் பார்த்தேன். பழைய சிரிப்பு சிரித்தாள்!

மிக கூச்சமான தருணங்களில், இந்த ஆரத்திக்கு மனுஷனாக நிற்கிற தருணமும் ஒன்று. சிரிப்பு சிரிப்பாக வரும். அடக்கிக்கொண்டு நிற்கவேண்டியது வரும். வலம், இடமாக சுற்றி வெற்றிலை நீரை வாசலுக்குக் கொண்டுபோய் கொட்டப் போனார்கள் கவிதாவும், சீத்தாவும்.

"பொட்டு?" என்றேன் அவர்களை திரும்பிப் பார்த்து. "ஐயோ... சாரிண்ணா, மறந்துட்டோம்" எனச் சிரித்து தட்டைத் தொட்டு பொட்டுவைத்துத் தந்தது கவிதா. "இதுக்கெல்லாம் ஒன்னும் குறைச்சல் இல்ல. ஆரத்தி காசு கொடுங்க அவள்களுக்கு" எனச் சிரித்தபடி...

"ஆல்ரியல்ஸ்" பந்துகளின் முதல் பந்தை தொடங்கியிருந்தாள் மனுஷி.

தடவி அறிந்த ப்ரைலி முகங்கள்
நான்கு

வீட்டையடைந்த நாளில் இருந்து சரியாய் முப்பது நாள் இருந்தது மஹாவின் திருமணத்திற்கு. ஒரே ஒரு பாட்டில் பிறந்து வளர்ந்து மனுஷனாகி பழிவாங்கக் கிளம்புகிற எம்.ஜி.ஆர்.மாதிரி ஆகிவிடுகிறார்கள் இந்தப் பெண் குழந்தைகள்...

சுகுணா டாக்டரம்மா கிளினிக்கில், "ஓம் புள்ளைடா... ராஜாப் பயலே" என்று, பழம்சேலையை விலக்கி மஹாவை காட்டினார்கள் நர்ஸ் சாந்தியக்கா... பிஞ்சு பிஞ்சு விரல்களையெல்லாம் சுருட்டி வைத்துக்கொண்டு கருவண்டுபோலக் கிடந்தாள் மஹா. என்ன பேசுவது எனத் தெரியவில்லை. என்ன பேசினால் என் மகளுக்குப் புரியும்?

கருவண்டு விரல்களை பிரித்து கருவண்டு விரலைத் திணித்தேன். பற்றிக்கொண்டாள். மகளும் அப்பனும் பற்றிக்கொண்டு எரிந்தது நேற்றோ, சற்று முன்போதான் நடந்ததுபோல இருக்கிறது. கண்மாயில் விடுகிற தவளைக்கல்மாதிரி எவ்வளவு இலகுவாய் தவ்வுகிறது காலம்...

தவழ்வதில் தவ்வி, நடப்பதில் தவ்வி, பள்ளியில் தவ்வி, கல்லூரியில் தவ்வி, இதோ 'ப்ளங்' என கல்யாணத்திற்குள் தவ்வுகிறாள் மஹா. பார்த்துக்கொண்டிருக்கும்போதே பூத்துக்கொண்டிருக்கிறாள். பூத்துக் கொண்டிருக்கும்போதே காய்த்துக் கொண்டும் இருக்கிறாள்.

ஒரு ஊருக்குள்தான் எத்தனை சாலைகள்? சாலையென்றால் திருப்பங்கள் இல்லாமலா? திருப்பங்களில் திரும்பினால் மீண்டும் சாலைகள். மீண்டும் திருப்பங்கள். நடக்கவும் கடக்கவும் மயங்கி

நின்றால் வாசலை அடைவது எப்படி? வீடு நுழைவதுதான் எப்படி? அப்படி, ஒரு கல்யாணம் எனில், மொட்டு மொட்டாய் துளிர்க்கும் ஆயிரத்தெட்டு பிரச்சினைகள். நானும் மஹாவும் மட்டும் என்ன இறங்கியா வந்தோம்? பிறந்துதானே வந்தோம்? பிரச்சினைகளை நம்ப முடியாமல் பார்த்துக் கொண்டிருந்தாள் மஹா. நம்பமுடியாமல் நடந்துகொண்டிருந்தான் ராஜாவும்.

மேலுதட்டில் அரும்பிய வியர்வையுடன் மூசுமூசென்று மூச்சு விட்டு நடக்கிற நிறைமாதக் கர்ப்பிணிபோல நாட்கள் அசங்கி அசங்கி நகர்ந்துகொண்டிருந்தன.

"அண்ணே, என்ன பண்ணி வச்சிருக்கீங்க? மருமகள் கல்யாணத்துக்குன்னு ஒரு இருபத்தையாயிரம் தனியா எடுத்து வச்சிருக்கண்ணே. இடத்தைல்லாம் கொடுக்காதீங்க. பின்னால வாங்கமுடியாது. மலைக்க வேணாம்ணே" என்று அழை பேசினார்கள் வித்யா (விதூஷ்).

"மஹா திருமணத்துக்கென கொஞ்சம் பணம் தரலாம்ணா. கடனாத்தான். முடியுறபோது திருப்பித் தாங்க" என லாவண்யா அழைத்தது.

"ஒங்க மாதிரியேண்ணே அண்ணனும். எஸ்.ஐ.யா இருந்து இறந்துட்டார். அவர் மகள் கல்யாணம்னு நினைச்சுக்கிறேன். அண்ணன் மகள் கல்யாணத்துல எனக்கும் பங்கிருக்கில்லண்ணே. என்னண்ணே செய்யட்டும் நான்?" என விசாரித்தார் ரவிச்சந்திரன்

"யோவ்... மயிறு, என்னய்யா செஞ்சு வச்சுருக்க? சும்மா கெடந்து யோசிக்காத. என்ன தேவைன்னாலும் கூப்பிடு" என அதட்டினார் மணிஜி

"அப்பா, தங்கச்சி கல்யாணத்துக்கு என்கிட்டருந்து என்னப்பா எதிர்பார்க்கிறீங்க?" என்று, என்னவோ நான் கொடுத்து வைத்திருந்ததை திருப்பித் தருவதுபோலக் கேட்டான் வினோ.

"டேய், இவ்வளவு கைல இருக்குடா. கூடுதல் தேவைன்னா லோன் போடணும். முன்னாடியே சொல்லிரு. தயாராகணும்" என்றான் தெய்வா.

அண்ணாதுரை சித்தப்பா, காளியப்பன் அண்ணன், இளங்கோ அண்ணன், மங்கை அக்கா, கனடாவில் இருந்து தம்பிகள் பொருளாதார தேவைக்கென என்னை அவ்வப்போது தடவிக் கொண்டே இருந்தார்கள். என் உறவுகள் என் கைகளாக இருப்பது எனக்கு புதிதன்று. ம்... என்றால் அங்குதான் போய் விழுவேன். தூக்கி நிறுத்திவிடுவார்கள். ஆனால், இவர்கள் எல்லாம் யார்? எப்படி இறங்கினார்கள் எனக்குள்? ஏழு கடல், ஏழு மலை தாண்டி இறங்க என்ன ராஜாளி பறவைகளா

இவர்கள்? 'இவனை நகர்த்தி தானும் நகரும் சப்பரத் தெய்வம்' என்கிற குமார்ஜியின் கவிதைபோல், "எல்லாம் நடக்கும். சும்மா வீசி நடடா" என்று எல்லோரும் ஆண்டவனின் அசரீரி குரல்கள்போல எனக்குள் இறங்க என்ன செய்தேன் நான்?

சகோதரி என்றேன். பலநேரம் அதற்குக்கூட சோம்பல்பட்டு சகோ என்றேன். மகனே என்றேன். மக்களே என்றேன். பலநேரம் இதற்கும் கூட சோம்பல்பட்டு மக்கா என்று சொல்லிக்கொண்டே வந்தேன். சொல்லக்கூட செய்யவில்லை எழுதிக்கொண்டு வந்தேன். எழுத்தும் நாமும் ஒன்றாக இருக்கிறபோது என்ன வேண்டுமானாலும் செய்யும் போல, எழுத்து!

மக்களே, நம்புங்கள்... என்ன வேண்டுமானாலும்!

என்றாலும் மஹாவின் திருமணத்திற்கான பொருளாதாரத் தேடலில் தன்னிறைவுடனே இருந்தேன். இந்த இரண்டு வருட சேமிப்பாக இரண்டரை லட்சம் கையில் இருந்தது. ஐந்து லட்சத்திற்கு இடத்தை விலைபேசினேன். போதாதா ஒரு ஏழைக் குடியானவனின் மகள் திருமணத்திற்கு?

"பொன் வைக்கிற இடத்தில் பூ வைக்கட்டுமா?" என செந்தில் (நம்ம மருமகன்) வீட்டில் கேட்டேன்... "நல்லா ஓய்... போதாததற்கு மஹா வேறு வர்றாள்ள... யே... யப்பா போதாதா?" என்று நிறைந்து போனார்கள். போதாதா ஒரு கோடீஸ்வரனின் மகள் திருமணத்திற்கு?

இவ்வளவுக்கும் மேலாக, அன்பொழுக விசாரித்தவர்களிடம் எல்லாம் உதவி பெற்று திருமணம் நடத்துவது எனில் எனக்கு இன்னொரு பெண் குழந்தைதான் பிறக்கவேணும். சரி... போதும்தான்.

மஹா குழந்தையுடன் சேர்ந்துகொண்டு என் குழந்தையும் என்னை தாத்தாவென அழைத்தால் நல்லாவா இருக்கும்?

மஹா திருமணத்திற்கு முன்பாகவே சரவணனுக்கு சவுதி திரும்ப வேண்டிய டிக்கட் இருந்தது. "அதற்குள்ளாகவே வந்து மஹாவை பார்த்துரண்ணே" என்று சிவகங்கை வந்தார். ஒரு நாள் முழுக்க என்னுடன் இருந்தார். "அண்ணன் மகள் திருமணம் பார்க்காது பிழைப்பைப் பார்க்கப் போகணுமே" என்பதுபோல பின்னி பின்னிக்கொண்டு நின்றார்.

சினிமாவில்கூட காதலி பின்னும் லவ் யூ எண்ணும் கைக்குட்டை எழுத்துதானே பிறகு லவ்வாக மலர்கிறது. சினிமாவிற்கே அவ்வளவு திமிர் இருந்தால் நிஜத்திற்கு எவ்வளவு திமிர் இருக்கும்? அதுவும் பின்னிப் பின்னிக்கொண்டு நிற்கிற ஒரு சகோதரனின் அன்பான திமிருக்கு!

அப்படி அவரின் விசா சற்று நெகிழ்த்தித் தந்தது. "போடு டிக்கட்டை... மஹா கல்யாணம் முடிச்சு" என, ஆணியை நாக்கில் தொட்டு போட்டார் ஒரு ஆக்கரை. தலை கால் தெரியாமல் சும்மா ரெங்கிப்போனது பம்பரம்... சிவகங்கையில் இருந்தே சவுதி திரும்பும் டிக்கட்டை தள்ளிப் போட்டார்.

"சரிண்ணே... கவலையை விடுங்க. நண்பர்களை டேக் கேர் பண்ற வேலைய நான் பார்த்துக்கிறேன். மத்த சோலிய பாருங்க நீங்க" என ஆறுதல் ஆனார். "அட ராஸ்கல்... நீயும் பாதி கல்யாணத்தை நடத்திப் பிட்டியேடா" என என்னை நானே கட்டிக் கொண்டேன். சற்றுக் குளிராக இருந்தான் ராஜா.

"பெங்களூரில் வேலை கிடைப்பதுபோல இருக்குண்ணா. அப்படி வேலை கிடைச்சுட்டா மஹா திருமணம் முன்பாக ஜாயின் பண்ணுவதுபோல வரலாம். ஜாயின் பண்ணிட்டா மஹா திருமணம் வரமுடியாமல் போகலாம். முன்னாடியே வந்து மஹாவை பார்த்துட்டு போயிர்றேண்ணா" என்று திருமணத்திற்கு முன்பாகவே சிவகங்கை வந்தார்கள் லாவண்யா.

இந்த லாவண்யாவால் சும்மாவே இருக்க முடியாது தெரியுமா? "உங்க கவிதைகளைத் தொகுக்க விருப்பமா பா.ரா?" என்று முன்பு தொடங்கினார்கள். தொகுப்பு வந்தது... பா.ரா.வாக இருந்தபோதே அவ்வளவு உரிமை கொண்டாடிய லாவண்யா, சகோதரி ஆனபிறகு சும்மா இருப்பார்களா?

"மஹாவிற்கு ஒரு வரன் வருதுண்ணா. பார்க்கலாமா?" என்றார்கள். ஆஹா... ராசியான வாயல்லோ. விட்டுவிடுவானா பெண் குழந்தையின் தகப்பன்? 'பாரேன்' என்று சொல்லி முடிப்பதற்குள் அந்தப் பையனுக்கு வேறு இடத்தில் முடிந்துவிட்டது.

"தப்பிச்சோம்டா" என்று லாவண்யா பார்த்த பையன் யோசித்து முடிப்பதற்குள் "ஆப்ட்டோம்டா" என செந்தில் சிக்கிக் கொன்டார். தொகுப்பிற்கும் சரி மஹாவிற்கும் சரி முகூர்த்தக்கால் ஊண்டியது என்னவோ இந்த லாவண்யாதான்.

பேக்கும் கையுமாக மதுரை பஸ்ஸில் இருந்து லாவண்யா இறங்கியபோது "அட... நம்ம இந்திரா!" (என் கடைசித் தங்கை) என்று தோணியது எனக்கு. நடை, உடை, பேச்சு, சிரிப்பு எல்லாம் அப்படியே. ஒரு சகோதரி நின்னு நிரப்பமுடியாத ஒரு இடத்தை, மற்றொரு சகோதரி வந்து நின்னு நிரப்புகிறாள்.

கையாலாகாத சகோதரனுக்கெனவே பிறக்கிறார்கள்போல பிறக்காத சகோதரிகள். அல்லது பிறந்த சகோதரிகள்தான் பிறக்க வைக்கிறார்களோ என்னவோ பிறக்காத சகோதரிகளையும்.

"போறவழில ஒரு கடைல நிறுத்துங்கண்ணா. தேங்கா பழம் வாங்கணும்." என்ற லாவண்யாவை, வீடு வந்ததும் கை காலெல்லாம் கழுவி, விளக்கேற்றி, மகாவிற்கு திருநூறு பூசித் தந்த லாவண்யாவை, "வீட்டை சுத்தமா வச்சிருக்கீங்கண்ணி" என்று, தன் பின்னலை தூக்கி முன்னால் போட்டுக்கொண்டு, பின்னிக்கொண்டே லதாவை ஐஸ் வைத்த லாவண்யாவை, கால்களை நீட்டி அமர்ந்து கொண்டு" சாரிண்ணா... எனக்கு ரசத்தை தூக்கிக் குடிச்சாத்தான் பிடிக்கும்" என்று தட்டோடு தூக்கிக் குடித்த லாவண்யாம்மாவை, என் இந்தும்மாவுடன் பொருத்திப் பார்க்காவிட்டால் என்ன சகோதரன் நான்? அல்லது எனக்கெதற்கு இக்கண்கள்?

ஆச்சா? லாவண்யா வந்துட்டுப் போயாச்சா... சரவணன் பயணத்தை தள்ளிப் போட்டாச்சா... மற்ற நண்பர்கள் எல்லோரும் திருமணத்திற்கு முதல் நாள் வருவதாகச் சொல்லியாச்சா... சரி... அதுவரையில் என்ன செய்றது மக்கா? இன்னும் இருபது நாள் இருக்கே...

ஒண்ணு செய்யலாம்... இந்தப் பயணத்தில் ஒரு நெப்போலியன் வளர்க்க முயன்றேன். அதைப் பார்த்துட்டு நேரா மேரேஜ் போயிறலாம்... சரியா?

ஓஹ், நெப்போலியனா? சொல்றேன்...

தடவி அறிந்த ப்ரைலி முகங்கள்

ஐந்து

இந்தப் பயணத்தில் பிரதானமாக மூன்று காரியங்கள்தான் பார்த்தேன் எனலாம். மகளுக்குத் திருமணம் நடத்தியது, ஒரு நாய்க் குட்டி வளர்க்க முயன்றது, அப்புறம் நாள் தவறாமல் குடித்தது.

முதலும் கடைசியும் முன்பே திட்டமிட்டதுதான். இரண்டாவது காரியம் மட்டும் எதிர்பாராமல் நிகழ்ந்தது. ஒரு நாய்க்குட்டியை வளர்ப்பது என்பது என் வரலாற்றில் பதிய வேண்டிய விஷயமாகவே எனக்குப்படுகிறது. ஏனெனில்,...

அம்மா காலத்திலும் சரி, லதா காலத்திலும் சரி என்னால் ஒரு நாய்க்குட்டியை நாய் வரையில் வளர்க்க முடிந்தது இல்லை. ஒரு வாரமோ பத்து நாளோ தங்கும். பிறகு குட்டி இறந்தோ,, தொலைந்தோ போய்விடும். “நாய் வளர்ப்பது நம் குலசாமிக்கு ஆவதில்லை” என அம்மா தொட்டு லதா வரையில் சொல்லக் கேட்டிருக்கிறேன்.

அம்மா சொன்னாள் என்றால் அதில் ஒரு நியாயம் இருந்தது. ஒரு அம்மாவிற்கு இரண்டு குட்டிகள்தான் ஆவரேஜ் என்று எடுத்துக் கொண்டால்கூட, நாங்கள் ஐந்து குட்டிகள் இருந்தோம். அதாவது, எக்ஸ்ட்ராவாக மூன்று குட்டிகள்! இதில் நாய்க் குட்டிகள் வேறு என்றால் எந்த அம்மா ஒத்துக்கொள்வாள்? ஆனால் இந்த லதாவிற்கு என்ன வந்தது? இரண்டு ஆவரேஜ் குட்டிகள் போக ஒரு நாய்க்குட்டிக்கு எவ்வளவு மெனக்கெட்டு விடுவாள்?

“குழந்தைக் குட்டிகள் மட்டும்தான் வளர்ப்பேன். நாய்க்குட்டி களெல்லாம் வளர்க்கணும்னா முன்னாலேயே சொல்லிரு. அப்பா

வீட்லயே இருந்துக்குறேன்" என்று வருதியுறுதி வாங்கி வந்தது போலவே இருந்து வந்தாள் லதா. இதெல்லாம் ஒரு மனுஷி சொன்னால்தானா? உருட்டுகிற விழி அசைவில் கண்டுபிடித்து விட முடியாதா ஒரு கணவனால்?

எல்லா நேரமும் ஒரேமாதிரி இருப்பதில்லை நான். கேட்டீர்களா? சில நேரங்களில் குடும்பத் தலைவனாகிவிடுவதும் உண்டு. குடும்பத் தலைவன் என்கிற பதத்திற்கு ஆணாதிக்கவாதி என்கிற அர்த்தமும் வருகிற விஷயமெல்லாம் நான் சமீபமாக அறிந்ததே. குறிப்பாக பதிவெழுத வந்தபிறகு.

என்றாலும் இக்கதையை நான் இரண்டு பிரிவாகப் பிரிந்து நின்று பேசினால்தான் உங்களுக்குப் புரியும். பதிவுலகமே மூச்சாக இருக்கிற நமக்கு, அந்த வழியில் வந்தால்தான் பேச்சு பேச்சாக இருக்கும். அதாவது, நான் குடும்பத்தலைவனாக இருந்த காலத்தில் ஒரு நாய்க்குட்டி வளர்க்க முயன்றேன். அதன் பெயர் வீரா என்று எடுங்களேன். இதோ இப்போ ஆணாதிக்கவாதியாக ஒரு நாய்க் குட்டி வளர்க்க முயற்சி செய்கிறேன். அதன் பெயர் நெப்போலியன்! இப்ப உங்களுக்கு சுளுவாக புரிந்திருக்கும். இல்லையா?

பெயருக்கெல்லாம் காரணம் கேட்காதீர்கள். வீட்டில் ஒருவனாவது வீரனாக வரட்டும் என்றுகூட ஒரு பெயர் பிடித்துப் போய்விடலாம். அல்லது, மறுநாள் தலை வலிக்கக் காணோமே என்கிற சந்தோசத்தில் வைக்கிற பெயர் நெப்போலியனாகக் கூட இருக்கலாம். திட்டமிட்டா எதையும் செய்கிறோம்? வாச்சான் போச்சான்தானே?...

இந்த நெப்போலியனை நான் வீட்டிற்கு அழைத்துச்செல்ல முடியாது. ஏழு கடையில் வளர்க்கவே திட்டமிட்டேன். என்ன என்னால் இயலுமோ, அதை திட்டமிட்டதாகச் சொல்வது எனக்குப் பிடிக்கும். என்ன எனக்கு பிடிக்கிறதோ, அதை கேட்கிற சித்தம் உங்களுக்கும் வந்துவிட்டால் ஒத்த அலைவரிசை கொண்டவர்கள் ஆகிறோம். பரஸ்பரம் நானும் நீங்களும்... இல்லையா? கேட்கவே நல்லாருக்கு பாருங்க.

பிறகு இரக்கமற்றவன், கொடுங்கோலன், அருவருக்கதக்கவன் ஒரு நாய்க் குட்டியை வீட்டில் வளர்க்க துப்பற்றவன் என்றெல்லாம் எனை நீங்கள் எடை போடுவது எதற்கு? இதற்காகவா மக்கா என அன்பொழுக உங்களை அழைக்கிறேன் மக்கா? இந்த நெப்போலியனை வீட்டிற்கு அழைத்துச்செல்ல முடியாததற்கு அந்த வீராதானே காரணம்? அதை முதலில் சொன்னால்தான் உங்களுக்கு என் நியாயம் புரியும்.

"சற்றேறக்குறைய பதினெட்டு ஆண்டுகள் முன்பு..." (சரி... விடுங்கள். இப்படி எப்படியாவது தொடங்கத்தானே வேணும் ஒரு ஃபிளாஷ் பேக்கை...) வீராவை லைப்ரரி முன்பாக கண்டெடுத்தேன்.

குட்டியென்றால் குட்டி அப்படி ஒரு குட்டி! வெள்ளை வெளேரென்று. நெற்றியில் மட்டும் கொழுந்து வெத்தலை சைசுக்கு ஒரு கருமை. அல்லது மச்சம்.

'எங்கப்பன் வீட்டு ரோடாக்கும்' என்பதுபோல ரோட்டை கடந்துகொண்டிருந்தான் வீரா. குட்டியோட கலரா, கொழுந்து வெத்தலையா எதில் மயங்கினேன் என்று நினைவில்லை. வீட்டிற்குத் தூக்கி வந்துவிட்டேன். தையல் மிஷின் ஊசிமாதிரி வெகுநேரம் வரையில் குதித்துப் பார்த்தாள் லதா. தையல்காரர்மாதிரி, "சட்டை முக்கியம் தோழரே" எனப் பொறுமையாக இருந்துவிட்டேன் நான்.

மகன் சசிக்கு அப்போ தவழ்கிற வயது. ஆப்போசீட் போல்ஸ் அட்ராக்ட்ஸ் ஈச் அதர் மாதிரி, ஆப்போசீட் கலரும் அட்ராக்ட்ஸ் ஈச் அதரும்போல. அப்படி அட்ராக்ட்ஸ் ஆகிக்கொண்டார்கள் சசியும் வீராவும்... ஏழெட்டு நாட்கள் கடந்துவிட்டன. சசி என்றால் வீராவும், வீரா என்றால் சசியும் திரும்பிப் பார்க்கத் தொடங்கியிருந்தார்கள்.

ஒரு நாள், நேர் என்றால் ஒரு நாள் கோணல். வெறும் நாள்தானே? என்ன செய்யும் பாவம்?... அந்தக் கோணல் நாளின் மதியம் அது...

உணவருந்திக் கொண்டிருந்தோம் நானும் லதாவும். சசி எங்களுக்கு முதுகு காட்டியபடி வாசல்படியில் அமர்ந்திருந்தான். சாப்பிட்டுக்கொண்டே சசியைப் பார்த்தேன். உட்கார்ந்தபடியே ஒருமாதிரி ஆடிக்கொண்டிருந்தான். அதை ஆட்டம் என்று சொல்வதற்கில்லை. மணலில் காந்தத்தை பிரட்டி, ஒட்டிய இரும்புத் துகள்களை பேப்பரில் கொட்டி, பேப்பருக்கு அடியில் காந்தத்தை பிடித்து ஆட்டம் காட்டுவோமே அப்படியான தினுசாக இருந்தது அவனின் ஆட்டமும்.

"என்னன்னு பாருபுள்ள. ஒருமாதிரி ஆடுறான்" என்றேன் லதாவிடம். அவளும் பெருமையாக, "ஒங்க மகன் டான்ஸ் ஆட கத்துருக்கு புதுசா" என்றாள். லதா ஒரு மர பீரோவிற்கு இணையானவள். நல்ல உபயோகம்தான். எனினும் அவசரத்துக்கு நகட்ட இயலாது.

அவசரமாக எழுந்து சசியின் அருகில் போனபோதுதான் வீராவைக் கண்டேன். மேல்படியில் அமர்ந்திருந்தான் சசி. இரண்டாவது படியில் நின்ற வீரா, மேல்படியில் முன்னங்கால்களை வைத்துக் கொண்டு, சசியை தாயாக வரித்து, பசியாறிக் கொண்டிருந்தது.

தூக்கிவாரிப் போட்டது எனக்கு. சட்டென குனிந்து வீராவைத் தூக்க முற்பட்டேன். (இப்படி ஒரு சூழலில் முதலில் யாரைத் தூக்குவது என்பதெல்லாம் அப்போது நமக்குப் பிடிபடுவதில்லை) விடாக்கொண்டனான வீராவும் சசியின் ரப்பர்பாண்டை, சாட்சாத் ரப்பர் பாண்டாகவே பாவித்து சற்று தூரத்துக்கு இழுத்து, அறுவதற்கு

பா.ராஜாராம் 67

முந்தைய நொடியில் 'டொப்' என விட்டது. விட்ட விடுவில் பூச்சி பறந்திருக்கும்போல சசிக்கு. வீரிட்டு அழத் தொடங்கிவிட்டான். சும்மாவே ஊரை கூட்டுவான். லதாவினாலும் கூட எல்லாநேரமும் மரபீரோவாக இருக்க முடிவதில்லை. "நா என்ன செய்யட்டும்" என்றபடி துள்ளி எழுந்தாள். ஒரே எட்டில் குழந்தையை தூக்கிக் கொண்டாள். பெற்ற தாய்க்குத்தான் சரியான நேரத்தில் சரியான பொருளைத் தூக்கவருமோ என்னவோ?

இப்பவும் தையல்காரரைப் போன்றே பேசாமல் இருந்திருக்கலாம் நான். "பாவம் இதுக்கென்ன தெரியும். பால்குடி மறப்பதற்குள் ரோட்டுக்கு வந்துருச்சு. ரோட்டுக்கு வந்ததை வீட்டுக்கு தூக்கிட்டு வந்துட்டேன். ஆத்தை கண்டுச்சா, அழகரை கண்டுச்சா? தொங்குறதெல்லாம் பாலா நினைச்சுக்கிட்டு இருக்கோ என்னவோ? முதல்ல அவனுக்கு ஒரு ஜட்டியைப் போட்டுவிடு" என்றேன் சமாதானம் செய்யும்பொருட்டு. அவ்வளவுதான்... இந்த அவ்வளவுதான் என்பதில் உங்களால் முழுக்கப் புரிந்துகொள்ள முடிகிறது இல்லையா?. பிறகு எதற்கு டீடைல்ஸ்?

என் கட்சிக்காரனைப் பார்த்தேன். செய்வதெல்லாம் செய்துவிட்டு "என்ன செஞ்சேன்?" என்கிற பார்வையை என்னிடமிருந்து கற்றுவைத்திருந்தான் மகாசூட்டிகைக்காரனான வீரா. சூட்டிகைக் காரன்களுக்குத்தானே சோதனையும். "இனி, பிரயோஜனம் இல்ல மக்கா. சும்மா ஆர்டினரியா முழிபோதும்" என்று நினைத்தபடி லதா தந்த கூடையைக் கைப்பற்றினேன்.

அந்தக் கூடைக்குள் பழைய துணி இருந்தது. அந்த துணிக்குள்தான் வீரா இருந்தான். "போய்யா... போ" என இடது கையைத் தூக்கி திசைகாட்டும் இளம் நடிகையைப்போல இருந்துகொண்டே இருந்தாள் லதாவும். புறப்படும்வரையில் இறங்காதுபோல கை என புறப்பட்டோம் நானும் வீராவும்.

இருபது நிமிட சைக்கிள் பயணத்தில் நான் இருதயராஜ் தோட்டத்தில் இருந்தேன். நண்பர்களிலேயே எளிதாக ஏமாற்றக் கூடிய நண்பன் இந்த இருதயராஜ்தான். நண்பர்கள் எல்லோருக்கும் வயதில் இரண்டு வருட சீனியர் இவன். புத்திக்கூர்மையை கணக்கில் கொண்டு எல்லோருமே சப்ஜூனியராக இவனைப் பாவித்து வந்தோம்.

பி.ஏ., எக்கனாமிக்ஸ் படித்து அத்தலடிக்ஸ்ல் மூன்று வருடமும் யுனிவர்சிட்டி அளவில் முதலாவதாக வந்து பிறகு M.P.ed பயின்று விவசாயியாக இருந்தான் இருதயராஜ். இந்த இருதயராஜை அழித்துப் பண்ணினோம் எனில் கூலி சேதாரம் போக, என்னைமாதிரி மூன்று உருப்படிகள் செய்யலாம். அவ்வளவு ஆஜானுபாகுவான ஆகிருதியை குட்டிச்சுவராக உருவகித்து, கழுதைகளான நாங்கள் முதுகு சொரிந்து வந்தோம். இந்த இருதயராஜ் தோட்டத்தில்தான்

வீராவை விட தீர்மானித்தேன். கூடையும் கையுமாக வருகிற என்னைப் பார்த்ததும் உற்சாகமாகி "மாப்ள" எனக் கூவினான் இருதயராஜ். நானென்று இல்லை. யார் வந்தாலும், "ஐ! மனுஷய்ங்க" என்பதுபோல கூவுவான். அவ்வளவு அடர் கானகம் அவன் தோட்டம். கையில் இருந்த கூடைக்குள் இருந்த துணிக்குள் இருந்த வீராவைத் தூக்கி இருதயராஜிடம் காட்டி," டொண்ட...டொய்ங்" என்றேன்.

சொன்ன கையோடு "ராஜபாளையத்தில் இருந்து மாமா வந்தார் மாப்ள. ஆயிரம் ரூபாய்க்கு மேல போற ப்ரீட்... முன்னூர் ரூபாய்க்கு வந்தது. வேனுமாடா"ன்னாரு. வாங்கிட்டு வீட்டுக்குப் போனா, குலசாமி அது இதுன்னு லதா கெடந்து கத்துறா... நீயும் தோட்டத்துல கெடக்கியா?... உனக்கு ஆகுமேன்னு கொண்டு வந்தேன்" என்றேன்.

எதைச் சொன்னாலும் ஆரம்பத்தில் நம்பாத பார்வை பார்ப்பான் இ.ராஜ். அந்தப் பார்வை பார்த்தான் எனில் சீக்கிரத்தில் நம்பப் போகிறான் என நம்பிவிடுவோம் நாங்கள். பார்த்துக்கொண்டே இருந்தவன் வீராவை, காதைப் பிடித்துத் தூக்கி ஊஞ்சலாட்டினான். ஜெயின்ட் வீலில் சுற்றுகிற ஜென்டில்மேன் மாதிரி கண்களை இறுக மூடிக்கொண்டு தேமே யென தொங்கியது வீராவும்.

"இது ராஜபாளையம் இல்லையே மாப்ள. எந்த மாமா கொண்டு வந்தாரு?" என்றான் முகத்தைப் பார்த்து.

"ராஜபாளையம்தான் மாப்ள. கொஞ்சம் அவுட்டர். எக்ஸ்டென்சன் ஏரியா" என்றேன், மாமாவை கழட்டி நானாகவே. "இல்ல மாப்ள... ராஜபாளையம்னா ஒனக்கு..." என்று என்னவோ சொல்ல வந்தவனை இடைமறித்தேன் நான். அங்கு கட்டியிருந்த பசுமாட்டைக் காட்டி, "நீ மட்டும் அன்னைக்கு அந்தப் பசுவைக் காட்டி சிந்துன்னு சொன்ன? நான் நம்பலயா? சிந்துன்னு சொன்னா, ஹிந்துவான நான் நம்பணும். ஒரு ஹிந்து ராஜபாளயம்னு சொன்னா கிருஸ்துவனான நீ நம்பக்கூடாதா? என்னடா மத தர்மம் இது?" என்றேன், அவசரம் அவசரமாக.

"எதுக்குப் போய் என்ன பேசுற மாப்ள?" என்றான் உதடு துடித்து. எனக்கு சற்று சங்கடமாகத்தான் இருந்தது. என்றாலும், பதிலுக்கு நானும் உதடு துடித்து..." இல்ல மாப்ள. முந்திமாதிரி இல்ல நீ. மத துவேசம் பார்க்க ஆரம்பிச்சிட்ட" என்றேன் விடாமல். சங்கடத்தைப் பார்த்தால் காரியம் பார்க்க முடியுமா?

"மாப்ள...அம்மா சத்தியமா அது சிந்துதான் மாப்ள" என்றான்.

"அதை விடு. ஹிந்து, கிறிஸ்தவ பிரச்சினைக்கு வா"

இப்படி தள்ளுமுள்ளான நேரத்தில்தான் அவன் வந்தான். அவன் என்றால் ஒரு பொடியன். பிறந்தமேனிப் பொடியன். நாலைந்து

வயதொத்தவன். சமீபமாக இந்த பிறந்தமேனிப் பொடியன்கள் எனக்கு சற்று அசூசையை ஏற்படுத்தி இருந்தான்கள். வந்தவனின் காதைப் பிடித்துத் திருகி, "போடா... போய் ஜட்டி போட்டுட்டு வாடா" என்றேன் பதட்டமாகி.

"டேய்... நம்ம ஜோசப் மாப்ள. அதட்டாத. அப்புறம் ஒன்ட்ட ஒட்டமாட்டான்" என்றான் இ.ராஜ்.

ஒரே தட்டில் அவிந்த இட்லிமாதிரி, ஒண்ணு சொன்னாற்போல் ஏழெட்டுக் குட்டிகள் இவனுக்கு உண்டு. ஜோசப், அந்தோணி, விண்ணரசி, கன்னி மேரி, என்று எப்படி அடையாளம் காண்கிறான் என்று ஆச்சர்யம் ஏற்படும். ஜட்டி போட்டிருந்தால் பெண் குட்டிகள் எனவும், போடாவிட்டால் ஆண் குட்டிகள் எனவும் கண்டுபிடிப்போம் நண்பர்களான நாங்கள்.

"என்னடா இது? நாலஞ்சு வயசு வரைக்குமா ஜட்டி போடாம திரிவான்?" என்றேன் கடுப்பாகி.

"நீ வேற மாப்ள... களை எடுக்க பொம்பளை புள்ளைகள் வந்திருக்குதுகள். இல்லாட்டி நானும் இவன மாதிரிதான் திரிவேன்" என கெக்கே பிக்கே என்று அசிங்கமாகச் சிரித்தான் ராஸ்கல். 'கிளியை வளர்த்து பூனை கையில் கொடுக்கிறோமோ?' என்று கை நடுக்கம் கொண்டது எனக்கு.

"போதா, பொதுக்கி" என்று, ஒரு மண்கட்டியை எடுத்து என்னை நோக்கி எறிந்தபடி ஓடிய ஜோசப்பின் கைகளில் வீரா இருந்ததை அப்போதுதான் கவனித்தேன். "என்ன சொல்றான் பார்த்தியா? என்ன சொல்றான் பார்த்தியா?" என மீண்டும் கெக்,கெக்,கெக்... என சிரித்தவன், "சரி...பயபுள்ளைக்கு புடிச்சிருச்சுபோல மாப்ள. ரெண்டு மிதில போய் பழைய கிரேப் வாட்டர் பாட்டிலும், மாட்டுறாப் போல ரப்பரும் வாங்கிட்டு வா" என்றான்.

"அதுலாம் தேவை இல்ல மாப்ள" என்றேன் சைக்கிளை ஸ்டாண்ட் எடுத்தபடி.

"டேய்... பாங்குட்டிடா. பாவம்" என்றான்.

"ஜோசப் பால் குடிப்பான்ல?"

"அவன் டம்ளர்ல குடிப்பாண்டா"

"போதும். அவன்ட்ட இது குடிச்சுக்கும்" என சைக்கிளைத் தட்டினேன், ஒரு தட்டு...

தடவி அறிந்த ப்ரைலி முகங்கள்
ஆறு

வீராவிற்கு பிறகு நாய்க் குட்டிகள்மேலான என் ஸ்நேகத்தை வெகுவாக குறைத்துக் கொண்டேன். அவைதான் அவ்வப்போது கண்ணடித்து 'ஐ லவ் யூ' எனும். சற்று நோங்கினாலும், 'அப்படியா?' என்கிற ஒற்றைச் சொல்லோடு விலகி விடுவேன். அக்கம்பக்கமாக உற்றார் உறவினர் இல்லையெனில நின்று கூடுதலாக ரெண்டு வார்த்தைகள் பேசுவது உண்டு.

"நீ நல்லாருக்கியா? நான் நல்லாருக்கேன். நீ சாப்ட்டியா? நான் சாப்ட்டேன். நீ ரெண்டு நாளா சாப்பிடலையா? நான் ரெண்டு வருசமா சாப்பிடல. நீ சோத்துக்கு சிங்கி அடிக்கிறியா? நான் அதைவிட சிங்கு சிங்குன்னு அடிக்கிறேன்." என்ற அளவிலேயே பேச்சுகள் இருக்கும்படி பார்த்துக் கொண்டேன். இவ்விஷயங்களை நான் லதாவிற்கோ, குலசாமிக்கோ கொண்டு செல்வதில்லை.

இப்படி ஆற்றிலும் விழுந்து விடாது சேற்றிலும் கால் பாவாது நூல்பிடித்ததுபோலான வாழ்வில் திருப்தியாகவே வாழ்ந்து வந்தேன். மரம் சும்மா இருந்தாலும் காற்று விடாதாமே? அப்படி ஒரு சுழல் காற்று அன்று விரட்டி வந்தது.

அன்று ஏழு கிழமைக்குள் ஒரு கிழமை என நினைவு. ஏழுகடையில் அமர்ந்திருந்தேன். இப்படி ஏழேழாக வரும்போதே நான் சுதாரித்திருந்திருக்கலாம். அருகில்தானே அரையும் இருக்கிறான் என.

மழை பிரித்துக்கொண்டிருந்தது. நாலு மணி சுமார். டாஸ்மாக் போகிற ஜோலி இன்னும் ரெண்டு மணி நேரத்திற்கு மேலாக

இருக்கிறதே என சுணக்கமாக இருந்தேன். அப்பத்தான் இந்த நெப்போலியன் வந்தான். நெப்போலியனாக வரவில்லை. வெறும் நாய்க்குட்டியாகவே வந்தான். வெறும் என்றால் வெட்ட வெறும்.

பசி படத்தில் நடித்த ஷோபாமாதிரி முகத்தை வைத்துக் கொண்டு அரக்கிற்கும், அழுக்கிற்கும் மையமான ஒரு அட்டுக் கலரில் 'இப்படியெல்லாம்தான் கலர் இருக்கு' என்பதுபோல் கலர் களஞ் சியமாய் வந்தான். 'எம்புட்டுப் பெரிய பல்லி' என்றுதான் முதலில் பார்த்துக் கொண்டிருந்தேன். ஒருவேளை, கோடுகள் தொலைத்த அணிலோ? எனவும் யோசனை வந்தது. பிறகு நாய்க்குட்டிகள் குறித்தான நாலெட்ஜ் சற்று ஓட்டிவந்ததால் 'அட... குட்டி நாய்க்குட்டி' எனப் புளகம் (நன்றி: நேசமித்திரன்) கொண்டேன்.

யோசியுங்கள் மக்களே...

ஏழு கிழமைகளில் ஒரு கிழமை மனதிற்கு பிடித்த ஏழு கடை, ஏழு கலரிலும் அடங்காத ஒரு கலர், ஏழைப் பங்காளன் முகம், ஏகப்பட்ட நடுக்கம்கொண்ட ஒரு உடல் என ஒரு உயிர் வந்தால் எப்படி இருக்கும் உங்களுக்கு? அப்படித்தான் இருந்தது எனக்கும். சுடரும் உயிர் எப்படி இருந்தால்தான் என்ன? இல்லையா?

குனிந்து கையிலெடுத்தேன் நாய்க்குட்டியை. ' நா என்ன சொல்ல வர்றேன்னா...' என்பதுபோல குலசாமி நினைவில் குறுக்கிட்டார். "அமுக்கிகிட்டு செத்த ஓரமா ஒக்காரும். நாந்தான் உம்மை சாமியா வச்சிருக்கேன். நீர் எனக்கு சாமியில்லை" என அதட்டுப் போட்டேன். கமல்மாதிரி புரியாமல் பேசினால் மனிதனே பயந்துவிடுகிறான். பிறகு சாமி எம்மாத்திரம்?

இப்படியான திடீர் தைரியத்திற்கு தூரத்தில் ஒரு பெண் காரணமாக இருந்தாள். அதாவது 240 கி.மீ. தூரத்தில். (சிவகங்கைகோவை தூரம்) ஆம். ப்ரபாவேதான்! ப்ரபாவை நம் நண்பர்கள் சிலர் அறிவர். (ஒரு முப்பது பேர்?)

இந்தப் ப்ரபா, தவமாய் தவமிருந்து பெற்ற குழந்தையைப் பேணுவதுபோல பேணுவாள் ஒரு ஜிம்மியை. "நேத்துல இருந்து ஜிம்மி கக்கிக்கிட்டே இருந்துச்சு மக்கா. வெட்னரி ஹாஸ்பிடல் கூட்டிட்டு போனனா... நல்ல ஃபீவர்டா" என எப்ப அழை பேசினாலும் கொசுறாக இந்தமாதிரி தகவல்களை அளிப்பாள். மருந்துக்குக்கூட ஒரு நாய்க் குட்டி இல்லாதவன் இவன் என்கிற நினைப்பெல்லாம் வராதோ இவளுக்கு என எரிச்சலாக வரும். கூடவே லதாவின் நினைவும்.

"சசிப்பய மழைல நனைஞ்சிருக்கும்போல. நல்ல சளி. ராத்திரியெல்லாம் காய்ச்சல் வேற. பார்த்தேன், மிளகைத் தட்டிப் போட்டு ஒரு ரசம்

வச்சுட்டேன்” என்பாள். “சரி. கௌப்பி விடு. டாக்டர்ட்ட போய்ட்டு வந்துரலாம்” என்றால், “அதான் ரசம் இருக்குல்ல” என்பாள். “சரி புள்ள. வெளியில் போறேன். எதுனா காய்கறி வாங்கணுமா மதியத்துக்கு?” என்றாலும், “அதான் ரசம் இருக்குல்ல”தான்.

சசிக்கு மருந்தும் ஆச்சு. பசிக்கு சாப்பாடும் ஆச்சு ஒரு ரசமும் ஒரு லதாவும். ரசம் மேட்டரெல்லாம் ப்ரபாவிற்கு தெரியாதுபோல.

போக, சசியா ஜிம்மி?

குட்டியை எடுத்த கையோடு பெயரும் இட்டேன். “நீ நெப்போலியன்டா!” (டாஸ்மாக் நேரமும் நெருங்கிவிட்டதில்லையா?) ‘ஆகட்டும்‘ என்றான் நெப்போலியனும்.

இவ்வளவையும் பார்த்துக்கொண்டிருந்தான் நாலாம் நம்பர் கடை ஓனரான முத்துராமலிங்கம். (முத்துவையும் அதே முப்பது நண்பர்கள் அறிவீர்கள்தான்) நெப்போலியனை அவனிடம் காட்டி லெஃப்ட் ஒதுக்கி சிரித்தேன்.

இப்படி லெஃப்ட் ஒதுங்கி சிரிக்கும்போதெல்லாம் அவனை உதாசீனப்படுத்துகிறேன் என அவன் புரிந்துவைத்திருந்தான் அல்லது அப்படி பழக்கியிருந்தேன். பரஸ்பரம் அவனும் அப்படித்தான் பழக்கியிருந்தான் என்னை. என்ன?... அவனுக்கு ரைட் ஒதுங்கும்.

என் சிரிப்பைப் பார்த்து,

“என்ன?” என்றான் ஒற்றைப்படையில்.

“வளக்கப் போறேன்” என்றேன் ரெட்டைப் படையில்.

“நீ திருந்தவே மாட்டியா?” என்றான் முப்படையில்.

விட்டால் அறுபடை வீடு வரையில் போய்த் திரும்புவானோ எனப் பயந்து இந்த ‘வீடறிகிற’ விளையாட்டை நிறுத்திவிட்டேன். இதே முத்துராமலிங்கம் ‘மானிட்டர்’ என்ற நாய்க்குட்டியை வளர்த்தவன்தான். நல்ல போதையில் சவுதிக்கு போன் பண்ணுவான். (போதை இல்லாவிட்டால் மிஸ்ட் கால் மட்டுமே) .

“மாமா ஒரு மானிட்டர் வளக்குறேன் மாமா. சரக்கடிக்கப் பழகிட்டான். சிகரெட்டை மட்டும் பழக்கித் தரமுடியல. நம்ம செட்டிக்கு பிறந்திருப்பான்போல” (செட்டி என்ற ஸ்ரீதர் என்ன தண்ணி அடித்தாலும் புகைப்பது இல்லை) என்று பேசியவன்தான். ஒரு நாள் சரக்கடித்து விட்டு மானிட்டரை தலையணையாக வைத்துத் தூங்கியிருப்பான்போல. காலையில் காணாமல் போய் விட்டதாக செட்டி அழை பேசும்போது சொன்னான். வேறு வேறு மனிதர்கள். வேறு வேறு குலசாமிகள்.

பார்வையிலேயே என்னையும் நெப்போலியனையும் மாறி மாறி சாணை பிடித்துக் கொண்டிருந்தான் முத்து. 'அட... என் சாணைக்கு பிறந்த சோணை' என நெப்போலியனுக்கு குடில் செய்யத் தொடங்கினேன்.

குடிலுக்கு ஏற்ற இடமாக இருந்தது பழனி கடையின் டீ பட்டறை.

மாப்ள பழனி அஞ்சாம் நம்பர் கடைக்காரன். (டீக்கடை) பழனி போர் அடித்தால் மட்டுமே கடை திறப்பான். திறந்து சற்றைக்கெல்லாம், "க்காலி... திறந்தாலும் போர் அடிக்குது" எனப் பூட்டியும் போய்விடுவான். நல்லவன்தான். தலைச்சக்கரம் சற்று ஏற்ற இறக்கம்.

நெப்போலியன் வந்தபிறகு என் வாழ்வு முறை வெகுவாக மாறி விட்டது. விடிந்தும் விடியாமல் ஏழு கடைக்கு வந்துவிடுவேன். வந்ததும் முழு நெப்போலியன் காலிக் குப்பியில் பால் வாங்கக் கிளம்பிவிடுவேன். சம்பந்தமில்லாத குப்பியில் சம்பந்தமில்லாத திரவம் வாங்கிப் போவதை பாதசாரிகள் ஒருமாதிரி கவனிக்கத் தொடங்கி யிருந்தார்கள். "நெப்போலியனுக்குதான் நெப்போலியனில் பால்" எனக் கவிதை கலந்த என் சுயவிளக்கம் அவர்களுக்குப் போதுமானதாக இல்லை போல. ஜிப் சிக்கிக்கொண்ட பர்ஸ் மாதிரி திறந்து மூடி, திறந்து மூடி சிரித்துக் காட்டினார்கள்.

தீரத் தீர பால் குடிப்பது நெப்போலியனுக்கு ரொம்பப் பிடித்து வந்தது. பால் தவிர்த்து கடலை மிட்டாய், முருக்கு, சீடை, பட்டாணி, பொட்டுக்கடலை, விரலி மஞ்சள், கல் உப்பு, வெற்றிலைக் காம்பு, வாழைப்பழத்தோல், சீவு விளக்கமாற்றுக்குச்சி, தலைபெருத்த கட்டெறும்பு, பிள்ளையார் எறும்பு, சிகரெட் அட்டை (கோல்டு கிங்ஸ் அட்டை எனில் கூடுதல் சந்தோசம்), ஏ.ஆர்.ஆர். சுகந்தப் பாக்கு, பொடி மட்டை, என எது கிடைத்தாலும் பசியாறிக் கொள்ளும் பக்குவம் பிறப்பிலேயே இருந்தது.

ஏழு கடை வந்த நான்கு நாட்களுக்கெல்லாம் நெப்போலியனின் புகழ் எட்டு கண்ணும் விட்டெரிந்தது. வருவோர் போவோரெல்லாம் "நெப்போலியா?" என்று அழைப்பதைக் கண்டு மீண்டும் புளகம் கொண்டேன். பழனி கடைக்கு பாத்திரம் விளக்க வருகிற பாட்டி கூட, "நெப்போலியனுக்கு பால் தீந்து போச்சுப்பு" என பாட்டிலை எடுத்து நீட்டத் தொடங்கியிருந்தாள்.

பாட்டி வாயிலேயே நெப்போலியன் நின்னு போன நெகிழ்விலும், நானும் நெப்போலியனில் இருந்த நிறைவிலும், நூறு ரூபாயை பாட்டியிடம் நீட்டி "நெப்போலியன் வாங்கி சும்மா கும்முன்னு அடி பாட்டி" எனக் கொஞ்சி மிஞ்சினேன்.

ஒன்னும் புரியாத பாட்டியை, "செலவுக்கு வச்சுக்கிற சொல்றாரு" எனப் பூசி முழுகி ட்ரான்ஸ்லேட் பண்ணினான் முத்து. பொங்கி வரும் பாலில் குளிர் நீராகிக் குதிக்கும் கூதறை அவன். ஏழு கடை மனிதர்களில் ஒருவனாக மாறிக் கொண்டிருந்தான் நெப்போலியன்.

துக்கம் மற்றும் அதீத துக்கம், சந்தோசம் மற்றும் அதீத சந்தோசம், துக்கமின்மை மற்றும் சந்தோசமின்மை காரணங்களுக்காக மட்டுமே நான் முட்டக் குடிப்பது. மற்ற காரணங்களை அவ்வளவாக பொருட்படுத்தாது அளவோடு குடித்து வீட்டிற்குப் போய்விடுவேன்.

அன்று முட்டக் குடித்திருந்தேன். காரணம், நெப்போலியன் தான். அன்று பால்கூட குடிக்காமல் உடல் நடுங்கிக்கொண்டே இருந்தான். நடுக்கம் என்றால் ஃபிட்ஸ் மாதிரியான நடுக்கம். மழை அல்லது குளிர் காரணமாக இருக்கலாம் என நண்பர்கள் சொன்னார்கள். மாலையில் நடுக்கம் தீவிரம் கொண்டது.

மறுநாள் வெட்னரி ஹாஸ்பிட்டல் கொண்டுபோனேன். வயிற்றில் கொக்கிப்புழு இருந்தாலும் இப்படி ஃபிட்ஸ் வரலாம் என மருந்து கொடுத்தார் டாக்டர். ஒருநாள் சற்று குணமாக இருந்தான். மீண்டும் ஃபிட்ஸ் வரத் தொடங்கியது.

அன்று தீபாவளி. காலையில் நெப்போலியனுக்கு பால் வைத்துவிட்டு அம்மா, சகோதரிகள், நண்பர்கள் வீட்டிற்குப் போய்விட்டு ஏழு கடை வந்தால் நெப்போலியனைக் காணோம். எங்கு தேடியும் காணோம். முன்பு ஒருநாள் இப்படி தொலைந்து, பிறகு பக்கத்தில் இருந்த ஒரு புதருக்குள் வலிப்பு வந்தபடி கிடந்தான்.

ரொம்பக் கொடுமையான தருணம் அது. "நெப்போலியா?" என்கிற குரலுக்கு அவன் வாலாடுகிறது. அது அவன் ப்ரியம். உடம்பும் ஆடுகிறது. அது அவன் நோய். இரண்டையும் பிரிக்கமுடியாது கையில் அவனை ஏந்தியபோது, போதும் என்றாகிப்போனது.

"என்னடா நான் யாரை வளர்த்தாலும் அவுங்களுக்கு ஃபிட்ஸ் வருது?" என சிரித்தேன் முத்துவிடம். (நம் சசிக்கும் சிறுவயதில் இதே தொந்திரவுதான்) அது சிரிப்பில்லை என்பதை முத்து அறிந்திருக்க வேணும். "போ போ மூதேவி. எந்திருச்சு வீட்டுக்குப் போ" என விரட்டினான்.

அப்படி ஒரு நம்பிக்கையில் கடவே அலசிவிட்டோம். சுத்தமாகக் காணோம். வரும்போதும் போகும்போதும் "நெப்போலியா?" என கூப்பிட்டுப் பார்த்துக்கொண்டே இருந்தேன். இருந்தோம். எப்படி இப்படி ஒரு உயிர் துடைத்துப்போட்டாற்போல காணாமல் போக முடியும்? ப்ரபாகூட, "தீபாவளியில்லையா? பட்டாசு சத்தத்துக்கு எங்கனா பயந்து போய் கெடக்கும். வந்துரும் பாரேன்" என்றாள்.

தடுமாறித் திரியும்போது வார்த்தைகள் தரும் பிடிமானம் எவ்வளவு ஆறுதல்! சவுதி திரும்பும் நாள் வரையில் நெப்போலியன் திரும்பவே இல்லை.

இரயில்வே ஸ்டேசனில் எல்லோரிடமும் விடைபெற்றுக் கொண்டிருந்தேன். நண்பர்கள் ஒவ்வொருவராக கட்டி அணைத்து விடைதந்துகொண்டிருந்தார்கள். லதா, குழந்தைகள் கைகளைப் பற்றி, “அழாம அனுப்பித்தாங்க பக்கிகளா” என சிரித்து பெட்டிக்குள்ளும் ஏறிவிட்டேன்.

எப்பவும் பெட்டிக்குள் ஏறிய பிறகுதான் கடைசியாக கட்டிக் கொள்வான் முத்து. பெட்டியெல்லாம் ஒழுங்கு செய்து அடுக்கிய பிறகு, “போய்ட்டு வா” எனக் கட்டி கன்னத்தில் முத்தமிட்டு திரும்பிப் பார்க்காமல் இறங்கிப் போய்விட்டான். எனக்கு முத்துவிடம் ஒரு கேள்வி பாக்கி இருந்தது. அதை அப்போ கேட்க இயலவில்லை.

சவுதி வந்து, அறை அடைந்து, வீட்டிற்கெல்லாம் அழை பேசிய பிறகு முத்துவை அழைத்தேன். தொண்டையிலேயே அருவிக் கொண்டிருந்த அந்தக் கேள்வியை என்னால் கேட்காமல் இருக்க முடியவில்லை.

“நெப்போலியனை எங்கடா கொண்டுபோய் விட்ட?”

சத்தம் போட்டுச் சிரித்த முத்து, “லூசு மாமா நீ” என்றான்.

ப்ரபா சொன்னதும் ஏனோ நினைவிற்கு வந்தது. “தீபாவளி யில்லையா? பட்டாசு சத்தத்துக்கு எங்கனா பயந்து போய் கெடக்கும்டா. வந்துரும் பாரேன்”

ஆறுதலாக இருந்தது.

தடவி அறிந்த ப்ரைலி முகங்கள்
ஏழு

வெயில் கொளுத்தத் தொடங்கிவிட்டது. அறையின் ஜன்னலை திறக்கிறபோதெல்லாம் இந்த வேப்பம்பூ வாசனை உள்ளேறிவிடுகிறது. நான் வசிக்கும் அல்கோபார் மொத்தமும் இன்னும் ஒற்றை வேம்பு கண்ணில் தட்டியது இல்லை. பிறகெப்படி இந்த வாசனை மட்டும்?

வெயிலோடு வேப்பம்பூ வாசனையை பால்யத்திலேயே தைத்துக் கொண்டுவிட்டேன் என்றே தோன்றுகிறது. மருதாணிப் பூ வாசனையை காந்திப் பூங்காவோடும், வெற்றிலை வாசனையை முனியம்மாள் அக்காவோடும், திருநூறு வாசனையை வீராயி அம்மாச்சியோடும், கடுக்காப்பழ வாசனையை அப்பா தொலைத்த வயலோடும் தைத்துக்கொண்டதெல்லாம் பால்யத்தில் இருந்துதானே. முதன் முதலில் எதோடு எதை தைத்துக் கொள்கிறோமோ அதுதானே கடைசி வரையில்.

வாணியங்குடி வீட்டில் வைத்துத்தான் வெயில் அதன் வேப்பம்பூ வாசனையை எனக்குக் காட்டித்தந்தது. வீட்டிற்கு ரொம்ப பக்கமாத்தான் வெயில் நின்றுகொண்டிருக்கும். வாசனையை மட்டும் உள் அனுப்பும். வாசலில் நிற்கிற வேம்பில் நனைந்துவருவதாலோ என்னவோ, அவ்வாசனை பெரும்பாலும் வேப்பம்பூ வாசனையை ஒத்திருக்கும்.

ஊரில் பிறந்தாலும் உலகத்தில் பிறந்தாலும் வெயில் மட்டும் ஒரே வாசனையைத்தான் கொண்டிருக்கிறது. வேப்பம் பூ வாசனையை.

ஆறு மாதங்கள் முடிந்துவிட்டன மஹா திருமணம் முடிந்து. வெளியில் நின்றுகொண்டு வாசனையை மட்டும் உள் அனுப்புகிற

வெயில்மாதிரி மனிதர்களும், சம்பவங்களும், நிகழ்வுகளும் உள்ளேறி வருகின்றன. எனையறியாது தள்ளி அமர்கிறேன். நகர்ந்த தூசி வாசனையாய் புகைகிறது...

அக்டோபர் 21 திருமணம். 19 இரவு வந்துவிட்டார் சரவணன். சவுதிக்குக் கிளம்பவேண்டிய பெட்டி படுக்கைகள் கைகளில். இரண்டு வருஷத்தைத் தாங்கவேண்டிய சிரிப்பு முகத்தில். பெட்டி படுக்கைகளைவிட, விடைபெற்று வந்த சிரிப்பு பளு நிறைந்ததாக இருந்தது. இப்படியான சிரிப்பை பார்ப்பதைவிடக் கடினம்...உணர்வது.

'இத விடுங்கண்ணே. ஆகவேண்டியதைப் பாருங்க' என்ற சரவணன், அசால்டான புன்னகைக்குள் இறங்கிக் கொண்டிருந்தார். அழுத்தங்களை மறைத்துக் கொண்டு சிரிக்கிற மனிதர்கள் அது ஒரு அழகாகத்தான் இருக்கிறார்கள். அடர்வேம்பின் நிழலில் புள்ளி புள்ளியாகப் பெய்துகொண்டிருக்கிற வெயில்மாதிரி.

நண்பர்களே பிரதான உறவுகள் நம் மஹா திருமணத்தில் என முன்பே சொல்லியிருந்தேன். இல்லையா? இதோ முதல் உறவு வந்தாச்சு. இனி தானாகவே வரும் திருமண வீட்டுக் களையும் என நானாகவே தயார்படுத்திக் கொண்டிருந்தேன் தகப்பன் மனசை. (ரொம்பத் தெரிஞ் சவன் மனசுங்க. கூட நிக்காட்டி எப்படி?) 'ஃப்ரெண்ட்ஸ்களை நான் பார்த்துக்கிறேண்ணே. ஆக வேண்டியதைப் பாருங்க' என வந்ததில் இருந்து வேறு வேறு மாதிரி சிரித்துக் காட்டினார் சரவணன்.

'ஆகவேண்டியதா? அப்படின்னா?' எனத் தோன்றியது எனக்கு.

மஹா பிறந்தாள். வளர்ந்தாள். பள்ளி சென்றாள். மீண்டும் வளர்ந்தாள். கல்லூரி சென்றாள். மீண்டும் வளர்ந்தாள். கல்யாணம் செய்துகொள்ளப் போகிறாள்.

இதில் ஆகவேண்டியதாக என்ன செய்தேன் என்றால் எனக்குப் பிடித்த பெயரான மகாலக்ஷ்மியை என் மகளுக்கு வைத்தேன். நினைத்தபோதெல்லாம் கூப்பிட்டுக்கொண்டே இருந்தேன். இது இவ்வளவு ஆகுமா என்ன?

சரவணனை அறையில் தங்கவைத்து, ரெண்டு மடக்கு நெப்போலியனை ஊற்றிக்கொண்டு, 'காலையில் வெள்ளனமா வர்றேன். தயாரா இருங்க சரவணா. சென்னையில் இருந்து ராமேஸ்வரம் எக்ஸ்பிரசில் நண்பர்கள் வருகிறார்கள். கிருஷ்ணகிரியில் இருந்து கும்கி வருவதாகச் சொல்லியிருக்கிறார். சாத்தூரில் இருந்து மாது காமு வரலாம். D.R... அசோக் ஃபேமிலியோடு வருவார்ன்னு நினைக்கிறேன். எல்லோரையும் ரிசீவ் பண்ணனும்' என்றேன். அக்பரும் வருவதாக சொல்லியிருக்கிறார்ண்ணே. இதெல்லாம் நான் பாத்துக்கிறேன். நீங்க நிம்மதியா போய்ட்டு வாங்க' என்றார்.

அவ்வளவு ஹாயாக திருமணம் நடத்திய தகப்பன் அனேகமாக நானாகத்தான் இருப்பேன். அவ்வப்போது அண்ணாத்துரை சித்தப்பா, அண்ணன்கள் அழை பேசி 'என்னடா செஞ்சு வச்சுருக்க?' என்பார்கள். 'எல்லாம் நல்லபடியா நடந்துக்கிட்டு இருக்கு சித்தப்பா. ஒரு ஆளாப் பாக்குறதுதான் கொஞ்சம் மலைப்பா இருக்கு' என்பேன்.

'ஒரு ஆளா பாக்கிறயா? அப்படி என்ன வேலை இருக்குன்னு பாக்கற? யாருக்கும் பத்திரிக்கை கொடுக்கப்போறதில்ல. பத்திரிக்கை வைக்கிறதுதான் பெரிய வேலை. அதே இல்லை உனக்கு. பிறகு என்ன வேலை பாக்கற?' என்பார். வாஸ்தவமான கேள்விகளை நிறைய வைத்திருப்பார் சித்தப்பா. பதிலாக நான் சில சிரிப்புகளை வைத்திருப்பேன். பரஸ்பரம் பரிமாறிக் கொள்வோம்.

சித்தப்பா சொன்னதுபோல்தான். மணமகன் வீட்டில் திருமணம். "நாற்பது அம்பது நண்பர்கள் வருவார்கள் எங்க சார்பா" என்று சொல்லிவைத்திருந்தேன். பெண்ணழைத்துக் கொண்டு காலையில் போய் இறங்கினால்போதும். தேங்காய் பழம், வெற்றிலை பாக்கு வாங்கப் போகும் அலைச்சல்கள் மட்டுமே இருந்தன. அதற்கும் நண்பர்கள் இருந்தார்கள்.

நகண்டு நகண்டு தேர் ரத வீதிக்கு வந்துவிட்டது.

இருபதாம் தேதி காலை. சிவகங்கையை நெருங்கிவிட்டதாக தோழர் கும்க்கியிடமிருந்து sms வந்தது. நானும் முத்துராமலிங்கமும் பஸ் ஸ்டாண்ட் வந்து விட்டோம். கும்கி மட்டுமே பதிவுலகில் என்னை தோழர் என்றழைப்பவர். எல்லா விளிப்புகளுமே எனக்கு டொம்மா டொம்மான்னுதான் இருக்கும். அப்பாவின் முண்டா பனியனைப் போட்டு விளையாடும் ஐந்து வயது சிறுவனைப்போல்.

குழந்தைகள் அப்பா என்றழைப்பதையே எனக்கு பலசமயம் நம்பமுடியாமல்தான் வரும். குழந்தைகளின் அம்மாக்காரி மட்டும் நம்புகிறாளே என்கிற போட்டியில்தான் ஆரம்பத்தில் நம்பத் தொடங்கினேன். பிறகு அதுவே பழக்கத்திற்கு வந்துவிட்டது. வம்படியா நம்புவதுதானே வாழ்க்கையும்.

தோளில் பையும் கையில் வாட்டர் பாட்டிலுமாக வந்திறங்கினார் தோழர் கும்க்கி. பின்னூட்டங்களில் அறிமுகமாகி அழை பேசியில் பேசி வந்திருக்கிறேன் கும்க்கியுடன். குரல் வரைந்து தந்திருந்த சித்திரத்துடன் நான் கும்க்கியை தேடிக் கொண்டிருந்தேன். 'உன் சித்திரமெல்லாம் உம்மட்ல. நான் கும்க்கியாக்கும்' என்பதுபோல புத்தம்புதுசாக நின்றார் கும்க்கி.

இரண்டு வருடங்களாக வரைந்து வரைந்து பார்த்துக்கொண்டிருந்த ஒரு முகம் சட்டென கலங்கி, உடைந்து ஒழுகத் தொடங்கியது. என்

சித்திரத்தில் அவருக்கு ஜீன்ஸ் பேன்ட், Tஷர்ட் இல்லை. கன்னச் சுழிப்பு இல்லை. நெற்றிச் சுருக்கம் இல்லை. சொல்லப்போனால் எதிரில் நிற்கும் கும்க்கி என் கும்க்கியே இல்லை. யாரைக் கேட்டு இவ்வளவையும் வைத்துக்கொண்டு வந்து எதிரில் நிற்கிறார் என்று

சற்றுத் தடுமாற்றமாக இருந்தது.

நெற்றி சுருங்கி, 'பாரா?' என்று சிரித்தவரை நீங்க பாக்க முடியாமல் போச்சே மக்கா. சரி விடுங்க. நானும்தான் இனி பார்க்க முடியாது என் பழைய கும்க்கியை. ஒண்ணுக்கு ஒண்ணு சரியாப் போச்சு. சரியா? நொடி என உச்சரிக்கிற நொடியில் நொடி கடந்து விடுகிறது. பிறகு நம் கையில் என்ன இருக்கிறது. இல்லையா?

கும்க்கியை அழைத்துக்கொண்டு லாட்ஜ் போனோம். கும்க்கியும் சரவணனும் அறிமுகமாகிக் கொண்டார்கள். சரவணன் குறித்த சித்திரத்தை கும்க்கியும், கும்க்கி குறித்த சித்திரத்தை சரவணனும் ஒழுக விட்டிருக்கக்கூடும். பாவம்... அவரவர்க்கு அவரவர் பாடு.

இந்த நேரத்தில் தெய்வாவிடமிருந்து அழைப்பு வந்தது. சிவகங்கையை நெருங்கிவிட்டான். 'பேசிக்கிட்டிருங்க வந்துர்றோம்' எனக் கிளம்பினோம் நானும் முத்தும். பஸ் ஸ்டாண்ட் போவதற்கும் தெய்வா இறங்குவதற்கும் சரியாக இருந்தது.

லக்ஷ்மியுடன் வந்திருந்தான் தெய்வா. 'என்னடே.... அப்படியே இருக்க? மகளுக்கு கல்யாணம் பண்ணப்போறவன்மாதிரியா இருக்கான் பாரு?' என லக்ஷ்மியை பார்த்துச் சிரித்தான். மலர்ந்து சிரித்தார்கள் லக்ஷ்மி.

முகத்தை பார்த்துப் பார்த்து சிரித்துக்கொண்டே இருந்தான் தெய்வா. பதினைந்து வருடங்களாகத் தவறவிட்ட சிரிப்பு. ரொம்பெல்லாம் பேசமாட்டான் தெய்வா. ஒரு சிரிப்பு. சிரிக்கும் போதே கை பற்றுவான். சகலத்தையும் திணித்துவிடுவான். அப்படியேதான் இருந்தான் இப்பவும்.

''வீட்ல தங்கலாம்டா. ரூமும் இருக்கு. என்ன செய்ற?'' என்றேன். "எதுனாலும் சரிடா. ரூம்ல தங்கிட்டா அவுங்களுக்கு சிரமம் இருக்காது" என்றான். இப்படில்லாம் யோசிப்பான் தெய்வா கிறுக்கன்.

''மாப்ள லாட்ஜுக்கே போகலாம்'' என்றேன் முத்துவிடம். வண்டியை நோக்கி நடந்துகொண்டிருந்த சமயத்தில் மீண்டும் என் கை பற்றினான் தெய்வா. கையை இடது உள்ளங்கையில் வைத்துக்கொண்டு வலது கையால் என் கையிலேயே அடித்துக் கொண்டிருந்தான். ஒரு குழந்தைமாதிரி.

‘என்னடா?’ எனச் சிரித்து அவன் முகம் பார்த்தேன். கண்களுக்கும் அவன் கண்ணாடிக்கும் நடுவில் விழப்போவதுபோல தொங்கிக் கொண்டிருந்தது அது. அதை நீர் என்றால் நீர். நட்பென்றால் நட்பு. ‘லூசுப் பயலே’ எனச் சிரித்து தோளுடன் இறுக்கிக்கொண்டேன். இந்தச் சிரிப்பு மட்டும் இல்லாவிட்டால் என்னவாகியிருக்கும் உலகு?

தெய்வா லக்ஷ்மியை அறையில் சேர்த்துவிட்டு கும்க்கி சரவணனை அழைத்துக்கொண்டு ரயில்வே ஸ்டேசன் கிளம்பினோம். சென்னையில் இருந்து வருவதாகச் சொன்ன நண்பர்களில் மணிஜி, வாசுவை முன்பே சந்தித்துவிட்டேன். கூடுதலாக ராஜசுந்தரராஜன் அண்ணன், நர்சிம், வித்யா(விதூஸ்) வருவதாகச் சொல்லியிருந்தார்கள்.

நேரத்திற்கு வந்துவிட்டது ட்ரெயின். இரண்டு தடம். கூடுதலாகப் போனால் மூணு ட்ரெயின். நேரத்திற்கு வராமல்போனால்தான் உதைப்போம். ராஜசுந்தரராஜன் அண்ணன், மணிஜி, வாசு வந்திறங்கினார்கள்.

புகைப்படத்தில் பார்த்ததுதான் ராஜசுந்தரராஜன் அண்ணனை. பார்த்துவிட மாட்டோமா என, தவமாக தவமிருந்த அண்ணனை நண்பர்களும், அண்ணனும் பார்த்ததும் கை உயர்த்தினார்கள். சிரித்தார்கள். நெருங்கினார்கள்...

10

தேவதைகள் வாழும் வீடு

தேவதைகள் வாழும் வீட்டிற்குப் போயிருந்தேன்...

லயா பிறந்த நேரத்தில் சென்னையில் மணிஜி ஆஃபிசில் வைத்து ராஜாவை (கே வி ஆர்) முதல்முறையாக பார்த்தது. 'என்ன ராஜா நீங்க எப்போ வந்தீங்க?'ன்னு கேட்டபோது, 'ரெண்டாவது பெண் குழந்தை பிறந்திருக்கு சார். வைஃப்ப டிஸ்சார்ஜ் பண்ணி இப்பதான் வீட்ல விட்டுட்டு வர்றேன்'ன்னு சொன்ன நினைவு. சொடுக்கலில் பதினோரு மாதம் ஓடிவிடுகிறது.

ரொம்பநாளாகவே நிலா, லயா பார்த்து வரணும் என்று நினைத்துக் கொண்டிருந்தது, இந்த ரியாத் பயணத்தில் வாய்த்து விட்டது. இந்தப் பத்து வருஷத்தில் ரியாத் பேலசை விட்டு முதல் முறையாக வெளியில் வருகிறேன். ரியாத் பேலஸில் இருக்கும் சலாலுதின் சேட்டா, பண்டா என்கிற அங்காடி வளாகத்தின் முன்பாக ராஜாவிடம் என்னை ஒப்படைத்தார்.

நிலாவும் வந்திருந்தாங்க, தாத்தாவைக் கூட்டிப் போக... புதுசாக ஒரு ஆளைப் பார்த்தால், எல்லா குழந்தைகளும் வைத்திருக்கிற முகத்தையே வைத்திருந்தாங்க நிலா. 'என்னடா பாக்குற?... மாமாடா என்று சற்றுத் தடுமாறி, பிறகு 'தாத்தாடா' என்று நிதானித்தேன். (பழைய நினைப்பு போக இன்னும் கொஞ்சம் நாளாகும்போல). 'தாத்தான்னு சொல்லிட்டீங்களா? நான் அங்கிள்னு சொல்லி கூட்டி வந்தேன்' என்று ராஜா சிரித்தார் .

தட்ஸ் ஆல் யுவர் ஹானர்...

பிறகு நிலா, பேச்சுல புடிச்சாங்க பாருங்க ஒரு பிடி...

ரியாத் தெருவில் உள்ள கட்டிடங்களையெல்லாம் இது இந்த கட்டிடமாம். அது அந்த பில்டிங்காம். இதுல அந்த அங்கிள் வேலை பார்க்கிறாராம். அதுல அந்த அங்கிள் வேலை பார்க்கிறாராம். இவுங்க ப்ரீ கேஜி படிக்கிறாங்களாம். ராஜாப்பாதான் ஸ்கூல்ல கொண்டுபோய் விடுவாங்களாம். அப்பாவை பெயர்சொல்லி ஒட்டினாற்போல ஒரு 'ப்பா' சேர்த்து குழந்தை அழைப்பது எவ்வளவு அழகாய் இருக்கு தெரியுமா?

வீடு போய்ச் சேரும்வரையில் வாய் ஓயவில்லை.

வீடிறங்கி மாடிப்படி ஏறிக்கொண்டிருக்கும்போதே பிரியாணி வாசனை தூக்கியது. 'ராசாராமா அடிச்சடா லக்கிப் ப்ரைஸ்' ன்னு வயிறை தடவிக்கொடுத்துக் கொண்டேன். 'பொறு பங்காளி வரும்ல... எதுக்கு பொங்குற?'ன்னு அவ்வபோது என் வயிறை தடவித் தரவேணும். பாடி லாங்க்வேஜ் புரிஞ்சிக்கிட்டு அதுவும் படுத்துக்கிரும். எல்லாம் நம்ம பழகித் தர்றதுலதானே இருக்கு.

ரொம்பநாள் பழகியவர்கள்போலான வாஞ்சையுடன் சிரித்து வரவேற்றார்கள் நிலா அம்மா. நிலா அம்மாவைப் பார்க்கையில் எனக்கு மஹாவைப் பார்ப்பதுபோலத்தான் இருந்தது. என்ன... நிலா அப்பாவை நிலா ராஜாப்பா என்கிறாள். மஹா அப்பாவை மஹா வெறும் அப்பா என்றுதான் அழைக்கிறாள். மகள்கள் எப்படி அழைத்தால்தான் என்ன? அல்லது சிரித்து வரவேற்றால்தான் என்ன...

இரண்டாவது நிலா அம்மாவைச் சந்திக்கிறேன். முதல் நிலா அம்மா மணிஜி வீட்டில். அவுங்க பெரிய நிலா. அதுனால பெரிய நிலாம்மா. இவுங்க சின்ன நிலா. அதுனால சின்ன நிலாம்மா.

பதிவ நண்பர்களுக்கு நிறைய நிலாக் குழந்தைகள் இருந்து, 'மீடியம் நிலாம்மா, நடுசென்டர் நிலாம்மா, ஒண்ணுவிட்ட நிலாம்மா' என்று நிறைய நிலா அம்மாக்கள் இருந்தாலும் இன்னும் நல்லாத்தான் இருக்கும்.

'இவன் யார்றா இவன். இவம் பாட்டுக்கு ஏறி உள்ள வர்றான்' என்பதுபோல லயாக்குட்டி பாத்தாங்க. 'ஆத்தாடி... இவுங்க யாரு?' ன்னு நானும் சிரித்துவைத்தேன். ரெண்டு குழந்தைகளும் ரொம்ப ஃபிரெண்ட்லி. கூப்பிட்டதும் 'பச்சக்' ன்னு ஒட்டிக்கிறாங்க. வாக்கரை நகர்த்தி தானும் நகர்ந்துகொண்டிருந்தாங்க லயா குட்டி. (இவனை நகர்த்தி தானும் நகரும் சப்பரத் தெய்வம் நன்றி குமார்ஜி)

வீடுபூராம் நிலா கிறுக்கிய ஓவியங்கள்தாம். அது என்ன, இது என்ன? என கொஞ்சநேரம் ஓவியங்களை எல்லாம் காட்டித் தந்து கொண்டிருந்தாங்க நிலா. தாத்தாவுக்கும் பேத்திக்குமான உலகை

விரித்து விரித்துக் காட்டிக் கொண்டிருந்தாங்க. 'அப்படி இழுத்து, இப்படி வளைத்து இப்படி கோடு போட்டால் "ரெண்டு' என எண் இரண்டை வரைந்தது குறித்து விளக்கிக் காட்டினாங்க. 'ஆமாவா?' எனத் தெளிந்து கொண்டேன். பஃக்ருதீன் சார், இரண்டு வருடங்கள் முன்பாகவே கருவேல நிழல் கவிதைகள் வாசித்தது குறித்து மெயில் செய்திருந்தார். அவருக்கு ஒரு பதில் மெயில்கூட செய்யவில்லை நான். அவரை ராஜா வீட்டில் சந்தித்தபோது சொல்லொண்ணா குற்றவுணர்ச்சி துருத்தியது. 'அட...விடுங்க சார்' என்பதுபோல சாதாரணமா கட்டி, சாதாரணமா அணைத்து, சாதாரணமா சிரித்து, சாதாரணமாக பேசினார். அசாதாரணமான தருணங்களை தர சாதாரண மனிதர்களால்தான் முடியும்போல. நன்றி பஃக்ருதீன் சார்!

ராஜா வீட்டில் மற்றொரு சுவராசியமான மனிதரையும் சந்தித்தேன். லக்கி ஷாஜஹான் சார்! 'உங்களுக்கும் சேர்த்து சமைச்சுட்டேன் ஷாஜஹான். நீங்க வராட்டி பார்சல் கட்டி பஃக்ருதீன்ட்டயாவது கொடுத்தனுப்புவேன். அதுனால நீங்களே வந்துருங்க. இது ரெக்வஸ்ட் இல்ல. ஆர்டர்' என்று ராஜா அவரை கூப்பிட்டபோது கூடிய சுவராசியம் வந்து, அவ்வபோது அண்ணாந்து சிரித்து, சோபாவில் கால்மடக்கி அமர்ந்து, ரெண்டு மூணு தடவையாக பிரியாணி கேட்டுக் கேட்டு வாங்கிச் சாப்பிட்டு, 'இப்டி சாப்புடுற ஆளுகதான் சமைக்கிறவனை சந்தோசப்படுத்துறாங்க' என ராஜா வாயாலயே சொல்லவைத்து... இதை ஒருவேளை, ஷாஜஹான் சார் வாசித்தால் எப்படி அண்ணாந்து சிரிப்பார் என்பதுவரையில் மனசில் சம்மணம் கூட்டி அமர்ந்திருக்கிறார். ஷாஜஹான் சார், உங்களுக்கு என் அன்பு!

உண்மையில், மிக அருமையாக பிரியாணி, மட்டன் குழம்பு செய்திருந்தார் ராஜா. ஸ்பாட்லயே டைட்டா கட்டிக்கிட்டு, ஸ்லாங்கமா பார்சலும் கட்டிக்கிட்டேன். கிளம்பிய தருணம் நிலா முகம் வாடிட்டாங்க... 'ஏண்டா... தாத்தா நாளைக்கு வர்றண்டா'ன்னு சொன்னேன். மஹா மாடியில் இருந்து கீழிறங்கி, காம்பவுண்டு கதவு திறந்து, முகத்தையும் வெளியில் நீட்டி, போறது வரையில் பாத்துக்கிட்டு நின்னாங்க. மஹான்னா சொன்னேன் நிலா அம்மாவை?... இனி மஹாவைப் போயி நிலா அம்மான்னு சொல்றனோ என்னவோ?

எனக்கு ஒரு தம் அடிச்சா தேவலாம்போல இருந்தது. கூட வர்ற நிலா கண்ணைக் கட்டி ஒரு மர மறைவில் நின்று தம் கட்டி ஆசுவாசமானேன்... நிலா, ராஜா, பஃக்ருதீன் சார், ஷாஜஹான் சார் எல்லோருமா வந்து பேலஸ் வாசலில் இறக்கி விட்டுப் போனார்கள். என் இளவரசரின் அரண்மனைக்குள் ஒரு ராஜாவைப் போல நுழைந்தேன்.

பாவம் என் முதலாளி. வெறும் இளவரசர்தான்.

11

கோபி மற்றும் பாலராஜன் கீதா...

இன்னும் ரியாத்தில்தான் இருக்கிறேன். சாப்பாடு எதுவும் கேன்சல் ஆகாததால் வெளியில் செல்ல இயலவில்லை.

கேவிஆர் வீட்டிற்கு போக முடியாததும், திருவாலர் (ப்ரபா வந்து, 'லூசு சனியனே அது 'திருவாளர்'. திருவாலர்'ன்னா 'வால் உடைய மதிப்பிற்குரியவர்'னு அர்த்தம். திருந்தவேமாட்டியா?' ன்னு சொல்லுவாள் பாருங்களேன்...) R.கோபி அவர்களை சந்திக்க முடியாததும் ஏமாற்றமாகிவிட்டது.

இப்படியெல்லாம் ஏமாற்றம் தோணாது முன்பெல்லாம். வயசாகிற காரணமா இருக்கலாம்னு நினைக்கிறேன். நாளை கோபார் கிளம்ப வேணும்.

பேத்திகளுக்கு என கொஞ்சம் டேட்ஸ் ஒதுக்கிவைத்திருக்கிறேன் என முந்தைய டைரிக்குறிப்பு ஒன்றில் சொல்லியிருந்தேன் இல்லையா?.

'சரி, அதையாவது அனுப்பிவைப்போம். நம்ம பொழப்ப சொல்ல முடியாது'ன்னு சுதாரித்தேன். 'கூப்புட்றா சலாலுதீன் சேட்டாவ' ன்னு கூப்பிட்டு விஷயம் சொன்னேன்

'அதுக்கென்னடா செஞ்சுருவோம்' என்றார். இந்த சலாலுதீன் சேட்டா ஒரு ஆச்சரியம். எல்லோருக்கும் உதவிசெய்யவே பிறவி எடுத்ததுபோலவே துறுதுறுன்னு (துருவா துறுவா ப்ரபா?) அலைவார். எனக்கு மட்டும் இல்லை. ரியாத் பேலஸில் எல்லோரிடமும் இப்படி ஒரு பெயர் எடுத்து வச்சிருக்கிறார்.

ராஜாவையும் சலாலுதீன் சேட்டாவையும் கனெக்ட் (கனெக்ட்டா கணெக்ட்டா ப்ரபா?) பண்ணேன். ராஜாவுடன் பேசிக் கொண்டிருக்கும்போது,

'மாம்ஸ் ஒரு சின்ன விஷயம்... மீன் குழம்பு வச்சிருக்கேன். அதை சேட்டாட்ட கொடுத்தனுப்பலாமா?'ன்னு கேட்டார்.(இது சின்ன விஷயமா? நாக்கு செத்துப்போய்க் கெடக்கு)

'ஆஹா கொடுத்தனுப்புங்க'

டேட்ஸ் போய் மீன் குழம்பு வந்தது டும் டும் டும் டும்.

சேட்டா கொண்டுவந்து மீன் குழம்பைத் தந்தபோது சுப்ராவில் (டைனிங் ஹால்) இருந்தேன். முதலாளிக்கான மதியச் சாப்பாடு செட்டிங்கில் இருந்தோம் எல்லோருமா.

பிளாஸ்டிக் பை ரெண்டு மூடிய டப்பாக்களுடன் சுப்ரா நுழைந்தபோது ஃபிலிப்பினோ நண்பன்கள் சூழ்ந்து கொண்டான்கள்.

ஆளுக்கு அவ்வஞ்சு ரியால் போட்டு புரட்டா கறி வாங்குகிற அளவிற்கு அவன்களை பழக்கிவைத்திருக்கிறேன். அவன்கள் சிக்கன் அடபோ எனக்கும் பிடிக்கும். பழக்கி வைத்திருக்கிறான்கள். எனவே பிளாஸ்டிக் பை, மூடிய டப்பான்னு வந்துட்டாலே சாப்பாடுன்னு ஜெனரலா தெளிவாகிவிடுவோம். இப்படியான கூட்டங்களின் நடுவேதான் இந்த மீன் குழம்பும் மீன் வறுவலும் வந்திறங்கியது.

மீன் வறுவல் சாப்பாட்டிற்குமுன்பே முடிந்தது. மீன் குழம்பை எல்லோருமாக சாப்பாட்டில் தெளித்துக்கொண்டு சாப்பிட்டோம். சுர்ருன்னு இருந்தது எனக்கு காரத்தைச் சொல்லவில்லை. ருசி.

ராஜாவை அழைத்து, 'மீன் குழம்பை நெருப்புக்குத்தி வைக்கிறீங்களா மாப்ஸ்? லதா வைக்கிற மீன் குழம்புபோலவே இருந்தது'

'சும்மா மண் சட்டியில் வைத்ததுதான் மாம்ஸ்'

'இல்ல ராஜா... லதா மீன் குழம்பு ஆயிட்டு இருக்கும்போதே ஒரு கங்கை எடுத்து உள்ள போட்டுட்டு மூடிவைப்பாள். அந்தமாதிரி எதுவும் செஞ்சீங்களா?'

'இல்லை மாம்ஸ். கங்குக்கு எங்க போறது. வெறும் மண்சட்டிதான்'

வீட்டில் கேஸ் வந்தபிறகு, கரியை கேஸ் அடுப்பில் தீ எடுக்கியில் நீட்டி முன்னையும் பின்னையும் வாட்டியபடி நின்னுக்கிட்டு இருப்பாள். கங்கானதும் வைத்து இறக்கப்போற மீன் குழம்பில் போடுவாள். எதுக்கு இவ்வளவு மெனக்கெடுறாள் மீன் குழம்புக்குப் போயி'ன்னு எத்தனையோ தடவை வந்திருக்கிறது.

சேட்டன்மார்கள் ஈரிழை வெள்ளைத்துண்டை தலைப்பாகையாகக் கட்டிக்கொண்டு தேங்காய்ப்பொடி வறுத்தும், மிக்ஸியில் பொடித்தும், தும்மிக்கொண்டும் ஒரு மீன்குழம்பு வைத்து வருகிறார்கள். 'ரைட்டு. தும்மிட்டார்கள். இன்னைக்கு மீன் குழம்பு'ன்னு ஹாலில் காய்கறியோ, சாலட்டோ வெட்டிக்கொண்டிருக்கிற செம பிரில்லியண்ட் ஆன எனக்குப் புரிந்துவிடும்.

பாருங்க... மீன் குழம்பு இதுக்குள்ளயெல்லாம் சிக்காது. எப்பனா சிக்கும். அன்னைக்கு நாமளாப் பாத்து 'இதாண்டா மீன் குழம்பு' ன்னு வாரி குடிச்சிக்கிற தோணும்.

அப்படியான மீன் குழம்பை ராஜா அனுப்பித் தந்திருந்தார். வாரிக் குடிக்க முடியலை. அஞ்சு பேர்களை விட்டுட்டு எப்படி வாரிக் குடிப்பது?

மனுஷன் பிரியாணி செய்கிறார். மண் சட்டியில் மீன் குழம்பு செய்கிறார், டெர்ரர் கும்மி போட்டியில் முதலாவதாகவும் வருகிறார்... ஒரு மனுஷனுக்கு இவ்வளவு நல்லது ஆகாதுங்குறேன். என்ன நான் சொல்றது?

இவர் நம்ம செட்டுக்கு ஆகமாட்டார். மரியாதையா தள்ளி நின்னுக்கிற வேண்டியதுதான். பொண்ணக் கொடுத்திருக்கோம். நேக்குப்போக்காத்தானே நடக்கணும்.ரியாத் வந்துட்டு ரெண்டு தடவ கோபியை அழைத்திருந்தேன். அதில் ஒரு தடவ, 'ப்ளஸ்ல என்ன விசேஷம்?'ன்னு விசாரித்தேன்

'நம்ம கபீஷ் இருக்காங்கல்ல அவங்கள ஜெமோ குழுமத்தில் சேர்த்துக்கலயாம். ஒரு ப்ளஸ் விட்டுருந்தாங்க' என்றார்.

'ஆக்கா... நான் இல்லாமப் போய்ட்டனே... செம ஓட்டம் ஓடி யிருக்குமே கமண்ட்டெல்லாம்'

'ஆமா. செம ஜாலியா இருந்தது'ன்னு சொன்ன கையோடு, 'என்ன சேர்த்துக்கிட்டாங்க. போன மாசம்தான் சேர்ந்தேன்'

ரெண்டையும் ஒரே டயத்துல சொல்ல கோபியால்தான் முடிகிறது. (கபீஷ்க்கு இந்த விஷயம் தெரியவேணாம் நண்பர்களே ப்ளீஸ்)

'கோபி வேல சரியா இருக்கு. ஒரு சாப்பாடு கேன்சல் ஆனாலும் புறப்பட்டு ஓடி வந்துர்றேன்'

'வேலைய பாருங்க பாரா. எங்க போயிறப் போறோம். இந்தத் தடவ இல்லைன்னா அடுத்த தடவ' என புத்தர்போல பேசினார். இவரும் நம்ம செட்டுக்கு ஆகமாட்டாரோ என வருத்தமாக வந்தது. (புத்தர் குரல்போல ட்ரையாக இல்லாமல் குழந்தையின் குரல்போல ரொம்ப உற்சாகமாக இருந்தது கோபியின் குரல்)

எரிச்சலுக்குமேல் எரிச்சலாக வந்துகொண்டிருந்தது.

சனி மாலை 6.45 இருக்கும். சுப்ராவில் இருந்து இதை எழுதிக் கொண்டிருந்தேன். 7.30க்கு எங்க வேலை ஸ்டார்ட் ஆவும். ஒரு ஃபோன் வந்தது பேலஸ் ஃபோன். சாப்பாடு கேன்சல் என்கிற தகவல். 'நல்ல கருத்து நன்றி' ன்னு ராஜாவை அழைத்து விபரம் சொன்னேன்.

'ம்ம்ம்...வெளியில் இருக்கேனே மாம்ஸ்'

'சரி பாருங்க மாப்ஸ். அடுத்த தடவ ட்ரை பண்ணலாம்'

'இல்ல கொஞ்சம் வெயிட் பண்ணுங்க. எட்டு மணிபோல கூப்பிடறேன் . சரியாகி வந்தால் வந்துர்றேன்' என்றார்.

'எல்லாம் சரியாகி வந்துடும்' ன்னு நினைத்துக்கொண்டு யூனி ஃபார்ம் அவுத்து எறிஞ்சுட்டு குளித்து சிவிலுக்கு மாறினேன்.

திருவிழாவிற்கு கிளம்பி இருக்கிற குடும்பஸ்திரி மாதிரி மேக்கப்லாம் ஏத்தி மேலேறி வந்து ராஜாவின் ஃபோனுக்காக காத்துக் கொண்டிருந்தேன். (ரியாத் பேலஸில் எங்க ரூம் அண்டர் கிரவுண்டில் உள்ளது. மேலேறி வந்தால்தான் சிக்னல் கிடைக்கும்)

7.35 க்கு ராஜா அழைத்தார்...

'மாம்ஸ் சாரி... டயத்துக்கு வரமுடியாதுபோல இருக்கு. தப்பா நினைச்சுக்காதிக... வேறொண்ணுமில்ல' ன்னுட்டு ஒரு சந்தோஷமான விஷயம் சொன்னார். (லயாவிற்கு தம்பி வரப்போறான் என நீங்க யோசிப்பீங்கன்னு தெரியும். இல்லை. இது வேற சந்தோசம். பகிர எனக்கு ரைட்ஸ் இல்லை. அவரா பகிர்ந்துகொண்டால் எனக்கு ஒரு ஆட்சேபனையும் இல்லை. கேட்டீங்களா?)

'அடப் பாருங்க மாப்சு எங்க போயிறப்போறோம்'ன்னுட்டு ஆபரேசன் 2 வை தேர்ந்தேன். (ஏத்துன மேக்கப்ப வேஸ்ட்டாக்க யாருக்குதேன் மனசு வரும்?)

கோபியை அழைத்தேன். சலாலுதீன் சேட்டாவை அழைத்தேன். சரியா வந்தது. கிளம்பிட்டேன். ஒருவிதமான பதட்டம் தொற்றிக்கொண்டது. கருவேலநிழல் ப்ளாக் திறந்தபிறகு இந்த புரை ஏறும் மனிதர்களுக்கென நான் தேடிக்கொண்டிருக்கிற மனிதர்களைப் பார்க்கப்போகிற பதட்டம்.

முதன்முதலாக நவாசுதீனை ஜெத்தாவில் வைத்து பார்க்கப்போன பதட்டம்போலவே இருந்தது. 'நான் அப்படியேதான் இருக்கிறேன். நாளுதான் மாறுதுபோல'ன்னு என்னை எனக்கே பிடித்து வந்தது. வெளி தேசம் வந்தபிறகு நம்மை நமக்கே பிடிப்பது சும்மா இல்ல... வெலகுங்க... பிடிச்சமாதிரி இருந்துட்டுப் போறேன்.

கோபாருக்கு வெல்கம் ஜூஸ் செண்டர்னா ரியாத்துக்கு அஜீசியா பண்டா என பழகி வருகிறது. (நிலாவை அங்குதான் பார்த்தேன். ராஜாவை முன்னாடியே பார்த்துட்டேன்)

கோபியை அஜீசியா பண்டா மெக்டொனாட்ல்ஸ் வாசலில் வைத்துப் பார்த்தேன்.

ஆறாப்பு படிக்கும்போது எனக்கு R.V.சரவணன் என்ற நண்பன் 'குட்டையா'ன்னு பெயர் வைத்தான். இப்ப கப்பலில் கேப்டனாக இருக்கிறான். ஆறாப்பு தொடங்கி டிகிரி முடிக்கிறதுவரையில் இந்தப் பயபுள்ள கூடயே வந்துட்டு இருந்துச்சா.

நண்பர்கள் வீட்டிலும் (அம்மாப்பா முதற்கொண்டு) 'டே குட்டையன் வந்திருக்காண்டா'ன்னு உருப்படிக்கு அழைப்பார்கள். அப்ப அவ்வளவு கஷ்டம் தெரிந்ததில்லை. அப்ப எந்தக் கஷ்டம் தான் தெரிந்திருக்கு? சந்தோஷமாகக்கூட இருந்திருக்கு. உரிமையாய் அழைக்க ஒரு வேவ் லென்த் வேணும். அது நண்பர்களிடமிருந்தானே தொடங்கும்.

'ஏங்க கப்பல் சரவணன் உங்கள தேடிட்டு வந்துச்சே. பாத்துட்டீங்களா?'ன்னு எங்களுக்கு குழந்தைகள் வந்தபிறகு லதா கேட்டாள்.

'இல்லையே புள்ள என்ன சொன்னான்?'

'குட்டையன் இருக்கானாத்தான்னு கேட்டு வந்துச்சு'

'என்ன சொன்ன?'

'அங்கிட்டுதானே வந்தாப்ல. என்னைக்கு வீடு தங்கியிருக்காரு ஒங்க குட்டயருன்னு சொன்னேன்'

சிலநேரங்களில், 'குட்டையா என்னப் பெத்தாரு ரேஷன் கடை வரைக்கும் போயிட்டு வந்துறேன்'ன்னு லதாவை சர்வ சாதாரணமா செல்லம் கொஞ்சுற அளவுக்கு இந்தப் பெயரை பழக்கி வைத்திருந்தான்கள். நானும்கூட குட்டயன்னா அது நான் மட்டும்தான்னு நம்பியே வந்திருக்கிறேன்.

அந்த நம்பிக்கையெல்லாம் ஈசியா தகர்த்தார் கோபி.

'ஏ... இங்க பாருடா நம்மவிட குட்டயரு'ன்னு ஓடிப்போய் கட்டிக் கொண்டேன் அவர் அளந்தாரான்னு தெரியலை. நான் அளந்த வகையில் மில்லிமீட்டர் நான் உயரமாக இருந்தேன்.

நானும் 'குட்டையா'ன்னு அழைக்க ஒரு நாள் ஆள் வரும் என கனவிலும்கூட நினைச்சது இல்லை. அதா வாச்சது பாசு. கோபிக்கு காரோட்டிக் கண்ணனாக வந்த அஸ்லாம் பாயிடம்,' வணக்கம் சார். நான் ராஜாராம்' என அறிமுகமாகிக் கொண்டேன். எனக்கு

காரோட்டி வந்த சலாலுதீன் சேட்டாவை,' சேட்டா ரொம்ப நன்றி' என கை பற்றினார் கோபி.

சில விஷயங்கள் பாத்துத்தான் படிக்க வேண்டியதாகிறது. பிறகு நானும் சாரை தூக்கிப் போட்டுட்டு அஸ்லாம் பாயை அஸ்லாம் பாய் என்றே அழைத்தேன்.

கார்ல உக்காந்ததுமே 'கோபி சாப்ட்டுப் போயிருவோமா?' ன்னு கேட்டேன். பெரிய அன்னவெறி ஹசாரேவா இருப்பான் போலயேன்னு அவர் யோசித்திருக்கலாம். யோசிச்சா யோசிச்சுக்கிறட்டும். இதுக்குலாம் பயந்தா முடியுமா?

'வீட்டுக்கு போயிட்டு ஆர்டர் பண்ணலாம் பாரா. வீட்டுக்கு வந்துரும். வீட்டை குப்பையா போட்டு வச்சுருக்கேன்' ன்னு லைட்டா சீனப் போட்டாரு. 'அப்படி இல்லாட்டி அதெப்படி பேச்சிலர் வீடு' ன்னு நானும் ஒரு ஹெவி சீனைப் போட்டுக் காட்டினேன்.

கலகலன்னு பேசிக்கொண்டு கோபி வீடு சேர்ந்தோம். உள்ள போறதுக்கு முன்னால வாசலில் ஒரு கேபின். அதில் இருந்த ஆளிடம் என் இக்காமாவை கொடுக்கச் சொன்னார் கோபி.

இக்காமான்றது நம்ம ஓட்டர் ஐ.டி மாதிரின்னு வைங்களேன். ஓட்டர் ஐ.டியை நம்ம நாட்ல ஓட்டு போடப்போற நாள் அன்னைக்கு மாத்திரம் எடுத்து பர்சில் வைப்போம்.

இல்லாட்டியும் பிரச்சினை இல்லை. யாராவது நம் ஓட்டைப் போட்ருவாங்க. என்ன... 'அண்ணே ஒங்க ஓட்டப் போட்டுட்டேன். வெட்டியா அலையாதீங்க'ன்னு ஒரு அழுத்து சைக்கிளில் வந்து சொல்லிட்டால் நமக்கும் திருப்தியா இருக்கும். (இப்படியான சிறு சிறு குறைகள் வளர் ஜனநாயக நாட்டில் யதார்த்தமே)

வக்காளி இங்க வேறமாதிரி வச்சுருக்காய்ங்க. இக்காமா இல்லாமல் கக்கூஸ்கூட போக முடியாது. இப்படியான இக்காமாவை கொடுக்கச் சொல்றாரே என சற்று யோசனையாக வந்தது. கொடுத்த ஆளிடம் மச்சம், மரு வகைகளை அடையாளப்படுத்தி வைத்துக்கொண்டு கோபி வீட்டிற்குள் நுழைந்தேன்.

ரொம்பப் பிடிச்சிருந்தது கோபி வீடு. கிளிக்கூண்டு மாதிரி லெச்சணமா இருந்தது. கிச்சனில் இருந்த டைனிங் டேபிளில் துவைத்த துணிகள் கிடந்தன. (ஒரு மனுஷனுக்கு எதுக்கு இம்புட்டுத் துணிகள்?)

டைனிங் டேபிளில் துணிகள் கிடந்தால், வாஷிங் மிஷினுக்குள் அமர்ந்து சாப்பிடுவாரா இருக்கும் கோபி என நினைத்துக் கொண்டேன். நினைக்க நல்லாருந்தது. அதிலும் வாஷிங் மிஷினை ஆன் பண்ணி சுத்திக்கொண்டே சாப்பிடுவாரா இருக்கும் என நினைப்பை நீட்டிப்

பார்த்தேன். ரொம்ப நல்லாருந்தது. பேசிக்கொண்டிருக்கும்போது 'இணையத்தில் எழுதுபவர்களை பத்துப்பேரைத்தான் நல்லா எழுதுறாங்கன்னு சொல்ல முடியும். ஹேண்ட்ஸ் ஃபுல் ஆஃப்ன்னு சொல்வாங்க இல்லையா?' என ஒரு சுவீப் ஸ்டேட்மென்ட் விட்டார்.

'ஆமாவா'ன்னு அவரயே பார்த்துக் கொண்டிருந்தேன்.

ஒரு ஆறுபேர் வரைக்கும் விரல் மடக்கினார். அதில் என் பெயர் இல்லை என்பதில் எனக்கு வருத்தம் சூழத் தொடங்கியது. மிச்சம் நாலு பெயர்களை அதுசமயம் அவருக்கு ஞாபகம் வரலை

'மிச்ச நாலுபேர் யாரு கோபி?'ன்னு மனசுவிட்டுக் கேட்டுற லாமான்னு தோணியது. பயமாகவும் இருந்தது.

இதில் இரண்டுவிதமான ஆபத்துகளை சந்திக்க நேரலாம். ஒண்ணு மிச்ச நாலுபேர்களிலும் என் பெயர் இல்லாமலேயே போய்விடலாம். ரெண்டு கோபி பெயர் இருந்தாலும் இருந்துவிடலாம். முன்னதை விட பின்னது மிகுந்த ஆபத்தானது என சைலண்ட் ஆயிட்டேன்.

நான் எதிர்பார்த்த அளவெல்லாம் கோபி இலக்கியம் பேசவில்லை. என்னை குஷிப்படுத்த விரும்பி மொக்கையாக அடித்துத் தள்ளிக் கொண்டிருக்கிறார் என ஒரு கட்டத்தில் புரிந்துகொண்டேன். பார்த்ததும் சலாலுதீன் சேட்டாவை சேட்டா என அழைக்கிற ஒரு மனுஷனுக்கு என்னைக் குளிப்பாட்ட இம்மி நேரம் ஆகுமா? நான் சும்மாவே சிரிப்பேன். கோபி பேசப்பேச சிரித்துக்கொண்டே இருந்தேன்.

கோபி துணுக்கு தோரணங்களாக கட்டி ஆடுகிறார் மனுஷன். ரெண்டு தோரணங்களை மட்டும் இங்கு தொங்கவிடலாம்.

கோபி வீட்டிற்குள் போனதுமே ஃப்ரிட்ஜில் இருந்த லபானை ஒரு டம்ளரில் ஊத்திக் குடித்தார். 'பாரா லபான் குடிக்கிறீங்களா?' என வேறு கேட்டார். இன்னும் பால்குடியே மறக்காத பாலகனைப் பார்த்து தயிர் குடிக்கிறீங்களா எனக் கேட்கிறார். இவரை பதிலுக்கு அசிங்கப்படுத்தாமல் விடக்கூடாது எனக் கறுவி வைத்துக் கொண்டேன். சந்தர்ப்பமும் வாய்த்தது.

டம்ப்ளரில் ஊத்தி கடைசிச் சொட்டு வரையில் விழணும் என தலையை அண்ணாந்தார். இப்பத்தான் அண்ணாக்க இருக்கார் . இதுதான்டா சமயம்னு,

'கோபி, நீங்க CAல்ல? CA கஷ்டமான கோர்ஸ்னு சொல்வாங்களே. எப்படி பாஸ் பண்ணீங்க... அதுவும் நீங்க போயி?' என்றேன்.

'டூ தவுசனில் Y2K ன்னு ஒரு ப்ராப்ளம் வந்தது பாரா'

பா.ராஜாராம் 91

‘ஆமாமா. நானும் கேள்விப்பட்டிருக்கிறேன், கம்ப்யூட்டருக் கெல்லாம் ஏதோ பிரச்சினை வரப்போதுன்னு’

‘அதேதான். கம்ப்யூட்டர் கோளாறா எனக்கு மார்க் அள்ளிப் போட்டிருக்கும்போல பாஸ் பண்ணிட்டேன்’

✸

நமக்காக மொக்கையாக அடித்து தள்ளிக்கொண்டிருக்காரே அவருக்காக நாம் ஏன் அவருக்குப் பிடித்த இலக்கியம் பேசக் கூடாதுன்னு மனசு இறங்கி வந்தது.

‘தி.ஜா. கும்பகோணம்தானே கோபி?’

‘பின்னே. தி.ஜா., எம்.வி.வெங்கட்ராம், குடந்தை R.கோபி ராமமூர்த்தி எல்லோரும் கும்பகோணம்தான்.’

முதல் ரெண்டு ஆளுகளை வாசித்திருக்கிறேன். மூணாவது ஆள் மட்டும் பிடிபடாமல் கோபியைப் பார்த்தேன்.

‘என்ன பாக்குறீங்க? நான்தான்’ என்றார்.

ஏழாவது விரலையும் மடக்கிட்டாரே என எனக்கு வயித்தெரிச்சலாக வந்தது.

✸

இப்படி, கூடயிருந்த நேரம் முச்சூடும் தான் சிரிக்காமல் எதிராளியை சிரிக்கவைக்கிற டேலண்ட் கோபிக்கு இருக்குங்குறேன்.

‘பாலராஜன் கீதா சார், நீங்க வந்தா தகவல் சொல்லச் சொன்னார் பாரா’ன்னு இடையில் சொன்னார்.

‘ஐயோ... கேவிஆர் வீட்டுக் போயிருந்தப்பவே இவரை சந்திக்க விட்டுப்போச்சு கோபி. கேவிஆர் வீட்டுக்கு பக்கத்துலதான் என் வீடும். தெரிஞ்சிருந்தா கண்டிப்பா வந்திருப்பேன்னு எனக்கு மெயில் கூட செய்திருந்தார்’

‘நீங்களே பேசுங்க’ என, அவர் மொபைலில் இருந்து கால் பண்ணி எனக்குக் கொடுத்தார்.

‘வணக்கம் கோபி’ எனத் தொடங்கினார் பாலராஜன் கீதா சார்.

‘சார் வணக்கம். நான் ராஜாராம் பேசுறேன்’

‘பாரா... நல்லாருக்கீங்களா? தொப்ளான் நல்லாருக்காரா? மஹா சசி நல்லாருக்காங்களா?’ என, ஒரு சொடுக்கலில் வீட்டில் உள்ள எல்லோரையும் விசாரித்தார். லதாவை விசாரிக்கவில்லை. (இது லதா தகவலுக்காக)

தொப்ளானை ஒரு லேண்ட்மார்க் ஆக்கி வைத்திருக்கிறேன். இனி அவனைப் பிடிச்சுத்தான் நம்ம இடத்துக்கு வரணும் என்பதுபோல. ரொம்ப சந்தோஷமாக இருந்தது / இருக்கிறது.

கோபி போனை வாங்கி, 'கிளம்பி வாங்க. சாப்பிடுறதுக்கு இங்க வந்துருங்க'ன்னு கம்பெல் பண்ணினார்.

அவரும் ஒரு டாக்ஸியை போட்டுக்கொண்டு கிளம்பி வந்துட்டார்.

பாலராஜன் கீதா சார் வந்தப்போ தம்மடிக்கிறதுக்காக கோபி வீட்டு காம்பவுண்டு வெளியில் வந்து பேசிட்டு நின்னுட்டிருந்தோம். கோபி சிகரெட் குடிப்பதில்லை. லபான் மட்டும்தான் குடிக்கிறார். (என்னைக்கு திருந்தி என்னைக்கு நல்லா வரப்போராறோ...?)

செம சிரிச்ச முகம் பாலராஜன் கீதா சாருக்கு. இவர ரெண்டு தடவ கட்டி இறுக்கிக் கொள்ளலாம்போலயேன்னு வந்தது. ஒரு தடவதான் வாய்த்தது. அடக்க மாட்டாமல், 'ஸ்மைலிங் ஃபேஸ் சார் உங்களுக்கு'ன்னு சொன்னேன். அவரும் நன்றி சொன்னார்.

பிறகுதான் ஞாபகம் வந்தது. கோபியை பார்த்தப்போ இந்த மாதிரி கமண்ட் எதுவும் வைக்கலையேன்னு.

சரி... ஒரு பொய்யை வீணாக்க வேணாம் நாளப்பின்ன உதவும்னு என்னை சமாதானம் செய்துகொண்டேன்.

பாலராஜன் கீதா சார், கோபி, நான் மூவருமாக கோபி வீட்டிற்குள் நுழைந்தோம். வந்து சற்றுநேரத்திற்கெல்லாம் பாலராஜன் சார் கூத்தனூர் சரஸ்வதி அம்மன் படங்களை கோபிக்கும் எனக்கும் பரிசளித்தார். பச்சை பார்டர்வைத்த வெள்ளைப் பட்டில் அம்மன் மின்னினார்கள். (எனக்கு ஏன் இன்னும் இந்தப் பழக்கம் வரமாட்டேங்குது? யாரையாவது பார்க்கப்போனால் நம் ஞாபகமாய் எதாவது கொடுத்து வரவேணும் என்பது. சரி... டைனோஜி மாதிரி டீனேஜ்தானே எனக்கும். போகப்போக எல்லாம் தானா வந்துரும்)

'சரஸ்வதிக்கு எங்கும் தனி ஆலயம் இல்ல பாரா. அந்த ஏரியாவில் ரொம்பவும் பிரசித்திபெற்ற ஆலயம் இது. வருஷம் தவறமால் போய்ட்டு இருக்கேன்' பாலராஜன் சார்.

'சரஸ்வதில்லாம் கும்புடுறீங்க சரியா எழுத்து வரமாட்டேங்குதே? கோபி

அவர் கொஞ்சம் ஷாக்காகி என் முகத்தைப் பார்த்தார்.

'என்ன சார் என்னைய பாக்குறீங்க. சொன்னது அவரு. வந்த திலிருந்து வெளு வாங்கிக்கிட்டுருந்தேன். நீங்க இப்பத்தானே வந்தீங்க. வாங்குங்க' ன்னு இரக்கமில்லாமல் நினைத்துக் கொண்டேன்.

அடி தாங்கமுடியாமல் போகும்போதெல்லாம்,' அய்யோ அம்மா' ன்னு ஊரக்கூட்டி நம்ம ஆளுகளை வரவைத்து, அடியைப் பகிர்ந்து வாங்க வைப்பது ஏழுகடை ராஜதந்திரம் நம்பர் 1

ரொம்ப வாடிட்டாரே பாலராஜன் சார்,' என்ன கோபி இப்படி சொல்லிட்டீங்க. நானும்தேன் ஆஞ்சநேயர் பக்தன். அதுக்காக என்னை தைரியசாலின்னு சொல்லிற முடியுமா?' என மடக்கலாமா என ஒரு ஐடியா வரத்தான் வந்தது.

'நீங்க ஆஞ்சநேயர் பக்தனா பாரா. அதான் அதே சாயலா இருக்கீங்க' என பூமராங் திரும்பினாலும் திரும்பலாம்.

ஒருத்தரைப் பத்தி புரிஞ்சுக்கிட்டா அப்புறம் வால் நீட்டக் கூடாது என்பது ஏழுகடை ராஜதந்திரம் நம்பர் 2.

பாலராஜன் சார் ஒரு கேமரா கொண்டு வந்திருந்தார். சின்னதா, அழகா, செப்புபோல. எனக்கு கேமராவைப் பிடிக்கும்.

கேமராவிற்குப் பின்னால் நிற்க. (ஒருகாலத்தில் கேமரா மேனாக்கும்) முன்னால் நிற்பது என்றால் ஜெயிண்ட் வீலில் சுற்றுவது போல வயிறெல்லாம் கூசி வரும். இப்ப இப்ப பழகி வருகிறேன். (உதுத்துட்டேன்)

கடகடவென ஃபோட்டோ சூட் நடத்தினார் பாலராஜன் சார். நானும் கோபியும் மாத்தி மாத்தி போஸ் கொடுத்தோம். கேமராவில் உள்ளதுதான் வரும் என்று தெரியும். இருந்தாலும் நம்பிக்கைதானே வாழ்க்கை. வலிமையும். என்ன கோபி?

'எங்கட்டையும் கேமரா இருக்கு. நாங்களும் எடுப்போம்ல' என, கோபி ரூமிலிருந்து ஒரு கேமராவை தூக்கிக்கொண்டு வந்தார். மொரட்டுத்தனமான கேமரா அது. கூலிக்கு ஆள் வைத்துத்தான் தூக்கிட்டுப் போகணும் வரணும்போலான கேமராவாக இருந்தது. ஜிம்முக்கெல்லாம் போவாராக இருக்கும் கோபி. அசால்ட்டா சொந்த சத்துலயே தூக்கிக்கொண்டு வந்தார். வந்தவரால் கேமரா மூடியைத்தான் கழட்ட முடியவில்லை.

கொஞ்சம் முக்கினார். கொஞ்சம் முண்டினார். பிறகு நிறையவும் முக்கினார். நிறையவும் முண்டிப் பார்த்தார். ம்ஹூம். கேமரா வாய்ப்புத் தரவில்லை. (அவர் குற்றமன்று)

'இப்படி கழட்டணும் கோபி' என, பாலராஜன் சார் கவரின் இரு பக்க காதுகளை ப்ரெஸ் பண்ணியபடி கழட்டிக் காட்டினார். 'இவரை கூப்பிட்டுருக்கவே வேணாமோ' என கோபி யோசித்திருந்திருக்கலாம். யோசிக்க எல்லோருக்கும் உரிமை இருக்குதானே...

கோபி ஆர்டர்செய்த சாப்பாடு வந்தது. ரொட்டி, ரைஸ், தால், கடாய் வெஜிடேரியன், இன்னும் என்னென்னவோ... சாப்பாடு

விஷயங்களில் சரியாக ஞாபகம் வைத்திருப்பேன். இப்ப வரமட்டேங்குது. இப்படித்தான் புத்தியை பலநேரங்களில் கடன் கொடுத்துவிடுகிறோம்... இல்லீங்களா, வித்யா சந்திரசேகரன்? (இந்த விஷயத்தில் புத்தியை கடன் கொடுக்கவே மாட்டார்கள் வித்யா சந்திரசேகரன் குசும்பன்)

ரூம் ரம்மியமான வாசனைகளால் நிறையத் தொடங்கியது (வாய் ஊறியது என்பதை எவ்வளவு டீசண்டாக சொல்ல வேண்டியதிருக்கிறது.)

பாலராஜன் சார், சாப்பிட்டு வந்துட்டதாக மல்லுக் கட்டினார்.

'அட... உக்காருங்க சார். சும்மா கை நனைங்க.'

உக்காந்துவிட்டார்.

மூவரும் ஃ னா போல, தரையில் சம்மணம் கூட்டி அமர்ந்து கொண்டோம்.

தட்டு எடுக்க உள்ளேபோன கோபி, 'ஆஹா, ஒரு தட்டுதானே இருக்கு... இப்ப என்ன செய்றது?' என வந்தார்.

'ஆமாங்க, இது ஒரு பிரச்சினை. இதுக்கு ரெண்டு அனாசின் சாப்பிட்டா சரியாகிடும்'னு சொல்லத் தோணியது. சொல்ற நேரத்திற்கு சாப்பாட்டைப் பிரித்துவிடலாம் என்பதால் செவ்வக சோத்து டப்பாவைத் திறந்தேன். சோத்து டப்பா மூடி கிட்டத்தட்ட ஒரு தட்டுபோல மலர்ந்தது. 'கோபி இந்தமாதிரி தேவைகளை கால்குலேட் பண்ணித்தான் இப்படி ஒரு பாக்ஸ் போடுறாங்கபோல. பாருங்க இப்ப இது தட்டாயிருச்சு' என்றேன்.

அரையரைக்கா புன்னகையை டெலிவரி செய்த கோபி, 'என்னத்தையாவது சொல்லுங்க' என்றார்.

எப்பனாத்தான் சயிண்டிஃபிக்கா ஜிந்திப்பேன். அது பெரும்பாலும் இப்படித்தான் தோல்வியில் முடிகிறது. முருங்கை மரம் பிதுக்கும் பிசினிலிருந்து சாம்பிராணி ஃபேக்டரி தொடங்கமுடியும் என்பது என் பழைய ப்ராஜக்ட். பதினோரு வயதில் ஜிந்திச்சது. இப்ப வரையில் கைகூட இயலவில்லை. அப்ப செல்வராஜ். இப்ப இந்த கோபி. நண்பர்கள்தானே எதிரி.

பாதி ரொட்டி சாப்பிட்டுவிட்டு தள்ளி உக்காந்துகொண்டார் பாலராஜன் சார். (கை நனைச்சுட்டாரராமாம்)

என் வண்டி போய்க்கொண்டிருந்தது. ஊறுகாய் இருந்தால் இன்னும் ரெண்டு கவளம் சாத்தலாம்போல வந்தது.

'ஊறுகாய் வாங்கி வச்சுக்குங்க கோபி. நம்ம ஊர் ஊறுகாயெல்லாம் இங்க கிடைக்குது.'

பா.ராஜாராம் 95

‘ஊறுகாய் வேணுமா பாரா? ஃப்பிரிட்ஜ்ல இருக்கு.’ என எழப் போனார் கோபி.

‘நீங்க சாப்பிடுங்க. நான் எடுத்துட்டு வர்றேன்’ன்னு பாலராஜன் சார் எழுந்து போனார். ஃப்ரிட்ஜ் திறக்கிற சத்தம் கேட்டது. மீண்டும் ஃப்பிரிட்ஜ் மூடும் சத்தம் கேட்கவே காணோம். அந்தச் சத்தமும் வந்தால்தானே ஊறுகாய் வரும். இதுதானே லாஜிக்.

ஒரு கட்டத்தில் ‘ரொம்பத் தடவுறாரே ஊறுகாய்க்குப் போயி பாலராஜன் சார்’ன்னு நான் எழுந்து போனேன். பல்லில் விரல் வைத்தபடி மலர்ந்து சிரிக்கிற எம்.ஜி.ஆர். ஃபோட்டோவை எல்லா அதிமுக காரர்கள் வீட்டிலும் பார்க்கலாம். அந்த ஃபோட்டோ இல்லையெனில் அது, அதிமுக காரர்கள் வீடில்லை என அடித்துச் சொல்லலாம். அவ்வளவு பிரசித்தம் எம்.ஜி.ஆரின் அந்தப் புகைப்படம்.

அந்த புகைப்படத்து எம்.ஜி.ஆர்.போலவே, பல்லில் கை வைத்தபடியும், திறந்த ஃப்பிரிட்ஜின் கதவு தானாக மூடிவிடாதபடிக்கு ஒரு கையில் தாங்கிக்கொண்டும் தேடிக் கொண்டிருந்தார் பாலராஜன் சார். ஊறுகாயை. (நெற்றியில் கோடுகள்கூட ஓடியது)

‘அய்யயே... இம்புட்டு சிந்திக்கிறாரே... தள்ளுங்க சார்’ன்னுட்டு நான் ஊறுகாயை தேடத் தொடங்கினேன்.

ஃப்பிரிட்ஜின்மேல் தட்டில் வெள்ளரிக்கா கட்டு ஒண்ணு பிளாஸ்டிக் பிரிக்கப்படாமல் இருந்தது. இரண்டாவது தட்டில் ஒரு சதுர டப்பாக்குள் நாலஞ்சு சப்போட்டா பழங்கள் கிடந்தன. பக்கத்தில் கோபி குடிச்சுட்டு வச்ச லபான் கேன்.

மூன்றாவது தட்டில் சில ஐட்டங்கள் இருந்தன. அவை யாவும் ஊறுகாய்க்கு பொருந்தாத சாயலில் இருந்ததால் என் நெற்றியிலும் கோடுகள் ஓடத் தொடங்கின.

எங்கள் குடும்பம் பாரம்பரியமான திமுக குடும்பம் என்பதால் பல்லில் கை வைக்கவும் யோசனையாக இருந்தது. யோசிக்க எல்லோருக்கும் உரிமை இருக்குதானே. தோல்வியை ஒப்புக்கொள்ள மனமின்றி, (பாரம்பரிய திமுக குடும்பத்திலிருந்து வந்ததால்) ‘இதுல எங்க சார் ஊறுகாய் இருக்கு?’ என்றேன், பாலராஜன் சாரைப் பார்த்து.

‘அதானே... பக்கத்து வீட்டு ஃப்பிரிட்ஜ்ல வச்சுட்டாரோ?’ என்றார் சார்.

வெடித்துச் சிரித்தேன்.

நாங்களாக பேசுவதும் சிரிப்பதையும் கண்ட கோபி, விடுவிடுவென எழுந்து வந்தார். ‘இதென்ன ஊறுகாயா ஓங்க மண்டையா?’ என்பது போல சப்போட்டாப் பழ சதுர டப்பாவை தூக்கிக்கொண்டு

சாப்பிட்ட இடத்திற்குப் போய்விட்டார். முழு முழு எலுமிச்சை ஊறுகாய். ஊறி உணங்கி சப்போட்டாவாக எங்களுக்கு காட்சி அளித்திருக்கிறது. காட்சிப் பிழேய். (பிழை ஊறியதால் பிழேய்)

'இது ஊறுகாயா? நான் சப்போட்டா பழம்னுள்ள நெனைச்சேன்" பாலராஜன் சார்.

wise men thinks alike.

✸

ஆச்சு. பாலராஜன் சார் கிளம்பும் நேரம் வந்துட்டது. 'சரி கோபி, பாரா'ன்னு சார் கிளம்பியப்போ எதையோ பறிகொடுத்ததுபோல இருந்தது. சரி சார்ன்னு கூடவே கிளம்பி வந்தேன். கோபி வீட்டின் சைடு சந்தில் பாலராஜன் சார் வந்த காருக்குள் தலை அண்ணாந்து தூங்கிக் கொண்டிருந்தார் ட்ரைவர். சார் அந்தப் பக்கத்து கண்ணாடி ஜன்னலை தட்டினார். உசும்பி விழித்தபிறகு நான் இந்தப் பக்கத்து ஜன்னலைத் தட்டினேன். திரும்பிப் பார்த்தார். கும்பிட்டேன் .

பாலராஜன் சார் புறப்பட்ட கொஞ்சநேரத்தில் நானும் கிளம்ப நேரிட்டது. கோபி அஸ்லாம் பாயை அழைத்தார். பேலஸ் வந்துட்டது. பேலஸ் வாசலில் இறங்கி கோபியும் நானுமாக கட்டி அணைந்துகொண்டோம். கண்ணாடிவழியாக அஸ்லாம் பாயைப் பார்த்தும் ஒரு கும்பிடு வைத்தேன். நேராக எட்டி என் ரூமிற்கு நடைவைத்துக் கொண்டிருந்தேன். சலாலுதீன் சேட்டாவை அழைத்து, 'சேட்டா பேலஸ் வந்துட்டேன். கோபியே கொண்டுவந்து விட்டுட்டுப் போய்ட்டார். ரூமிற்கு நடந்து போய்ட்டு இருக்கேன்'ன்னு கூப்பிட்டேன். (கெளம்புற நேரத்துல கூப்பிட்றான்னு சேட்டா சொல்லி வைத்திருந்தார்)

'நீ அங்கயே நில்லு. நா இந்தா வர்றேன்'ன்னு சலாலுதீன் சேட்டா கிளம்பி வந்தார்.

கையில், கோபி பரிசளித்த ஸ்ரீலங்கா டீ பாக்கெட்டுகள் இருந்தன.

ரெண்டு பாக்கட்டுகளை எனக்கு வைத்துக்கொண்டு ரெண்டு பாக்கெட்டுகளை சலாலுதீன் சேட்டாவிற்கு பரிசளித்தேன்.

✸

'எதுக்கு வேற யாருக்காவது கொடுக்கலாம்ல' என, டீ பாக்கெட்டுகளை எனக்குக் கொடுத்ததுபோல பாலராஜன் சாருக்கும் கொடுத்தப்போ பாலராஜன் சாரின் கமண்ட் இது.

'அதான் உங்களுக்குக் கொடுக்கிறேன்" கோபியின் கமெண்ட் இது...!

✸

12

காளியப்பன் அண்ணன்

என் காளியப்பன் அண்ணன் என்னை ப்ளஸ்சில் ஃபாலோ செய்து, 'உனக்கு பழைய காதல்பற்றி சொல்வது பெருமையாய் இருக்கலாம், ஆனால் சம்பந்தப்பட்டவருக்கு தெரிந்தால் வரும் வேதனைபற்றி நீ உணர்ந்தால் மறுபடி எழுதமாட்டாய் என நம்புகிறேன். எப்பவும் நீ என்ன எழுதி உள்ளாய் என ஆவலாகப் படிப்பேன். இரண்டு தடவை நீ எழுதியதைப் படிக்கும்போது மனது வலிக்கிறது'ன்னு கமெண்டில் சொல்லிட்டார். ரெண்டு போஸ்ட்டை எடுக்குறது மாதிரி ஆயிட்டது.

என் சந்தோசத்திற்கு என் திருப்திக்கு மட்டுமே என் எழுத்து. என் எழுத்தை என் மற்றும் என் குடும்ப பூவாவுக்கான தேவைகளை முடித்தபிறகே உக்கார்ந்து எழுதுகிறேன். ஆதலால் குறைவான நேரமே இருக்கிறது.

கிடைக்கிற நேரத்தில் உக்கார்ந்து கிடுகிடுன்னு எழுதுகிறேன். நான் வெயிட்டர் என்பதால் செட்டிங்ஸ் முடிந்து முதலாளி சாப்பிட வரும் வரையில் நிறைய நேரம் வெயிட் பண்ணவேண்டியது வரும். அந்த நேரத்தில் மூட் இருந்தால் அங்கு கிடைக்கிற காகிதங்களில் எழுதுகிறேன்.

மூட் என்ன பெரிய மூட்? டைமை கில் பண்ணனும்னு தோணும். டைம்னு இல்லை. பொதுவா, எதையும் அல்லது யாரையும் கில் பண்ண எழுத்தைவிட்டால் வேறு நல்ல ஆயுதம் கிடையாது இல்லையா?

உக்கார்ற இடத்தை அமுக்கி உக்கார்ந்து எழுதுவது எனக்கு

விஷயமில்லை. ஆனால் தட்டச்சுவது விஷயம். ஒரு நாளைக்கு ரெண்டு அல்லது மூன்று பாராவிற்குமேல் தட்டச்ச இயலுவதில்லை. உண்மையில், போர் பாஸ் டைப் பண்ண.

‘அது என்ன உன் காளியப்பன் அண்ணன் சொன்னா மட்டும் கேட்டுக்குற... நாங்க சொன்னா கேக்க மாட்டேன்ற?’ன்னு ஒரு கேள்வியும் உங்களுக்கு வரலாம். (வராட்டியும் வரவைங்க. அப்பத்தான் நான் அனத்த சரியா இருக்கும்).

தம்பி கண்ணன், கனடாவில் இருக்கான்ல? அவன் கூடப் பிறந்தவர் காளியப்பன் அண்ணன். எனக்கு பெரியப்பா மகன். பெரியப்பாவும், சித்தப்பாவும் எப்படி எனக்கு அப்பாவேதானோ அப்படித்தான் காளியப்பன் அண்ணன், அவரின் கூடப் பிறந்த தம்பிகளான இளங்கோ அண்ணன், மதி, கண்ணன், அண்ணாத்துரை சித்தப்பா மகன்களான பிரசாத், விஜயன், பிரதீப் எனக்கும் கூடப் பிறந்தவர்களே. புரியல இல்லையா? எனக்கும்தான். அது அப்படித்தான். புரியாததையெல்லாம் அது அப்படித்தான்னு கடந்துருவமே.

இப்போ அப்பாவும் பெரியப்பாவும் இல்லை. அதனால் அண்ணாத்துரை சித்தப்பா எங்கள் எல்லோருடைய அப்பா இடத்திற்கும் நகர்ந்துவிட்டார். அப்படின்னா அண்ணாத்துரை சித்தப்பா இடம் வேக்கன்ட் ஆயிட்டது இல்லையா?

அதனால காளியப்பன் அண்ணன் அண்ணாத்துரை சித்தப்பா இடத்திற்கு நகர்ந்துவிட்டார். சின்ன வயசில் இருந்தே காளியப்பன் அண்ணன் சொன்னால் நான் கேட்டு வந்திருக்கேன். ஏன்னா இளங்கோ அண்ணன் கேட்டு வந்திருக்கார்.

இளங்கோ அண்ணனே காளியப்பன் அண்ணன் சொன்னதை கேட்கும்போது எனக்கு என்ன வந்தது? இதில் சந்தோசமான விஷயம் என்னன்னா நான் சொல்றதை கேக்கவும் மதி, கண்ணன், ப்ரசாத், விஜி, ப்ரதீப் இருக்கான்கள் என்பதுதான். நம்பமுடியாமல் வருகிறது இல்லையா? அது அப்படித்தான். நம்பமுடியாததையெல்லாம் கூட அது அப்படித்தான்னு கடந்துருவமே.

இந்த ரூல்ஸ் எங்கள் கூடப் பிறந்த பெண் குழந்தைகளுக்கு அப்ளை ஆகாது. அதுதான் கல்யாணம் ஆனதும் அவர்கள் புருஷன்கள் பேச்சைக் கேட்கப் போய்விடுகிறார்களே. அதுக்காக அவர்களாக தந்தால் நாங்க யாரும் வேணாம்னும் சொல்றது இல்லை. இது ரூல்ஸ் நம்பர் ஒன் பார் ஒன்கியின் கீழ் வரும்.

இதைப் புரிந்துகொண்டு சரக்கில் வீடு போகும்போதோ அல்லது சண்டையிலோ லதா, ‘விடியட்டும். காலைல காளியப்பத்தானுக்கு போனப் போடுறேன்’ன்னு மிரட்டவும் செய்திருக்கிறாள். லதா

இப்படித்தான் சொல்வாள். ஆனால் அவள் வீட்டு மனிதர்களிடம் கூட என்னை விட்டுத்தந்தது இல்லை.

ஒருநாள் பகலில் நல்ல சரக்கு. மதியம் சாப்பிட்டு தூங்கிக் கொண்டிருந்தேன். லதா அப்பா வீட்டிற்கு வந்திருந்தார். 'வாங்க மாமா'ன்னு எழுந்து கேட்கணும்போல ஆசையாக வந்தது. 'வாம்க மாழ்மா'ன்னு கேட்டுருவனோன்னு என்மேல் நம்பிக்கை இல்லாமல் இருந்ததால் கண்ணை இறுக மூடிக்கொண்டு அப்பாவும் மகளும் பேசுவதைக் கேட்டுக்கொண்டு படுத்திருந்தேன்.

'என்னத்தா மாப்ள படுத்திருக்கார். ஒடம்புக்கு எதுவுமா?'

'நைட்டு ஏதோ போட்டோ ஆர்டருக்கு போய்ட்டு, காலைலதேன் வந்தாக. அதேன் சாப்ட்டு படுத்துட்டாக' என்றாள்.

எனக்கு லதாமேல் ரொம்ப காதலாக வந்தது. மாமா போனதற்குப் பிறகு காதலித்துக்கொள்ளலாம் என தூங்கிவிட்டேன். இப்படி நல்லெண்ண மேரி மாதாவாக இருந்த லதா காளியப்பன் அண்ணனிடம் ஒரு கம்ப்ளைண்டை கொண்டுபோவாள் என்று யாரும் எதிர்பார்க்க முடியுமா? அந்த நேரம் கடன் தொல்லை ருசியாக எங்களை தின்றுகொண்டிருந்த நேரம். காலையில் எழுந்து லதாவிற்கு தண்ணீர் பிடித்துத் தருவது மட்டும் என் வேலையாக பார்ப்பது உண்டு.

அந்த நேரத்துக்குள்ளயே எப்படித்தான் கடன் வசூலிப்பவர்கள் கால்குலேட் பண்ணி எழுந்து வருவார்களோ என்று தெரியாது. இவ்வளவு டேலன்ட்டா கால்குலேட் பண்ணுபவன் என்ன மயித்துக்கு எனக்கு கடன் கொடுத்தான் என்று வரும். 'ஒத்த ஆளா கெடந்து அலையுறானே பாவம்' என, அவன் சார்பாகவும் இரக்கம் தோன்றும். இல்லாத குத்தம்தானேயொழிய அடிப்படையில் நல்லவன்தானாக்கும் நான்.

தண்ணீர் பிடித்து தந்த கையோடு கிளம்பிப்போனேன்னா இருட்டும்போதுதான் வீட்டுக்குத் திரும்புவேன். ரயில்வே ஸ்டேசனுக்கு உட்புறமாக தண்டவாளங்களைத் தாண்டி நிறைய ஆலமரங்கள் இருக்கும். ரயில்வே ஸ்டேசனில் வண்டியை நிறுத்திட்டு ஸ்டேசன் நுழைந்து தண்டவாளங்களைக் கடந்தும் அந்த ஆல மரங்களுக்கு நடந்துசெல்ல முடியும். அப்படிப் போக மாட்டேன். (TN 63 / 4971 என் TVS 50 நம்பர். நம்பரைப் பார்த்து யாரும் தேடிவந்தால் யார் பதில் சொல்றது?)

நேரா தொண்டி ரோடு. ரயில்வே கேட்டைக் கடந்தால் லெஃப்ட்ல ஒரு ஒத்தையடிப்பாதை பிரியும். பிடிச்சு வந்தால் ரெண்டு நிமிடங்களில் ஆலமரம் வந்துற முடியும். அவ்வளவு ஆலமரங்களும் தலையத்தலைய உரசிக்கொண்டு சும்மா பச்சுன்னு நிக்கிங்க பக்கிக.

அவற்றில் ஒரு மரம் என்னுடையது. அதன் பாதத்தில் வண்டியை நிறுத்திட்டு நின்று பார்த்தால் தூரத்தில் மூர்த்தி டீக்கடை தெரியும். மூர்த்தி முதலில் ரயில்வே ஸ்டேசன் எதிரில் டீக்கடை போட்டிருந்தான். பிறகுதான் ஏழுகடையில் ப்ராஞ்ச் திறந்து பஞ்சு பஞ்சாய் பிஞ்சி போனான்.

நின்று பார்த்தால்தான் மூர்த்தி கடை தெரியும். உக்காந்துட்டா அதுவும் தெரியாது. ஏன் தண்டவாளங்கள்கூட தெரியாது. ரயில் போனால் தெரியும். அதுவும் எப்போதாவதுதான் போகும். நிழலில் படுத்திருக்கிற நான் எழுந்து எழுந்து ரயில் பார்த்துவிட்டுப் படுப்பேன். எந்த சூழ்நிலையிலும் ரயில் மட்டும் பார்க்க எப்பவும் பிடித்துத்தான் வந்திருக்கு. வருகிறது. வருமும் கூட.

பசிக்கும்போது குறுக்காக மூர்த்தி கடை நடந்து டீ பன் சாப்பிட்டுத் திரும்பி வருவேன். மூர்த்திக்குத் தெரியும். ஆனால் ஒரு பிள்ளை யிடமும் சொன்னதில்லை. ‘பன்ன வய்யிடா. இப்ப சாப்பாடு வர்ற நேரம்தான்’ன்னு பலமுறை சொல்லியிருக்கிறான் மூர்த்தி.

அவனுக்கு வர்ற சாப்பாட்டை இருவருமாக சாப்பிட்டு ஆலமரம் திரும்பியிருக்கிறேன். ‘தேடி வர்றவங்களுக்கு பதில் சொல்ல கஷ்டமா இருக்குடா. நான் வீட்டில் இல்லைன்னா லதா ஈசியா சமாளிச்சிர்றாள். எனக்குதான் முடியாம வருது.’ன்னு ஒரே ஒரு தடவை, முதல் தடவை மட்டும் மூர்த்தியிடம் நானாக சொன்னதுதான்.

தூக்கம் நல்லா வரும் அந்த ஆலமரத்தடியில். தூரத்தில் மருதுபாண்டியர் போக்குவரத்து பணிமனையிலிருந்து டொங்கு டொங்குன்னு இரும்படிக்கிற சத்தம் மட்டும் கேட்டுக்கொண்டே இருக்கும். அதொன்றும் தூக்கத்திற்கு தொந்திரவாக இருக்காது. ஆனா ரயில் சத்தம் தொந்தரவு ஆயிரும்.

எழுந்து உக்காந்து ரயிலைப் பார்த்துட்டா டூட்டி முடிஞ்சிட்டது போல மீண்டும் தூங்க முடியும். (இப்ப, நம்ம பாலா அண்ணாவுடன் ஒரு இனம்புரியாத பந்தம் ஏற்பட்டதுகூட ரயிலா, ஆலமரமா, தூக்கமா அல்லது இதெல்லாமும் காரணமான்னு தெரியாது)

‘நீ இப்படி கிளம்பி வந்துட்டியே வீட்டுப் பொம்பளை எப்படிடா இதை சமாளிக்கும்? அசிங்கமா தெரியலையா உனக்கு? லதா, புள்ளைக சாப்ட்டுச்சுகளான்னு தெரியுமா?’ன்னு ஒரு தடவைகூட என்னிடம் மூர்த்தி கேட்டது இல்லை.

அப்படி கேட்டிருந்தால் திருந்தி வீடு போயிருப்பேன் என்று சொல்ல வரவில்லை. அப்போ உள்ள சூழ்நிலைக்கு நான் இடத்தை மாத்தியிருப்பேன் என்றுதான் என்னை கெஸ் பண்ண முடிகிறது.

இப்படி எத்தனை நாட்கள்? ஞாபகம் இல்லை. நாள் கணக்குதான் ஞாபகம் இல்லை. நாட்களை மறக்கவில்லை. மறந்துட்டா தேவலை.

ஒருநாள், இந்த டூட்டி முடிந்து வீடு வந்தேன். வீட்டுவாசலில் சைக்கிள் ஒன்று நின்றுகொண்டிருந்தது. கொஞ்சநேரம் தெரு முனையிலேயே நின்றுகொண்டிருந்தேன். சைக்கிள் கிளம்புவதாக இல்லை. மேற்படியாளர்கள் யாருக்கும் நான் வரும்வரையில் காத்துக் கொண்டு உட்கார்ந்திருக்கிற பொறுமை இருந்ததில்லை.

அவசர அவசரமாய் பிறந்து அவசர அவசரமாய் வளர்ந்தால் இதுதான் பிரச்சினை. வருவார்கள். வீட்டுவாசலில் நின்று சைக்கிள் இருந்தால் கிணிங் கிணிங்ன்னு ரெண்டு சைக்கிள் மணி. வண்டி பார்ட்டின்னா ரெண்டு ஹாரன். 'வந்தா இன்னார் வந்துட்டுப் போனேன்னு சொல்லுங்க'ன்னு சொல்லிவிட்டுப் போவார்கள்போல. வந்ததும் 'இன்னாரு இன்னாரு இன்னென்ன மாதிரி'ன்னு லதா சொல்வாள். கேக்க எவ்வளவு நிறைவா வரும்ங்கறீங்க.

டைம் லிமிட்டைத் தாண்டி சைக்கிள் நிற்கவும் பக்கத்து வீட்டுக்கு வந்த சைக்கிளா இருக்கும். 'அவருக்கு என்ன தொயரமோ'ன்னு என் வண்டியைத் தட்டி வந்து வீடிறங்கினேன். ஹாலில் வாசலைப் பார்த்தபடி இளங்கோ அண்ணன் உக்காந்திருந்தார்.

இளங்கோ அண்ணன் யாருன்னு நினைவு இருக்குல்ல? யெஸ். அவரேதான் காளியப்பன் அண்ணனின் தம்பி. இளங்கோ அண்ணன்தான் எங்கள் குடும்பத்தை தூக்கி நிறுத்தியவர்னு சொல்வேன். இளங்கோ அண்ணனைப் பார்த்ததும் சந்தோஷமா யிட்டது. 'என்னண்ணே நீங்க எப்ப வந்தீங்க?'ன்னு உள்ளே வந்தேன். வந்தால் உள்ளே ஹாலில் லதா கண்ணீரும் கம்பலையுமான்னு என்னவோ சொல்வார்களே அப்படி இளங்கோ அண்ணனுக்கு எதிர்புறம் உள்ள சுவரில் சாய்ந்து உட்கார்ந்திருந்தாள்.

இளங்கோ அண்ணன் வறட்சியாக ஒரு சிரிப்பு சிரித்து, 'ராஜா' என்றார். அவ்வளவுதான் சொன்னார். அந்த ராஜாவும் அந்தச் சிரிப்பும் இன்னும் அப்படியேதான் எனக்குள் இருக்கு. இப்ப நினைத்தாலும் கண்கள் கலங்கிவருகிறது. இளங்கோ அண்ணன் மாதிரியான ஆட்களெல்லாம் அப்படி சிரிக்கவேகூடாது கேட்டீங்களா? அண்ணனையும் லதாவையும் மாறி மாறிப் பார்த்தபடி கொஞ்ச நேரம் நின்றுகொண்டிருந்தேன். 'என்னண்ணே... இவ ஏன் இப்படி உக்காந்திருக்கா?'ன்னு நார்மலுக்கு வர தடுமாறிக் கொண்டிருந்தேன்.

வீட்டு நிலைமைகளை எந்தச் சூழ்நிலையிலும் லதா பேசியிருக்க மாட்டாள்ன்னு எனக்கு நம்பிக்கை இருந்ததால் வேறு எதுவும் பிரச்சினையான்னு புரியாமல், 'என்னண்ணே... என்னண்ணே' ன்னு திரும்பத் திரும்ப அண்ணனயே கேட்டுக் கொண்டிருந்தேன்.

‘ஒன்னுமில்லைடா. எங்க போயிட்ட? மத்தியானம் எங்கடா சாப்ட்ட? ஏ... எந்திரித்தா. எந்திரிச்சு முகத்தக் கழுவு. நானும் தம்பியும் ஒரு டீ சாப்ட்டு வர்றோம். வாடா’ ன்னு வெளியில் கூட்டிட்டு வந்தார்.

தெரு முக்கு டீ கடையைத் தாண்டி கூட்டிட்டுப் போனார். ‘இங்க சாப்பிடலாம்ணே’ன்னு கடையைக் காட்டி நின்றேன் (அங்கே கணக்கு உண்டு) ‘வாடா’ ன்னு சொல்லிட்டு திருப்பியும் நடந்தார். சில விஷயங்களை பேசவென சில இடங்கள் இருக்கும்தானே. அப்படி அந்த இடத்தைக் கடக்கிறபோதெல்லாம் அந்த விஷயமும் நினைவு வரும்தானே. அப்படி அந்த இடம் வந்தபோது அண்ணன் நின்றுவிட்டார். என் தோளில் கை போட்டுக் கொண்டார்.

‘எவ்வளவு கடன் இருக்கும் ராஜா?’ என்றார்.

புரிந்துவிட்டது.

எனக்கு இளங்கோ அண்ணன் வளர்ந்த வழி தெரியும். சிவகங்கை ஷண்முக பவனில் சர்வராக வேலைக்குச் சேர்ந்து, முதலாளி நம்பிக்கை பெற்று அதே ஷண்முகபனில் கல்லா பொறுப்புக்கு வந்து, முதலாளி அன்பைப் பெற்று அவர் ஆசியுடன் சிவகங்கையில் வெண்மதி டீ ஸ்டால் என்ற டீ கடையைத் தொடங்கி, டிகிரி முடித்து வேலை தேடிக்கொண்டிருந்த காளியப்பன் அண்ணனை வெண்மதி டீ ஸ்டால் கல்லாவில் அமர்த்தி (இவர் டீ பட்டறையில் நின்றுகொண்டு)...

அதே சிவகங்கையில் வெண்மதி டீ ஸ்டாலை வெண்மதி ஹோட்டலாக உயர்த்தி தம்பிகள் மதி, கண்ணனை சென்னை ஐஐடி’யில் படிக்கவைத்து, இருவரையும் கனடாவுக்கு அனுப்பி என்று சிறுகச் சிறுக வளர்ந்த பெரிய பயணம் அது. சினிமாபோல ஒரே பாட்டில் சொல்ல முடிந்தால் நல்லது. முடியாது.

இன்னொரு சந்தர்ப்பத்தில் இளங்கோ அண்ணன்குறித்து பேசமுடியுதான்னு பார்க்கலாம் இன்ஷா அல்லாஹ். இளங்கோ அண்ணன் ‘எவ்வளவு கடன் இருக்கும் ராஜா?’ என்று என்னிடம் கேட்டபோது மதி மட்டும் கனடா போயிருக்கிறான். கண்ணன் ஐஐடி’யில் படித்துக் கொண்டிருக்கிறான்.

அப்பத்தான் பெரியப்பா குடும்பத்தில் அப்பாடான்னு மூச்சாறிக் கொண்டிருந்த நேரம். சற்று பச்சையம் தெரியும் காலம். பச்சையம் என்றால் ரயில்வே ஸ்டேசன், ஆலமரங்கள் பச்சையம் இல்லை. அம்மிக்கல் குழவித் தட்டலில் தப்பிய கடுகு, மல்லி கல்லைச் சுற்றி துளிர்த்திருக்குமே அந்தப் பச்சையம்.

‘இருக்குண்ணே. அதுலாம் நான் பாத்துகிருவேன். இதுதானா? நான் என்னவோன்னு பயந்துட்டேன்’

'டேய் இங்க பாரு. என் முகத்தைப் பாரு. ஒன்னையத்தாண்டா கேக்குறேன்'ன்னு, என் முகத்தை தொட்டுத் தூக்கியபோது அண்ணன் அதேமாதிரிதான் சிரித்துக் கொண்டிருந்தார்.

'முப்பத்தஞ்சிலிருந்து நாப்பதாயிரதுக்குள்ள இருக்கும்ண்ணே'

முழுசா எவ்வளவுன்னு அந்த நேரத்தில் எனக்குத் தெரியாது. இப்போதைக்கு அந்தச் சிரிப்பிலிருந்து தப்பிச்சிட்டாபோதும் போல இருந்தது.

'நைட்டு உக்காந்து லிஸ்ட் அவுட் பண்ணு. நான் போயி காளியப்பண்ணன்ட்ட பேசிட்டு காலைல கூப்பிடுறேன். போயி லதாவுக்கு தைரியம் சொல்லு'ன்னு சொல்லிட்டு என்னுடனே மீண்டும் வீட்டிற்கு வந்தார். வீடு இருட்டில் இருந்தது. 'என்னடா கரண்ட் இல்லியா?'ன்னு கேட்டுக்கொண்டே இவரே தடவி சுவிட்சைத் தட்டினார். லதா 'இன்னிக்கு செத்தா நாளைக்கு பாலு, உரை குத்தி வைச்சா மக்கா நாளைக்கி தயிராகவும் மலர்வேன்' என்பதுபோல உக்காந்த இடத்திலேயே போஸ் மாறாமல் இருந்தாள். 'ஏ, என்னத்தா... இன்னும் அங்கயே உக்காந்திருக்க? எந்திரிச்சு முகத்தக் கழுவி வெளக்கப் பொருத்துத்தா'ன்னு அவளையும் கிளப்பி விட்டுட்டுப் புறப்பட்டார். இரவே காளியப்பன் அண்ணன் அழைத்தார். அப்போ லேண்ட் லைன் வீட்டில். 2727ன்னு முடியும் நல்ல ஃபேன்சி நம்பர்தான். இப்ப மறந்துட்டேன். (எப்படி மறந்தேன்? ப்ச்... வயசாயிட்டது)

'ராஜா, அண்ணன் பேசுறண்டா... என்னடா மொத்தம் எவ்வளவுன்னு எழுதிட்டியா?'

'இல்லண்ணே. காலைலக்குள்ள எழுதிர்றேன்'

'அப்ராக்ஸ்சிமேட்டா எவ்வளவு வரும்னு சொல்ல முடியுமா?'

'அதுதாண்ணே. அண்ணன்ட்ட சொன்னதுக்குள்ளதான் வரும்'

'கன்ஃபார்மா தெரியுமா?'

'கண்டிப்பா அவ்வளவுக்குள்ளதான் வரும்ண்ணே'

'சரி காலைல கடைக்கு வா. வரும்போது பாக்கி இல்லாமல் எழுதிட்டு வா. கூட இருந்தாலும் பிரச்சினை இல்லைடா. பத்திரம் எதுவும் எழுதிக் கொடுத்திருக்கியா?'

'ஆமாண்ணே. கொஞ்சப் பேர்ட்ட எழுதிக் கொடுத்திருக்கேன். கொஞ்சப் பேர்ட்ட நம்பிக்கையின் பேர்லயும் வாங்கியிருக்கேன் பத்திரம் எழுதி கொடுத்தவுங்கட்ட செட்டில் பண்ணிட்டு பத்திரத்தை வாங்கி உங்கட்டயே தர்றேன்'

'அதுலாம் வேணாம்டா. நீ வாங்கிட்டா சரி. காலைல வந்துரு. லதா புள்ளைக எங்கடா?'

'தூங்கிருச்சுக அண்ணே'

'சரி, காலைல வா' அண்ணன் குரலை போனிலயே சந்திக்கத் திணறலாக இருந்தது. காலையில் முகத்தைப் பார்க்கணும்.

கடைக்குப் போயிருந்தேன். அப்போ திருப்புவனத்தில் இருந்தது கடை. (அதே வெண்மதி ஹோட்டல். ஆனால் அசைவம்) பிசியாக இருந்தது கடை. காளியப்பன் அண்ணன் கல்லாவில் இருந்தார். லிஸ்ட் எழுதிக்கொண்டு போகல. எழுதியே பார்க்கல. பார்க்கப் பயமா இருந்தது. இளங்கோ அண்ணன், 'வாடா'ன்னு சொல்லிட்டு அடுப்படிக்கும் டேபிளுக்கும் நடந்துகொண்டிருந்தார்.

'இளங்கோ கல்லாவுக்கு வாடா'ன்னு கூப்பிட்டார் காளியப்பன் அண்ணன். இளங்கோ அண்ணன் வந்ததும், 'வாடா சாப்பிடலாம்... மாஸ்டர் ரெண்டு தோசை'ன்னு குரல் விட்டார்.

'சாப்ட்டுதான் வந்தேண்ணே'

'சாப்ட்டுதான் வந்திருப்ப. நான் சாப்பிடனும். எனக்கு கம்பெனி கொடு'

'சரி. அப்ப நான் பூரி சாப்பிடுறேண்ணே'

'மாஸ்டர் ஒரு தோசை. ஒரு பூரி செட்டு'

சாப்பிடும்போது அண்ணன் கேட்டார், 'லிஸ்ட் எழுதிட்டியாப்பா?'

'நைட்டு எழுதிப் பாத்தேண்ணே. முப்பத்தஞ்சுக்குள்ளதான் வருது' லிஸ்ட்டக் கொடு பாப்போம்ன்னு அண்ணன் கேட்கல. கேக்கமாட்டார்ன்னு தெரியும்.

'கொடுத்துட்டா நில்லுக்கு வந்துருமாடா?'

'ஆமாண்ணே'

'சாப்பிட்டு கல்லாவுக்கு வந்தோம். கல்லாவைத் திறந்து சுத்தியிருந்த ஒரு மஞ்சப் பையை எடுத்து என்னிடம் தந்து, 'நாப்பது இருக்கு ராஜா. போனதும் எல்லோருக்கும் செட்டில் பண்ணிட்டு பத்திரங்களை மறக்காமல் வாங்கிரு'

'முப்பத்தஞ்சு போதும்ண்ணே. அதுக்குள்ளதான் வருது'

'வச்சுக்கடா'

அவ்வளோதான்!

✱

இந்த அண்ணன்தான் இப்படி ஒரு கமெண்ட் போட்டார். அவருக்காக கேட்கவில்லை. எனக்காகவும் சொல்ல வில்லை. இன்னொரு குடும்பத்துக்காக கேட்டார். இந்த நினைப்பு ஏன் எனக்கு வரல? ப்ச்... வரல. எவ்வளவு உணர்வுபூர்வமான விஷயமானாலும் கால ஓட்டத்தில் எனக்கு அது பேசி சிரிக்கக் கூடிய விஷயமாக மாறிவிடுகிறது. எப்படி இப்படி மாறும்? ப்ச்... தெரியல...

காலையில் எழுந்து வேலைக்கு கிளம்பவேண்டிய அவசரத்தில் இருந்தேன். துவைத்த துணியை எடுத்து அயர்ன் பண்ணும் டேபிளில் போட்டுவிட்டு அயர்ன் பாக்ஸ் சூடாக கொஞ்சம் டயம் எடுக்குமே... அதுக்குள்ள நேத்துப்போட்ட போஸ்ட்டுக்கான கமெண்ட் எதுவும் இருந்தால் பாத்துறலாம்னு கம்ப்யூட்டரை ஆன் செய்து வந்தபோதுதான் அண்ணனின் இந்த கமெண்ட் பார்த்தேன். யோசிக்கவே இல்லை. அண்ணன் குறிப்பிட்டிருந்த அந்த ரெண்டு போஸ்ட்களையும் டெலிட் பண்ணிட்டு, அண்ணனை அழைத்து, ‘டெலிட் பண்ணிட்டேன் அண்ணே’ன்னு சொல்லிட்டு அயர்ன் டேபிளுக்கு வந்தேன்.

இலையுதிரும்
சத்தம்...

என் வாழ்வின் பிரதானமான ஒரு இடம் என்று ஏழுகடையை ஏற்கனவே நான் சொல்லிக்கொண்டே வந்திருக்கிறேன். இந்த ஏழுகடையையும், என் சிவகங்கை நினைவுகளையும் கூகுள் ப்ளஸ்ஸில் விளையாட்டுப்போக்காக 'டைரிக் குறிப்புகள்' எனத் தொடங்கி குறித்து வைத்துக்கொண்டு வருகிறேன். அவற்றை பத்திரப்படுத்தும் பொருட்டு, இலையுதிரும் சத்தத்தில் பகிர விரும்புகிறேன்.

*

ஏழுகடை நண்பர்களில் ஆகச் சின்னவன் செந்தில்தான். 24 வயது. முத்துராமலிங்கம் கடையில் வேலைக்கு இருக்கிறான். செந்திலால் நடக்க இயலாது. ட்ரை சைக்கிளில் வீட்டில் இருந்து கடைக்கு வருவான். கடைவாசலில் சைக்கிளை நிறுத்தி தவழ்ந்து படியேறி கடையில் அமர்வான். கல்யாணம் காட்சிகளுக்கு அவனை பைக்கில் அமர்த்திக் கொண்டு போவோம். இறங்கி, குழந்தைபோல நெஞ்சில் அவனை சுமந்து சென்று எங்கள் அருகில் அமரச் செய்வோம்.

இந்த செந்திலுக்கு திடீரென நடக்க ஆசை வந்துவிட்டதுபோல. பேப்பரில் விளம்பரம் பார்த்து ஆந்திராவில் எங்கோ அறுவை சிகிச்சைமூலமாக நடக்கச்செய்வதாக எங்களிடம் கொண்டு வந்தான். எங்கள் என்கிற நாங்கள் ஒரு 40 பேர் இருப்போம், 'ஏழுகடை நண்பர்கள்' எனச் சொல்லிக்கொண்டு. நாலைந்துபேர் மட்டும் வெளி நாடுகளில் இருக்கிறோம் என்றாலும் எல்லோருமே அன்றாடங் காய்ச்சிகள்தான்.

செலவோ, இரண்டு லட்சத்துக்கும் அருகில். ஆனாலும் முடிவு செய்தோம். நண்பன் சரவணன் மட்டும் கப்பலில் கேப்டனாக இருக்கிறான். அவன், செலவில் பெரும் பகுதியை ஏற்றுக் கொண்டான். அறுவை சிகிச்சை முடிந்தது. மஹா திருமணத்தில் வண்டியில் வந்திறங்கிய செந்திலைத் தூக்கி வரவில்லை. முத்துராமலிங்கம் கழுத்தில் கையை மாலைபோல போட்டுக்கொண்டு 'நடந்து, நடந்து, நடந்து, நடந்து, நடந்து, நடந்து' வந்து இருக்கையில் அமர்ந்தான். மகள் திருமணத்திற்காக கண்கலங்கினேனா... செந்தில் நடந்ததைக் கண்டு கண்கலங்கினேனா... தெரியலை. ஆனால் செந்தில் நடந்தான். இப்போதும் நடக்கிறான்.

*

முத்துராமலிங்கம்
ஏழுகடைக் கதைகள் ஒன்று

ஏழுகடையில் நாலாம் நம்பர் கடையில் முத்துராமலிங்கம் 'எலக்ட்ரானிக்ஸ் – இஞ்சினியரிங்ஸ்'ங்கற மாதிரி ஏதோ ஒரு பெயரில் ஏதோ ஒரு கடை வைத்திருந்தான். அதை நாங்கள் 'டி.வி. ரிப்பேர் கடை' என்று எடுத்துக்கொண்டோம். (இப்ப அதை வீடியோ கேம்ஸ் கடையாக மாற்றிவிட்டான்.) திடீர்னு ஒரு நாள் வந்து 'மாமா அந்தப் புள்ள இந்த வாரத்துக்குள்ள வந்து கூட்டிட்டுப் போகலைன்னா செத்துப்போயிருவேன்னு சொல்லுது மாமா' என்றான்.

'எந்தப் புள்ளடா?'

'மீனா மாமா'

'போட்றா ஸ்கெட்ச்ச, தூக்குடா வண்டியன்னு மூன்று டாக்சியில் கிளம்பினோம். அப்போது மொபைல் போன் அவ்வளவு புழக்கத்தில் இல்லாத காலம். மூன்று பணக்கார நண்பர்களிடமிருந்து கை மாற்றாக வாங்கிக் கொண்டோம். ஒரு வண்டிக்கு ஒரு மொபைல்.

மீனாவை, மதுரை தாண்டி ஒரு கிராமத்தில், சொந்தக்காரர்களுக்கு மத்தியில் ஒளித்துவைத்திருந்தார்கள். காதல்தான் எல்லாவற்றையும் குடைந்துவிடுமே அப்படி, 'றெக்கையை' (தூதர்) பிடித்து ஏற்கெனவே கடிதப் போக்குவரத்துகளை நடத்திக்கொண்டிருந்தார்கள் காதலர்கள்.

அதே றெக்கை மூலமாகவே ஸ்கெட்ச்சை அனுப்பினோம். அப்படி அந்த ஊர் பெருமாள் கோயிலுக்கு அன்று மீனா வரவேண்டியது. நாங்கள் போய் கொத்திக்கொண்டு வந்துவிட வேண்டியது என்று சிம்பிள் ஸ்கெட்ச்சாதான் இருந்தது, சிவகங்கையில் இருந்து கிளம்பும்

வரையில். மதுரையைத் தாண்டியதும் கொஞ்சம் ட்விஸ்ட் வந்தது. இப்படி... 'அந்த கிராமத்திற்கு 10 கி.மீ. முன்பாக ஒரு வண்டி நிற்க வேண்டியது. 5 கி.மீ. முன்பாக ஒரு வண்டி. மூணாவது வண்டி மட்டும் ஊருக்குள்ள போறது. அதில் சூரி அண்ணனும் நானும் கூட இரண்டுபேரும். அவுட்டரில் ஒரு பாலம் இருக்கும். அங்கு நானும் சூரி அண்ணனும் இறங்கி ஊருக்குள் போகவேண்டியது. காரைத் திருப்பி நிறுத்தி பேனட்டை தூக்கிவிட்டுட்டு வெய்ட் பண்ண வேண்டியது. கோயிலுக்குப் போக இரண்டு வழிகள் உண்டு. ஒரு வழியில் சூரி அண்ணனும் ஒரு வழியில் நானும். கோயில் வாசலில் மீனா வெய்ட் பண்ணும். மொபைல், நபர் உபயோகத்திற்கு அல்ல. காருக்கு மட்டும்'.

'ஏண்டா கொஞ்சம் மோட்டாவான ஆளா கோயிலுக்கு அனுப்பக் கூடாதா?'

'இல்ல மாமா. நீதான் கரெக்ட்... அப்பாவி லுக்கு. கல்யாணம் காட்சி, புள்ள குட்டிகள்லாம் வேற பாத்துட்ட. டென்சன் ஒருபக்கம் என்றாலும் இதையும் ஒருபக்கம் நடத்தினார்கள். பிளான்படியே நானும் சூரி அண்ணனும் இரண்டு வழிகளில் பிரிந்தோம். 'அண்ணே' ன்னு சூரி அண்ணனை ஒரு தடவை கூப்பிடத் தோன்றியது. 'டேய் நடடான்னு' அதட்டி என்னை நடக்க வச்சுட்டேன்.

கோயிலுக்கு வந்தா வாசலில் மீனாவைக் காணோம். உள்ளகிள்ள இருக்கோன்னு கோயிலுக்குள்ளும் அலசிட்டு வாசலுக்கு வந்தால் வாசலிலும் இல்லை. இன்னொருவழியாக வந்த சூரி அண்ணனையும் காணோம். ஒரு பத்து நிமிஷம்போல வெய்ட் பண்ணிப் பார்த்தேன். புறப்பட்டு சூரி அண்ணன் வரவேண்டிய வழியில் நடையைக் கட்டினேன். ரோடுவரைக்கும் வந்தாச்சு. ரோட்லயும் சூரி அண்ணனைக் காணோம். கண்ணுக்கு எட்டிய தூரத்தில் நின்று கொண்டிருந்த காரையும் காணோம்.

'ஒரு சிகரெட் வாங்கி பத்தவச்சா என்ன?' என்று தோணியது. ஒன்றும் வழியில்லாமல் போகிறபோதெல்லாம் டக்கு டக்குன்னு இப்படி ஒரு ஐடியா வரும் எனக்கு. வாங்கி பற்றவைத்துக் கொண்டிருக்கையில் அந்தக் கடைக்கு ஆள் ஓடிவந்தார் பாருங்க...

"அண்ணே, அம்பலம் தம்பி மகள கார்ல தூக்கிட்டுப் போய்ட்டாய்ங்கண்ணே"...

'தூக்கிட்டுப் போய்ட்டாய்ங்களா... அப்ப நானு?!'ன்னு நினைச்ச நொடியில் எனக்கு வயிற்றில் பந்துபோல ஒன்று மிதக்கத் தொடங்கியது. "என்னடா சொல்ற?" என்று பதறிய பெட்டிக்கடைக்காரர் கடைக்கு வெளியே வந்து, "ஏ அம்பலம் தம்பி மகள தூக்கிட்டுப் போய்ட்டாய்ங்களாம்பா... ய்ட்டான்களாம்பா...பா...பா" ன்னு எக்கோ

விட்டார். விட்ட கையோட சரசரன்னு ஷட்டரை இழுத்தார். இருந்த நாலைந்து கடைக்காரர்களும் ஷட்டரை இழுத்தார்கள்.

'டேய், என்னங்கடா... இதுக்குலாம் போயி ஷட்டர இழுக்குறீங்க? அட, அவசரத்துக்கு பிறந்தவன்களா'ன்னு நினைக்கும்போதே வயிற்றில் மிதந்த பந்து கொஞ்சம் வீங்கி மூத்திரப்பையை நெருக்கியது. ரெண்டும் பக்கத்து பக்கத்துலதாம்போல. 'யேய்... அம்பலத்துக்கு ஆள் விடுங்கப்பா'ன்னு ஒரு ஆள் எக்கோ விட்டார். 'ராசாராமா கைய ஊண்டி கர்ணம் பாயி. இல்லாட்டி செத்தடி'ன்னு அலர்ட் ஆனேன்.

'மதுரை போறவண்டி எங்கப்பு நிக்கும்?'ன்னு ஒரு பெரியவரிடம் கேட்டேன். (அவர்தான் அந்த இடத்துலேயே சாந்தமாக இருந்தார்) 'இந்த இடத்துலதான் நிக்கும்ப்பு' என்றார். 'இந்த இடத்துலேயே ஒண்ணுக்கும் போலாமாப்பு?'ன்னு கேட்க நினைத்தேன். கேட்கவில்லை. அந்தப் பக்கமும், இந்தப் பக்கமுமாக ஆட்கள் ஓடிக் கொண்டிருந்தார்கள்

'புத்திர் பலம் யசோ தைரியம் நிற் பயத்துவம் அரோகதம் அஜாட்யம் வாக் படுத் வம்ச அனுமத் ஸ்மரநாத் பவேத்'ங்கிற ஆஞ்சநேயர் சுலோகத்த திருப்பித் திருப்பி சொல்ல ஆரம்பிச்சேன். நாலைந்து நிமிடத்துக்கெல்லாம் 'பெரியார் நிலையம்' போர்டு போட்ட பஸ் வந்து நின்றது. ஸ்லோகத்துக்கும் பெரியாருக்கும் என்னடா சம்பந்தம்னு நினைச்சுக்கிட்டே தாவி பஸ்ஸில் ஏறினேன்.

அந்த ஊர் திருவேடகம், வைகை ஆற்றோரமாக அமைந்த ஊர். நாலைந்து கிலோ மீட்டர் போனதும் பஸ் கண்ணாடி வழியாகப் பார்த்தேன். ஆற்றுக்குள் சட்டையைக் கழற்றி தோளில் போட்டுக்கொண்டு ஒரு ஆள் தொங்கு ஓட்டமாக ஓடிக்கொண்டிருந்தார். 'எங்கயோ பாத்துருக்கமே இவர?'ன்னு யோசித்த செகண்டில் மின்னல் வெட்டியது... 'அட.... நம்ம சூரி அண்ணே... நம்ம பொழப்பு பரவால்லபோலயே பஸ்ல போயிட்டிருக்கோம்'ன்னு தோணினாலும் அடுத்த நிறுத்தத்தில் இறங்கிவிட்டேன்.

இறங்கி, ஆற்றுக்குள் இறங்கினேன். அஸ் புஸ்ன்னு வந்து சேர்ந்தார் அண்ணன்.

'என்னண்ணே ஆச்சு?'

"அட, ஏன் கேக்குறீக ராஜா... சின்னப் புள்ளைக காரியம்ங்கிறது சரியாத்தானே இருக்கு."

(சூரி அண்ணன் வக்கீல். அப்ப ம.தி.மு.க. நகரச் செயலாளர். இப்ப தி.மு.க.வில் இருக்கிறார். போலீஸ் ஸ்டேசன், கோர்ட் என எங்களை எடுக்க கொடுக்க இருந்தவர். கிட்டத்தட்ட எங்க காட்ஃபாதர். இதெல்லாம்விட ஏழுகடையின் ஒண்ணாம் நம்பர் கடைக்காரர்)

"கோயிலுக்குப் போய்ட்ருக்கேன்... எதுத்தாப்ல ஒரு சின்னப் பையன் கையப் பிடிச்சுக்கிட்டு மீனா வந்துட்ருக்கு. முன்னாடி போத்தான்னு சொல்லிட்டு ஒரு 50 அடி விட்டு பின்னாடி வந்துட்ருந்தேன். காருக்கு 20 அடி இருக்கும். பையன் கைய அத்து விட்டுட்டு ஓடிப்போயி கார்ல ஏறிருச்சு. இந்தப் பய ரோட்ல நின்னு அழுவுறான். பாலத்துல உக்காந்து இருந்த ரெண்டுபேரு எந்திருச்சு பயகிட்ட வந்தாய்ங்களா வண்டிய தூக்கிட்டாய்ங்க ராஜா. ஒரு முப்பது நாப்பது அடிதான் இருக்கும் காருக்கும் எனக்கும். அப்படியே நைசா ஆத்துக்குள்ள எறங்கி ஓட ஆரம்பிச்சிட்டேன்"

'சரி, ரோட்டுக்கு ஏறுவோம்ண்ணே இவய்ங்க திரும்பி வந்தாலும் தெரியாது' என்றேன். 'சரி... சட்டையை கழட்டி தலப்பாவா சுத்துங்க'ன்னாரு. எனக்கு ஓன் பாத்ரூம் கண்டிசன்ல இருந்தது, டூ க்கு மாறிருச்சு. ரோடு ஏறி இரண்டு மூன்று நிமிடத்திற்கெல்லாம் பயல்கள் வந்துவிட்டார்கள் இரண்டு வண்டிகளில்.

"மீனா எங்கடா?" சூரி அண்ணன்.

'அதக் கொண்டுபோயி ரெண்டாவது வண்டில மாத்தி விட்டுட்டு, ரெண்டாவது வண்டி போய் மொத வண்டில மாத்தி விட்டுட்டு, அதுல இருந்த பயலுகளையும், பொருள்களையும் லாவிக்கிட்டு வர்றோம் மாமா.'

'நல்லா லாவுனிகடா. மீனாகூட யார்டா போறது?' சூரி அண்ணன்.

'செட்டி போறான். நீயென்ன வாசல்ல மீனா இல்லைன்னா திரும்புவியா கோயிலுக்குள்ள போய் கும்பாபிஷேகம் நடத்திக்கிட்டு இருக்க?'ன்னு காருக்குள்ள பின்னாடி உக்காந்திருந்த என்னைப் பாத்து கேட்டான் முத்துராமலிங்கம். 'நாம் பரவால்லடி. தொங்கு ஓட்டமா வந்தேன். பெருசு பாடுதான் அந்தரம்'ன்னு காருக்குள்ள சொல்லல. பிறகு சொன்னேன்.

அன்றிரவு மீனாவை மதுரையில் சுந்தர் (சூரி அண்ணன் மச்சினன்) வீட்டில் தங்கவைத்தோம். சரக்கப் போட்டுட்டு காவலுக்கு இருந்தோம். 'நீ ஏண்டா இன்னைக்கு தண்ணி அடிக்கிற. போய் மீனாட்ட பேசிட்டு இருக்கவேண்டியதுதானே?'ன்னு கேட்டபோது, இரண்டு கன்னங்களையும் பிடித்துக்கொண்டு சொன்னான், 'நாளைல இருந்து பேசத்தானே போறேன் மாமா. நீ பத்ரமா வரணும்னு கண்டுபட்டி காளிக்கு மணி வாங்கி கட்றதா வேண்டுதல் வச்சுருக்கேன் மாமா.'

'சரக்கப் போட்டா ஒங்க தொல்ல தாங்கமுடியாதுடா.'

ஆச்சு. மறுநாள் திருப்புவனத்தில் வைத்து மேரேஜ் ரிஜிஸ்டர் பண்ணினோம். இப்ப இரண்டு குழந்தைகள் முத்துராமலிங்கத்துக்கு. மூத்தவன் ரித்திக். சின்னவன் ராம். இதற்கிடையில் என்னை கூட்டிக்

கொண்டுபோய் ஒரு மணி வாங்கினான். அதில் 'ராஜாராம்'ன்னு பேர் எழுதினான். அப்படியே கண்டுப்பட்டி காளி கோயிலுக்கு கூட்டிட்டுப் போய் 'கட்டு மாமா' என்றான். பிறகொருநாள், லதாவும் நானும் கண்டுப்பட்டி கோயில் போனப்போ அந்த மணியையும் அதில் எழுதியிருந்த பெயரையும் காட்டி இந்தக் கதையையும் சொன்னேன்...

'ஒங்க மணி தப்பிச்சா, இந்த மணி வாங்கிக் கட்றதா வேண்டிக்கிருச்சாக்கும் முத்துராமலிங்கம்'ன்னு லதா சொன்னது வழக்கம்போல, கால் மணி நேரம் கழித்தே எனக்குப் புரிந்தது

பவானி

ஏழுகடைக் கதைகள் இரண்டு

நானும் நம்ம பார்ட்னர் மதியும் ஏழுகடையில் இரண்டாம் நம்பர் கடையில் 'லதா–லதா போட்டோஸ்–வீடியோஸ்'ன்னு ஒரு கடை வைத்துக்கொண்டு செல்வச் செழிப்புடன் வாழ்ந்துவந்தோம். நம்ம பார்ட்னர் மதி, பயங்கர பிரில்லியண்ட். 'ஏ, இப்படியே இருந்தா காலம் ஓடி அடையாதுய்யா. ஒரு ஜெராக்ஸையும் சேர்த்துப் போடுவோம். கடை வாடகைக்காவது கட்டி வரும்'ன்னு ஒரு ஐடியாவைத் தட்டி விட்டார்.

குட் ஐடியா. போட்டோ இருக்கு. வீடியோ இருக்கு. ஜெராக்ஸையும் சேர்த்துக்கொண்டு பேசாம பிசினஸ் மேக்னட் ஆகிட்டா என்னன்னு ஒரு ஆசை வந்தது. ஆசை அது பாட்டுக்கு வரும் போகும். வேணுமேன்னு யோசித்தபோது, 'காரைக்குடி பாவா (மதி தங்கச்சி மாப்பிள்ளை) ஒரு மெஷின் வச்சுருக்கார்யா. கொடுக்கப் போறாரு. பெறட்டி உருட்டி ஒரு பார்ட் அமவுண்ட்ட கொடுப்போம். பார்ட் அமவுண்ட்ட பின்னாடி செட்டில் பண்ணுவோம்' என்றார்.

'அட இஞ்ச பார்யா'ன்னு மதியை ரொம்பப் பிடித்துப்போனது. போய் மெஷினைப் பார்த்தோம். தேங்காய் எண்ணெய் வாசனையுடன் சிவனேன்னு இருந்தது. தூக்குடான்னு ஒரு வேன்வைத்து தூக்கிக் கொண்டு வந்துட்டோம். எதிர்த்தாற்போல் எல்.ஐ.சி ஆஃபீஸ். சைடில் ஆர்.டி.ஓ ஆஃபீஸ். பிசினஸ் பிரிச்சுப்போடும் பிரிச்சுன்னு ஒரு ஃபீல் வந்து அன்றைக்கு இரவு தூக்கத்தை டிஸ்டர்ப் செய்தது. மதி அன்னைக்கு ராத்திரி தூங்குனாரா என்னன்னு கேட்காம விட்டுட்டமேன்னு இப்பதான் ஞாபகம் வருது.

‘ஜெராக்ஸ்’ன்னு கொட்டை எழுத்துல போர்டு எழுதி கடை வாசலில் நடுசென்டராகப் பார்த்து நட்டுவைத்திருந்தோம். இந்தப் பக்கம் இருந்து பார்த்தாலும் சரி, அந்தப் பக்கம் இருந்து பார்த்தாலும் சரி ‘ஜெராக்ஸ்’ சும்மா கூவும்ல.

ஆச்சா... பத்துப் பதினைந்து நாட்கள் எடுக்கக் கொடுக்க இருந்தோம். தேங்காய் எண்ணெய் தீர்ந்திருக்கும்போல. ஒருநாள் டக்குன்னு மெஷின் ஸ்ட்ரக் ஆகியது. ஜப்பான் பெண்கள் கையில் வைத்திருக்கிற விசிறி மாதிரி பேப்பரை அழகழகாக மடித்து தள்ளிக் கொண்டிருந்தது.

‘என்னய்யா இப்புடி விசிறி விசிறியா வருது?’ன்னு ஷாக் ஆகிட்டார் பார்ட்னர் மதி. ‘என்னய்யா என்கிட்டே போயி கேக்குற?’ன்னு நானும் கொஞ்சம் பேக்கு ஆயிட்டேன். ஷாக்கும் பேக்குமா சேர்ந்து கோர்ட் வாசலில் இருக்கிற பிஸ்மி ஜெராக்ஸ்காரரிடம் போனோம். அவர்தான் கதிரேசன் இஞ்சினியரை பார்க்கச் சொன்னார்.

இஞ்சினியர்னா சொட்டகிட்ட விழுந்து டோப்பா இருப்பார்னு பார்த்தா, சூட்கேசும் கையுமா டையெல்லாம் கட்டி மெடிக்கல் ரெப் மாதிரி சும்மா டாப்பா இருந்தார் கதிரேசன் சார். ‘அய்யய்யே இவரப் போயி எப்புடி இஞ்சினியர்ன்னு நம்புறது?’ன்னு லைட்டா டவுட் வந்தது.

‘ஒரு காலுக்கு ஐநூறு ரூபாய் ஆகும்‘ன்னு ஸ்டார்ட்டிங்லயே பிட்ட போட்டாரா... ’நீ தாண்டா இன்ஜினியர்’ன்னு லபக்குன்னு தூக்கிட்டுப் போயி கடையில் அடைச்சிட்டோம். அன்னந் தண்ணி புழங்காம கிட்டத்தட்ட மெஷினே கதியாக ஒரு முக்கால் நாள் மெஷினை கழட்டி மாட்டிக்கொண்டிருந்தார்.

மெடிக்கல் ரெப் மாதிரி வந்தவர், ராஜாஸ் ஸ்கூல் வாசலில் நெல்லிக்காய் விற்கிற சிங்கு தாத்தா மாதிரியும், ரைஸ் மில்லில் வேலை பார்க்கிற வெங்கிடு மாதிரியும் டர்ட்டி – டர்ட்டியா மணிக்கு மணி மாறிக் கொண்டிருந்தார்

‘ஷேம் ஷேம் பப்பி ஷேம்’ன்னு சொல்லத் தோன்றியது. நாக்கை நாலைந்தாக மடித்து பீடாபோல வைத்துக் கொண்டேன்.

ஒருமாதிரி தட்டி ஒட்டி பிரிண்ட் எடுத்துக் காட்டினார். சூப்பராக இருந்தார், நியுஸ் பேப்பரில் இருந்த நரசிம்மராவ். ‘தி மோஸ்ட் ஹான்சம் ப்ரைம் மினிஸ்டர்’ன்னு ஆங்கிலத்தில் ஒரு கட்டுரை எழுதுகிற அளவுக்கு அவ்வளவு ஆசையாக இருந்தது. அவருக்கு உதடும் நமக்கு ஆங்கிலமும் சரியாக இருக்காது என்பதால் ஆசையெல்லாம் அப்பப்ப ஷட் டவுன் பண்ணி லெதர் பேக்குக்குள் போட்டுருவேன்...

கதிரேசன் சார் இருக்கிறவரையில் மிசின் பம்பரமா ரெங்கும். ஐநூறு ரூபாயை வாங்கிக்கொண்டு இந்தா இங்கிட்டுதான் போ யிருப்பார். திருப்பி விசிறி செய்ய ஆரம்பித்துவிடும். நாங்களும் அசராமல் வண்டியைப் போட்டுக்கொண்டு கதிரேசன் சாரை பார்க்கப் போயிடுவோம்.

'நேத்துதானே சார் பாத்துக் கொடுத்தீங்க. திருப்பியும் பிரச்சனை பண்ணினா நீங்கதானே பாத்துக் கொடுக்கணும். தெனம் ஐநூறு ரூபா கொடுக்க முடியுமா?' என்று ஒரு ரீசனபில் ஆர்க்கியுமென்டை வைப்போம். அவரும் 'நியாயமாத்தானே பேசுறாய்ங்க'ன்னு கவுந்து சட்டையை மாட்டி, டை கட்டிட்டு வந்துவிடுவார். திருப்பி முதலில் இருந்து கழட்ட ஆரம்பிப்பார்.

இதற்குள் கஸ்டமர்கள் 'என்னண்ணே மெஷின் ரிப்பேரா?' என்று ஒரு பேப்பரை கையில் வைத்துக்கொண்டு கடைவாசலில் நிற்பார்கள் 'இவய்ங்க தொல்ல தாங்கமுடியலடா'ன்னு நினைத்துக்கொண்டே 'ஆமாண்ணே கொஞ்சம் லேட்டாகும்' என்று சிரித்துக்கொண்டே பதில் சொல்வோம். என்னைவிட பார்ட்னர் மதி அருமையாகச் சிரிப்பார். சிலநேரங்கள்ல குண்டு பல்பை கழட்டி மாட்டுகிற சைசில் சைகையிலேயே 'இல்லை'ன்னு சொல்லி கஸ்டமர்களை கடை வரையில் நடக்கவிடாமல் சகாயமும் செய்வார்.

எரிச்சல் என்னன்னா, ஏழுகடைக்காரன்களை மாதிரி இம்சை அரசன்களை உலகத்திலேயே பார்க்கமுடியாது. மூக்கு வேர்த்து 'என்னாச்சு மாமா?' ன்னு அசால்ட்டா வர்றமாதிரி வந்து மேட்டரை கலெக்ட் பண்ணிட்டு அன்னைக்குபூராம் பேசி சிரிப்பாய்ங்க.

'இன்னொரு சின்ன போர்டுதான் செலவு. இந்த ஜெராக்ஸ் போர்டு பக்கத்துலயே எடுக்கப்படமாட்டாது'ன்னு எழுதி வச்சுரு மாமா'ன்னு ஒருத்தனும், 'எடுக்க நேரே செல்க'ன்னு போட்டு ஒரு அம்புக்குறி... என்ன சொல்ற?'ன்னு ஒருத்தனும், 'அவ்வளவு எதுக்கு? இந்த ஜெராக்ஸ் போர்டுலயே செவப்பு இங்க்ல ரெண்டு கிராஸ்ஸை போட்டு வையி... ஹாஜிமூசாக்காரய்ங்க ஜவுளிக் கடைங்கிறதை க்ராஸ் பண்ணி கடல்ன்னு போட்டு வச்சுருப்பாய்ங்கள்ல'ன்னு ஒருத்தனும் ரவுண்டு கட்டி அடித்துக் கொண்டிருந்தார்கள்.

இந்த நேரத்தில்தான் பவானி சீனுக்குள் வருகிறார்கள். ஏழுகடையில் முதல் பொம்பளை வரத்துனா அது பவானிதான். 'எதுனா வேலை இருக்குமாண்ணே?, ஜெராக்ஸ்லாம் எடுக்கத் தெரியும். வசந்தம் ஜெராக்ஸ்ல வேலை பாத்துருக்கேன்'ன்னு வந்தார்கள். நம்மையும் நம்பி ஒரு ஆள் வேலை கேட்டு வருதுன்னா அவுங்களுக்கு வேலை தராமல் என்ன பெரிய வேலை எங்களுக்கு இருந்துவிடப் போகிறது?

வந்த ஒரு வாரத்திலெல்லாம் கடையை தலைகீழாக மாற்றி விட்டார்கள் பவானி. கடைவாசலில் தண்ணீர் தெளித்து கோலமெல்லாம் போட்டு வைத்திருப்பார்கள். வாசல் குண்டும் குழியுமாகத்தான் இருக்கும். அதற்குள்ளேயே அனுசரித்து கோலம் போட எப்படியோ கற்றிருந்தார்கள். முருகன், சரஸ்வதி, விநாயகர் மற்றும் பலரை போட்டோ மாட்டி ஊதுபத்தி சொருகி கடை சும்மா கமாலிக்கத் தொடங்கியது.

ஆறேழு மாசமா கதிரேசன் சாரின் வரத்தும் குறைந்துபோயிருந்தது. 'எதுக்குண்ணே இதுக்குலாம் போயி இஞ்சினியரைக் கூப்பிடனும்? நானே பாத்துருவேன்' என்று, அசால்ட்டாக சிலிண்டரை கழட்டி மாட்டுவார்கள். டோனர், பேப்பர் வாங்கிக் கொடுப்பதுமாதிரி சில்லரை வேலைகள்தான் எங்களுக்கு இருந்தது.

திடீரென்று ஒருநாள் சொன்னார்கள்: 'சூரி அண்ணன்ட்ட சொல்லி ஏம் மகளை தூக்கி தர்றீங்களாண்ணே? வீட்டுக்காரர் வேற மேரேஜ் பண்ணிக்கிட்டாரு. அவுங்களுக்கும் ரெண்டு குழந்தை ஆயிருச்சு. மகளை பாக்கக்கூட விடமாட்டேங்குறாங்கண்ணே. ஸ்கூல்ல போயி தெரியாமப் பாத்துக்கிட்டு இருக்கேன்' என்று சொல்லும்போதே அழத் தொடங்கினார்கள் .

'சட்டப்படி பிரிஞ்சிட்டீங்களா?' என்று கேட்டபோது, 'இல்லைண்ணே. கிராமத்துப் பஞ்சாயத்துல பேசி எழுதி வாங்கிட்டாங்க. என்கிட்ட ஒரு காப்பி இருக்கு. அவர்கிட்ட ஒரு காப்பி வச்சுருக்காரு'ன்னு ஜெராக்ஸ் மேட்டரைப் போலவே வாழ்க்கையைப் பேசினார். 'அப்படியெல்லாம் செய்ய முடியாது பவானி. நீங்க கேசே போடலாம். எப்படி இன்னொரு கல்யாணம் பண்ணினாரு?'ன்னு பேசிப் பார்த்தோம். 'இல்லைண்ணே, இனி அவரோட வாழ முடியாது. மகளை மட்டும் தூக்கிக் கொடுத்தாபோதும்' என்று தீர்மானமாகச் சொல்லிவிட்டார்.

சூரி அண்ணனிடம் விஷயத்தைக் கொண்டுபோனோம். 'மகளுக்கு என்ன வயசு? நீ போய் கூப்ட்டா வந்துருமா மகள்' என்று நேரிடையாகக் கேட்டார் 'எட்டு வயசுண்ணே. கண்டிப்பா வந்துரும்' என்று சொன்னார். பவானி மகளை தூக்குவதற்கான நாளை ஒரு திங்கள்கிழமையாகப் பார்த்துக் குறித்தோம்.

அந்த திங்கள்கிழமையும் வந்தது...

பவானி அந்த ஊரைப்பத்தி கொஞ்சம் ஸ்கெட்ச் போட்டுக் கொடுத்திருந்தார். பரமக்குடி தாண்டி பதினைந்து கிலோமீட்டரில் ஊர். (மஞ்சூர் என்று நினைவு) இந்த மஞ்சூரில்தான் பவானி மகள் படிக்கிற பள்ளிக்கூடம். வீடு ஒரு கிலோமீட்டர் தூரம். அனிதா படிக்கிற பள்ளிக்கூடத்தைத் தாண்டித்தான், அனிதா அப்பாவின் வீடு இருக்கிறது.

அனிதா நாலைந்து பிள்ளைகளுடன் நடந்து ஸ்கூலுக்கு வரும். ஸ்கூலுக்கும் வீட்டுக்கும் நடுவில் ஒரு குளம் இருக்கும். எட்டு மணியிலிருந்து எட்டரை மணிக்குள் அனிதா அந்தக் குளத்தைக் கடக்கும். நாங்கள் அந்தக் குளக்கரையில் வண்டியோடு காத்திருக்க வேண்டும். அனிதா வந்தவுடன் தூக்கிக்கொண்டு வந்துவிட வேண்டும் என்பதுதான் ப்ரோக்ராம்.

'நம்ம லொடுக்கு பாண்டிட்ட வண்டிக்கு சொல்லிருக்கேன் ராஜா. காலைல அஞ்சு மணிக்கெல்லாம் ஏழுகடைக்கு வந்துருவான். நா, நீங்க, பவானி, மூணுபேரும்போதும்' என்று, சூரி அண்ணன் சொன்னார். 'என்னண்ணே பசங்க வேணாமா?' என்று சூரி அண்ணனிடம் கேட்டேன். 'எதுக்குங்க ஊரக் கூட்டுறீங்க? நலுக்குப்படாம போப்போறோம். தூக்கப்போறோம். வரப்போறோம். இதுக்கு எதுக்கு பசங்களும் பங்காளிகளும்' என்றார்.

பையன்கள் இல்லையெனில், நான் சைக்கலாஜிக்கலா கொஞ்சம் டர்ர் ஆவேன். ஆனாலும் நம்ம சைக்காலஜியா இங்கு பிரச்சனை கிளம்பிவிட்டோம். பளபளவென்று விடிகிறபோது பரமக்குடியைத் தாண்டிவிட்டோம்... 'இதுதாண்ணே அனிதா படிக்கிற ஸ்கூலு' ன்னு பவானி ஒரு பள்ளிக்கூடத்தை காட்டினார். இத்தினிக்கூண்டு ஊரு. அதுல இம்மினிக்கூண்டு ஸ்கூலாக இருந்தது. அந்த பள்ளிக்கூடத்தைத் தாண்டி பவானி சொன்ன குளமும் வந்தது. குளக்கரையில் வண்டியை நிறுத்திவிட்டு காத்திருக்க ஆரம்பித்தோம்

பவானியை, 'வண்டிய விட்டு இறங்க வேணாம். மகளைப் பார்த்தோன்ன இறங்கினாப்போதும்.' என்று அறிவுறுத்திவிட்டு, 'குளத்துல துண்ட நனைச்சு வண்டில நம்பர மறைச்சு காயப் போடுடா' 'என்றார் சூரி அண்ணன். அதன்படியே செய்துவிட்டு, முடியைக் கோதிக்கொண்டே நின்றான் லொடுக்குவும். காரின் பின்சீட்டில் தலையை மட்டும் சீட்டுக்குமேல் நீட்டிக்கொண்டு போகிறவருகிற ஆட்களுக்குத் தகுந்தமாதிரி சீட்டுக்குள் படுத்துக் கொண்டிருந்தார் பவானி.

'என்ன ஒரு கண்றாவிப் பொழப்பு இது? பத்து மாசம் தூக்கி சுமந்துட்டு இப்படி பாம்புமாதிரி தலையை மட்டும் கார் சீட்டுக்குமேல தூக்கி வச்சுக்கிட்டு, மகளுக்காக ஒரு அம்மா காத்திருக்கிறதுன்னு?' தோன்றியது. சூரி அண்ணன்கிட்டயும் பவானியைக் காட்டி சொன்னேன். 'நீங்க வந்த காரியத்தை மட்டும் பாருங்க.' என்று தம் அடித்துக்கொண்டே சொன்னார் சூரி அண்ணன். நானும் தம் அடித்துக்கொண்டே வந்த காரியத்துக்காக வெயிட் பண்ண.

திடீரென்று ஒரு பெரியவரைப் பார்த்து சீட்டுக்குள் பம்மினார்கள் பவானி. பெரியவரும் பக்கத்தில் வந்து 'என்னப்பூ இப்படி நிக்கிறீங்க?'

என்று லொடுக்குவிடம் விசாரித்தார். ‘சும்மா குளிக்கிறதுக்காக இறங்கினோம்ப்பூ’ என்று லொடுக்குவும் சொல்ல, பெரியவர் அங்கிருந்து போனபிறகு, ‘இவர்தேன் என் மாமனார்” என்றார் பவானி. எனக்கு பதக்குன்னு ஆச்சு.

நண்டும், சிண்டுமாக பள்ளிக்கூடம் போகிற பிள்ளைகளெல்லாம் புத்தகப் பையைத் தூக்கிக்கொண்டு வரத் தொடங்கினார்கள். ‘அந்தா வர்றா பாருங்க அனிதா’ என்று பவானி சொல்லிக் கொண்டே வண்டியை விட்டு இறங்கப் பார்க்க, ‘உள்ளதானா இரு. பக்கத்துல வந்தோன்ன இறங்கினாப்போதும்’ என்று, சூரி அண்ணன் சொன்னார்.

ஒரு நாலைந்து பிள்ளைகளுடன் பிள்ளையா, ஊதா ஸ்கெர்ட் வெள்ளைச்சட்டையில் அனிதா வந்துகொண்டிருந்தது. முதலில் வேறொரு பிள்ளைதான், ‘ஏ, ஓங்க அம்மா புள்ள’ என்று அனிதாவிடம் சொல்லியது. பவானியைப் பார்த்தவுடன் அனிதா ஜெர்க் ஆகி நின்றது. ‘என்னடி நிக்கிற வா’வென்று பவானி அனிதாவை நோக்கி நகர்ந்தார். அனிதா தயங்கி பிறகு வந்தவழியிலேயே திரும்பி நடக்கத் தொடங்கியது. பிறகு ஓடிப் போய்தான் அனிதாவைப் பிடித்தார் பவானி. அது கீழே உட்கார்ந்துகொண்டு அழத்தொடங்கியது. ‘வா... அம்மா கடைக்குக் கூட்டிட்டுப் போய்ட்டு வந்து ஸ்கூல்ல விட்டுர்றேன்’ என்று, அனிதா தலையை தடவிக் கொடுத்துக் கொண்டு நின்றார் பவானி. அனிதா ’வேண்டாம்’ என்று தலையை ஆட்டிக்கொண்டே உட்கார்ந்து கொண்டிருந்தது.

‘தூக்கி உள்ள போடு. என்னமோ கதை, வசனம் பேசிக்கிட்டு இருக்க’ என்று, சூரி அண்ணன் குரல் விட்டார். குண்டுக்கட்டாக அனிதாவைத் தூக்கிக்கொண்டு வந்து காருக்குள் உட்கார்ந்தார் பவானி. வண்டி அனிதாவின் பள்ளிக்கூடத்தைத் தாண்டும்போது டீக்கடையில் நின்றுகொண்டிருந்த நாலைந்துபேரைப் பார்த்து ‘தாத்தா...’வென்று கூவவேறு செய்தது அனிதா. ‘என்னப்பூ இப்படி நிக்கிறீங்க பார்ட்டி’ அந்த நாலைந்துபேரில் ஒரு ஆளாக நின்று கொண்டிருந்திருக்கலாம். சும்மா கூவுமா குயிலு?

ஒருமாதிரி மல்லுக்கட்டான மனநிலையாக இருந்தது. ‘கெரகத்ததானே இழுத்துக்கிட்டு வர்றீங்க எப்பப் பாத்தாலும் நீங்க’ ன்னு என்னையவேறு சவுண்டுவிட்டார் சூரி அண்ணன். ‘வெரட்டி ஓட்டுறா லொடுக்கு. வந்த வழில போகவேணாம். காளையார் கோயில் வழியாப் போ. ஒரு போலீஸ் ஸ்டேசன்தான் க்ராஸ் ஆகுது. தாண்டிட்டா நம்மள ஒன்னும் செய்யமுடியாது’ என்று லொடுக்கு விடம் டிக்டேட் பண்ணினார்.

‘இதென்னடா இது... நல்லாத்தானே வந்தோம் போகும்போது மட்டும் ஏன் புழுதி பறக்குது?’ என்று தோணியது. கர்ச்சீப்பை

உதறி முகத்தில் போட்டுக்கொண்டு தூங்குவதுபோல் சாய்ந்து உட்கார்ந்தேன். தோணுவதை வெளியில் சொல்லமுடியாத கால கட்டத்தில் வேறென்ன செய்யமுடியும்? லொடுக்கு, வண்டியை விரட்டிக் கொண்டிருந்தான்.

காளையார்கோயில் தாண்டிய பிறகுதான் சொந்த மூச்சையே பிடித்த மூச்சாக விட முடிந்தது. 'மொதல்ல பிள்ளைய சரி பண்ணு. இல்லாட்டி எல்லாரும் உள்ள போகவேண்டியதுதான்' என்று பவானி யிடம் சூரி அண்ணன் சொன்னார். அம்மாவையும், மகளையும் வீட்டில் சேர்த்துவிட்டு கிளம்பும்போது 'பாத்துக்கிட்டு வந்தாப்போதும் பவானி. கடையை நாங்க பாத்துக்கிறோம். நீங்க அனிதாவை சரி பண்ணுங்க' என்று, ஒரு கடை ஓனர் கணக்கா சொல்லிவிட்டுத் திரும்பினேன். குடுகுடுவென்று ஓடிவந்த பவானி 'அண்ணே, இதுல ஆயிரம் ரூபா இருக்கு. காருக்கு கொடுத்துருங்க' என்று சொன்னார்.

'அட... ஏங் கழுத, நான் கொடுக்கமாட்டனா?' என்று சொல்லிக் கொண்டே வாங்கிக் கொண்டேன். லொடுக்குவிடம் வாடகையை செட்டில் பண்ணும்போது, 'அண்ணே எதுவும் பிரச்சினை வராதுல்ல? ஓனர் திட்டுவார்ண்ணே' என்று கேட்டான். 'இவன் யார்ரா இவன்... யாருக்குடா தெரியும்?' என்று நினைத்துக்கொண்டே 'அதுலாம் ஒண்ணும் வராது பாண்டியா. நீ கௌம்பு' என்று சொல்லிவிட்டு நானும் கிளம்பினேன்.

மதியம் இரண்டு மணி அளவில் லொடுக்கு வந்து, 'ஸ்டாண்டுல எந்த வண்டிடா பரமக்குடி போச்சுன்னு போலீஸ் வந்து விசாரிச்சுருக்காங்கண்ணே" என்று என்னிடம் சொன்னான். 'நீ என்ன சொன்ன?' என்று கேட்டுக்கொண்டே நான் அப்படியே சூரி அண்ணன் கடைக்குத் தாவினேன். ஒண்ணாம் நம்பர் கடை தானே சூரி அண்ணன் கடை. இரண்டாம் நம்பருக்கும் ஒண்ணாம் நம்பருக்கும் தாவ எவ்வளவு நேரம் ஆகிவிடப் போகிறது?

'நான் மேலூருக்கு சவாரி போயிருந்தேன். வந்தோன்ன பயலுகள் சொன்னாய்ங்க. அதேன் ஓடியாந்தேன்' என்று சொல்லிக் கொண்டிருந்தான். 'குட் ஃபெல்லோ' என்று நினைத்துக்கொண்டே சூரி அண்ணன் முகத்தைப் பார்த்தேன். கடினமாக இருந்தது. இதற்குள் பவானி ஓட்டமும் நடையுமாகக் கடைக்கு வந்தார். 'போலீஸ் வந்துருக்குண்ணே. வந்து ஸ்டேசனுக்கு கூப்புடுறாங்க. வரும்போதுதான் பாத்தேன். தெரு முக்குல அனிதா அப்பா நின்னுக்கிட்டு இருந்தாரு' என்று சொன்னார்.

'சரி, மக எப்படி இருக்கு?' என்று, சூரி அண்ணன் பவானி யிடம் கேட்டார். 'அவ நல்லா சந்தோசமாத்தான் இருக்கா. ராதா (பவானி தங்கச்சி), அவ்வா (பவானி அம்மா) எல்லாம் பாத்தோன்ன

பா.ராஜாராம்

சந்தோஷமா ஆயிட்டா' என்று சொன்னார்கள். 'நீ வீட்டுக்குப் போ, நாங்க வண்டில வர்றோம். வண்டிய எடுங்க ராஜா' என்று என்னிடம் சொன்னார். M80 வைத்திருந்தார் சூரி அண்ணன் அப்போது. M80 ல்லாம் நான் சூப்பராக ஓட்டுவேன். (தகவலுக்காக சபையில் வைக்கிறேன்)

பவானி வீட்டுக்கு போகிறவழியிலேயே கட்டுக் குட்டுன்னு ஒரு ஆள் கையில் மஞ்சள் பையை வைத்துக்கொண்டு பூட்ஸ் போடாமல் செருப்புப் போட்டிருந்த போலீஸிடம் பேசிக்கொண்டிருந்தார். 'மஞ்சப்பை பார்ட்டிதான் அனிதா அப்பாவாக இருக்கும்' என்று உள் மனசு கெத்கெத்ன்னு கவுளி தட்டியது. பவானி வீட்டுக்குப் போனால், டவுன் ஸ்டேசன் காசி ஏட்டையா, அனிதா, அவ்வா கொடுத்த தண்ணிச் செம்பை கையில் வைத்துக்கொண்டே திண்டில் உட்கார்ந்திருந்தார்.

'என்ன ஏட்டையா?' என்று, சூரி அண்ணன் இறங்கினார். 'சூரியா... பரமக்குடி ஸ்டேசன்ல இருந்து ஆளு வந்துருக்கு. புள்ளைய தூக்கிட்டு வந்துட்டாங்கபோல. எஸ்.ஐ. ஸ்டேசனுக்கு கூட்டிட்டு வரச் சொன்னாரு' என்றார். 'சரி, போங்க ஏட்டையா. எந்தப் புள்ள என்னன்னு தெரியல. இனிமேதான் விசாரிக்கணும். உங்களப் பாத்தோன்ன இவுங்க திடுத்திடுன்னு கடைக்கு ஓடியாந்துட்டாங்க. நம்ம கடைல வேலை பாக்குறவுங்க.' என்றார் சூரி அண்ணன்.

'இல்ல சூரி, கையோட கூட்டிட்டு வரச் சொன்னாரு எஸ்.ஐ.' என்றார் காசி ஏட்டையா. 'அதேன் ஏட்டையா. போங்க வர்றோம். சூரில்ல சொல்றேன்' என்றார் சூரி அண்ணன். சொன்னதுமாதிரியே ஸ்டேசன் போனோம். எஸ்.ஐ. இல்லை. சாயந்தரமாகத்தான் வருவார் என்கிறார்கள். வெயிட் செய்தோம். அனிதா அப்பாவும், அவரோட அப்பாவும் (என்னப்பூ இப்படி நிக்கிறீங்க பார்ட்டி) ஸ்டேசனுக்கு ரைட்டில் உள்ள டீ கடையில் டீ குடித்துக் கொண்டிருந்தார்கள்.

'ராஜா போறதுமாதிரி போயி ஒரசிப் பாருங்க' என்று சூரி அண்ணன் சொன்னார். ஒரு டீ ஆர்டர போட்டுட்டு மஞ்சப் பைகளோட மஞ்சப் பையா ஒதுங்கி நின்றேன். அவர்களாகவே வாயைக் கொடுத்தார்கள்.

'யாருப்பு அவரு?'

'யாரு?'

'ஒங்களோட வண்டில வந்தவரு'

'சூரிங்க. ம.தி.மு.க. நகரச் செயலாளர். வக்கீலா இருக்காரு. என்ன விஷயம்?'

‘பேத்திய தூக்கிட்டு வந்துட்டாய்ங்கப்பூ. மூணுபேரு வந்துருந்தாய்ங்க. என்ன இப்படி நிக்கிறீங்கன்னு கேட்டதுக்கு குளிக்க நிக்கிறோம்னு சொன்னாய்ங்க. அவய்ங்க மொகரையைப் பாத்தா கண்டுபிடிச்சிருவேன்’னு பெரியவர் பீடியை பற்றவைத்துக் கொண்டே சொன்னார் .

‘அப்படியா... இவர் அப்படி ஆள் இல்லையேங்க’

‘இவர் இல்லைங்க. நான் வந்தவய்ங்கள சொல்றேன்’

ஒரு ‘ஓஹோ’ போட்டுட்டு, சூரி அண்ணனிடம் வந்து ‘பெரிசுக்கு அடையாளம் தெரியலை’ என்று சொன்னேன். ‘சரி, ஃபைல க்ளோஸ் பண்ணுங்க’ன்னு சொல்லிக்கொண்டே ஒரு தம்மை பற்றவைத்தார்.

எஸ்.ஐ. வந்தார். அனிதா அப்பா, பூட்ஸ் போடாத போலீஸ்காரர், பவானி, அவ்வா, அவ்வா மடியில் இருந்த அனிதா எல்லோரையும் கூப்பிட்டார். ‘ஏத்தா நீ அப்பாட்டப் போறியா, அம்மாட்ட இருக்கியா?’ன்னு கேட்டாரு. செவுளைச் சேர்த்து அறைந்தது மாதிரி இருந்தது. சைலண்ட் இப்படியா அறையும்! கொஞ்சநேரம் ங்கொய்ன்னு இருந்தது.

தலையைக் குனிந்துகொண்டே இருந்த அனிதா கையை நீட்டி பவானியைக் காட்டியது. சேம் செகண்ட்ல அனிதா, அப்பா முகம் பார்த்தேன். என் வாழ்வின் மறக்கமுடியாத முகம் அது.

அனிதா வளர்ந்தாள். மஹா க்ளாஸ்மேட் மற்றும் நெருங்கிய தோழி ஆனாள். வீட்டுக்கு வரப்போக இருக்கும்போது என்னை மாமா என்று கூப்பிட்டுக்கொண்டே அதே வாயால் லதாவை அம்மா என்றும் கூப்பிட்டுக் கொண்டிருந்தாள். எப்ப நான் அனிதாவைப் பார்த்தாலும் ‘ஒன்னைய ஒன் அப்பாட்டயே விட்டுட்டு வந்துருக்கணும் புள்ள”ன்னு சொல்லிக் கொண்டிருப்பேன். இனியும் கூட சொல்லுவேன்.

ஒரு முகம் அசைத்த அசைவாக இருக்கலாம். பொம்பளப் புள்ளையை கையில் வைத்திருந்த தகப்பன் ஸ்டேஜாக இருக்கலாம். அல்லது அதா இருக்கலாம் எழவு இதாக்கூட இருக்கலாம். லாம்கெல்லாம் மினிமம் கேரண்டியா இருக்கு?

மஹா கல்யாணத்தில் ஆஷ் கலர் சுடிதாரிலும் பொங்கிய சிரிப்போடும் அனிதாவைப் பார்த்தேன். ‘என்ன புள்ள இவ்வளவு அழகா வளந்துட்ட?’ன்னு கேட்டேன். ‘போங்க மாமா. நீங்கதேன் கெழவனா ஆயிட்டீங்க’ன்னு சொன்னாள். நானும் விடலையே...

‘ஒன்னைய ஒன் அப்பாட்டையே விட்டுட்டு வந்துருக்கணும் புள்ள’ன்னு சொல்லத்தான் செஞ்சேன்.

மதி, மூர்த்தி, நூல்ஸ் முத்து

ஏழுகடைக் கதைகள் மூன்று

லதா – லதா போட்டோஸ் – வீடியோஸ்

ஏழுகடையில் இரண்டாம் நம்பர் கடையில் ‘லதா – லதா போட்டோஸ் – வீடியோஸ்’ன்னு ஒரு கடை வைத்திருந்தோம் நானும் நண்பன் மதியும் சேர்ந்து என்று முன்பே சொல்லியிருக்கிறேன் இல்லையா? அவன் மனைவியின் பெயரும் லதா என்பதால் அந்தப் பெயர்.

‘ஆண்டிகள் சேர்ந்து மடம் கட்டுறோம். பேசாமல் மடத்துக்கு மனைவிகள் பேரே வச்சுட்டா என்ன?’ன்னு ஒரு தடவைக்கு இரண்டு தடவை யோசித்தே அந்தப் பெயர் வைத்தோம்.

நன்றாகத்தான் போய்க்கொண்டிருந்தது ‘லெஃப்ட் ரைட் லெஃப்ட் ரைட்’ன்னு. ஆச்சா? அப்புறம் குண்டக்க மண்டக்க ஆகிப்போனது எல்லாம். நான் இங்கு சவுதிக்கு வந்து விட்டேன். வந்து கொஞ்சநாள் கழித்து லதாவிடம் பேசும்போது சொன்னாள், ‘ஏங்க ரெத்தினம்ன்னு ஒருத்தர் உங்களை தேடித்தேடி வந்துருக்கார். என்னவோ கல்யாண நெகட்டிவ் வேணுமாம்‘

‘மதி’ய பாக்கச்சொல்லு புள்ள. நம்ம வீட்டில் ஒரு நெகட்டிவும் இல்ல’.

‘பாத்துட்டாராம். மதிதான் இங்க போகச் சொன்னுச்சாம்’.

‘அப்படியா? அப்ப நெகட்டிவ் பழுத்து பாசிட்டிவ் ஆயிருச்சுன்னு சொல்லிரு’.

'எல்லாம் பேசுவீக அங்க இருந்துக்கிட்டு'.

**

P. சேவுகமூர்த்தி டீ ஸ்டால்

ஏழுகடையில் அஞ்சாம் நம்பர் கடையில் மூர்த்தி டீக்கடை வைத்திருந்தான். இரண்டு பென்ச் வெளியில் போட்டிருப்பான். கொஞ் சம்பேர் அதில் உட்கார்ந்துகொண்டும், மற்றவர்கள் நின்றுகொண்டும் இருப்போம்.

'டேய்... நீங்களே உக்காந்துக்கிட்டா வர்ற கஸ்டமர் எப்படிடா உக்காருவாங்க?' என்றான் மூர்த்தி ஒரு நாள்.

'கஸ்டமர் வந்தாத்தான் எந்திருச்சுருவோம்ல' செட்டி.

'பெஞ்சு ஃபுல்லா இருந்தா உக்காந்து டீ குடிக்கிறவன் வரமாட்டாண்டா'.

'ஆமா, இந்த டீயை உக்காந்து வேற குடிக்கணுமாக்கும், மணி (எ) கிண்ணி மண்ட...

'மண்ட கர்வமா பேசாதீங்கடா. அழிஞ்சு போவீக.'

'இப்ப என்ன உனக்கு? இதில் இருந்து எந்திரிக்கணும். அம்புட்டுத்தானே? எந்திரிச்சாச்சு. அய்யா கஸ்டமரு, ஆத்தா கஸ்டமரு, வாங்க வாங்க வாங்க உக்காருங்க. டீ குடிங்க, பேப்பர் படிங்க, ஒரு வடை எடுத்து கடிங்க. வாங்க வாங்க வாங்க' முத்துராமலிங்கம்

இப்படியே பொழுது போய்க்கொண்டிருக்கும். பால் மஞ்சள் தட்டிவிடும்.

'மஞ்சப் பாலில் இருந்து ஒரு டீ போடு மூர்த்தி அண்ணே' அமரன் கார்த்தி.

'காச வைங்க வெண்ணைகளா.'

'மூர்த்தி அண்ணே, கடையப் பாத்துக்குறோம், நீ போய் ஒரு டீ சாப்ட்டு வா.' குண்டு கார்த்தி.

அடிக்க விரட்டி, கு.கார்த்தியும் ஓடி, கழுத்துப்பிடியா கொண்டுவந்து 'என்ன சொன்ன... என்ன சொன்ன?' என்றான் மூர்த்தி.

'கழுத்த விடுண்ணே. வலிக்குது. ஒங் கடைய விட்டா நாதி இருக்காண்ணே எங்களுக்கு.'

'நெருக்கிப் பிடிச்சு கேட்டா நெஞ்சுல விழுந்து நக்கிடுறீங்களேடா?' என்ற மூர்த்தி, இப்போது மலேசியாவில் இருக்கிறான்.

கிண்ணி மண்ட, அமரன் கார்த்தி துபாயில்.

முத்துராமலிங்கம், செட்டி சிவகங்கையில்.

நான் சவுதிக்கு வந்தாயிற்று. குண்டு கார்த்தி செத்துப் போனான்.

நெஞ்சுல விழுந்து நக்க இப்ப ஆள் இருக்கா என்னன்னு தெரியல ஏழுகடையில்...

✸

முத்து டூ வீலர் வொர்க் ஷாப்

ஏழுகடையில் ஆறாம் நம்பர் கடையில் டூவீலர் வொர்க் ஷாப் வைத்திருந்தான் டூல்ஸ் முத்து. வரும்போது வெறும் முத்துதான். ஏழுகடையில் எல்லோருக்கும் ஆட்டோமேட்டிக்காக பெயர் வந்து விடும். அப்படித்தான் இவன் டூல்ஸ் முத்து ஆனதும். ஒரு நாள் ஏழுகடை வந்து வண்டியை நிறுத்துகிறேன். டூல்ஸ் முத்து மனைவி கடைவாசலில் நிற்கிறார்கள். 'என்னத்தா இப்படி நிக்கிறீங்க?'ன்னு கேட்டேன். 'இவுங்கள பாக்க வந்தேன். காணோம்ணே' என்றார்கள்.

'ஸ்க்ரூட்ரைவரு (டூல்ஸ் முத்து ஹெல்பருக்கு வந்த பெயர்) எங்கடா இவன்?'

'எங்கன்னு சொல்லலண்ணே. இங்கிட்டு வண்டியில் போனாக' என்று திசையைக் காட்டினான். பிறகு முத்துராமலிங்கத்திடம் வந்து விசாரித்தேன்.

'எங்கடா போயிருக்கான் இவன். பாவம் அது வந்து நின்னுட்டு இருக்கு?'

'மாமா திட்டாத. இரண்டுபேரும்தான் சரக்கை ஸ்டார்ட் பண்ணோம். இவன் மட்டையாய்ட்டான். ஏங்கடைல படுக்க வச்சுருக்கேன்.'

'வேலை டயத்துல அடிக்காதீகடான்னா கேக்குறீகளாடா?' என்று ஒரு அட்வைஸை பிய்த்து எறிந்துவிட்டு (நான் அட்வைஸ் பண்றதுக்கும் உலகத்தில் இருக்கிற ஒரே இடம் ஏழுகடைதான் என்பதாலோ என்னவோ ரொம்பப் பிடிக்கும் இந்த இடத்தை) 'எதுவும் அவசரமாத்தா... இவன் வர லேட்டாகும் போலயே'ன்னு கேட்டேன் டூல்ஸ் முத்து மனைவியிடம்.

'அரிசி, பருப்பு ஒண்ணும் இல்லண்ணே வீட்ல. இந்தா வர்றேன்னு வந்தாக அதான் தேடிவந்தேன்'. தூக்கி எறிந்தது அந்த முகம். பிறகு என்னிடம், முத்துராமலிங்கத்திடம் இருந்த காசை கொஞ்சம் பொறுக்கி 'இதக் கொண்டு போத்தா. வந்தோன்ன வரச் சொல்றேன்' என்றேன். 'இல்லண்ணே திட்டுவாக அவுக' என்று வாங்காமலேயே போய்விட்டார்கள்.

இந்தப் பயணத்தில் நானும் லதாவும் ஏழைக் காத்த அம்மன் கோயிலுக்கு நம்ம குடும்ப வண்டி டி.வி.எஸ்.50ல் போனோம். போற வழியில் இடையே மேலூரில் நிற்கவேண்டியது வந்தது. நின்ற இடம், 'ஸ்ரீ விநாயகா ஆட்டோ ஒர்க்ஸ்'

'அண்ணே' எனக் கூவினான் டூல்ஸ்.

'வா, டீ சாப்டு' என்று கூட்டிக்கொண்டு போனான். பேச்சு அப்படி இப்படி போய்ட்டு அதில் வந்து நின்றது. 'இரண்டு வருஷம் ஆயிருச்சுண்ணே தண்ணிலாம் விட்டு. ஒத்திக்கு வீடு பிடிச்சு இங்க வந்துட்டேன்' என்றான். நெற்றியில் பட்டையெல்லாம் அடித்து சும்மா 'கும்'ன்னு இருந்தான் டூல்ஸ்.

'ஏழுகடைய விட்டுப் போனாத்தான் எல்லாத்துக்கும் விமோச்சனம்' என்றாள் லதா, டீ சாப்பிட்டுக்கொண்டே.

'சும்மாருக்கா. அதெல்லாம் ஒரு லைஃப், என்னண்ணே?' என்றான் டூல்சும் டீ சாப்பிட்டுக்கொண்டே.

செட்டி என்கிற ஸ்ரீதர்

ஏழுகடைக் கதைகள் நான்கு

ஏழுகடையில் செட்டி(எ)ஸ்ரீதர் எப்படி ஒதுங்கினான்? யாருக்கும் தெரியாது. ஏழுகடையில் யார் எப்போது ஒதுங்கினார்கள் என்பதெல்லாம் யாரும் கணக்கு வைத்துக் கொள்வதில்லை. காற்றில் புரள்கிற இலைமாதிரி காற்றோடு காற்றாக வந்து ஒட்டியவர்கள் தான் எல்லோருமே அங்கு. இப்போது யோசித்துப் பார்க்கையில் ஏழுகடை புள்ளை புடிக்கியாகத்தானே இருந்திருக்கிறது. புடிச்சு வச்சுக்கிட்டு, வாழ வச்சுக்கிட்டு, வாழ்ந்துக்கிட்டு, இழந்துக்கிட்டு... ஸ்ரீதருக்கு செட்டின்னு பேர் வந்ததுக்குக் காரணம் அவனுடைய கால்குலேசன். ஒரு பார்க்கு போறோம்னா செட்டி கூட இருந்தா கணக்கு வழக்குபற்றி கவலைப்பட மாட்டோம். இத்தனை தண்ணீர் பாக்கெட், இத்தனை ஆம்லட், இத்தனை சிகரெட், இத்தனை குடல் குந்தாணின்னு எழுதி வைத்துக்கொண்டே வருவான். தனியாக சிகரெட் அட்டை போட்டு எழுதமாட்டான். மனசுக்குள்ளயே எழுதிக்கொண்டு வருவான். 'ஹல்லோ தம்பி/அண்ணே, காசு வேணும்ணா கேட்டு வாங்கு. கணக்குல எர்ரர் அடிக்காத' என்று செட்டி சொல்லிவிட்டால் அன்னைக்குப் பஞ்சாயத்துதான். 'இத்தன தண்ணிப் பாக்கட்டா, இத்தனை இதுவா, இத்தனை அதுவா'ன்னு புட்டுபுட்டு வைப்பான். காதில் பென்சில் சொருகி வைத்துக் கொண்டு, கையில் சிகரெட் அட்டை வைத்திருக்கிற தம்பிக்கோ, அண்ணனுக்கோ 'இவன் குடித்தானா இல்லையா?' என்று டவுட் வந்துவிடும். 'அவன் காசு நமக்கு எதுக்கு மாமா? நம்ம காசு என்ன மரத்துலயா காய்க்கிது?'ன்னு பாரை விட்டு வரும்போது காலரை தூக்கிவிட்டுவிட்டு குனிந்து அவன் நெஞ்சிலேயே ஒரு ஊது ஊதிக்கொள்வான். 'செரி விட்றா

மாப்ள...'ன்னு அணைத்து கூட்டிக் கொண்டு வருகிறமாதிரி ஆகிவிடும் வெயிலுக்குத் தகுந்தமாதிரி ஏழுகடையில் உட்கார்ந்திருப்பான் செட்டி. ஏழாம் நம்பர் கடையில் செட்டி உட்கார்ந்திருந்தால் ஒண்ணாம் நம்பர் கடையில் வெயில் என்று அர்த்தம். ஒண்ணாம் நம்பரில் உட்கார்ந்திருந்தால் ஏழில் வெயில். வெயிலுக்குத் தகுந்தமாதிரி நகர்ந்துகொண்டே வருவான். வெயில் தொடங்கியதில் இருந்து, இருள் தொடங்குகிறது வரையில் ஒரு ஆள் ஒரு லெக்குலயேவா இருக்க முடியும்? இருந்திருக்கிறானே செட்டி... ஏழுகடையிலிருந்து சிரிப்பு சத்தம் அலையலையாக வந்துகொண்டிருந்தால் செட்டி ஸ்பாட்ல இருக்கான்னு அர்த்தம். யாரையும் விட்டுவைக்க மாட்டான். சூரி அண்ணன் தொடங்கி நண்டுசிண்டு வரைக்கும். 'சூரி மாமா சக்தி சுகர்ல இருந்து வேன் வந்து வெய்ட்டிங்லயே இருந்துட்டு இப்பதான் போனாய்ங்க' என்பான். சூரி அண்ணன் வந்து இறங்கும்போது. 'என்னடா... எதுக்குடா?' 'ஏதோ டன்னுக்கு மூட்ட கொறையுதாம். நம்ம ஃபேக்டரில கெடைக்குமான்னு கேட்டுத்தேன்' 'செருப்பு பிய்யப்போது பாரு' (சூரி அண்ணனுக்கு சுகர் உண்டு) 'ஏழுகடை பக்கம் ஓட்டாம சுத்தி ஓட்டுங்க' என்பாள் லதா வண்டியில் உட்காரும்போதெல்லாம். 'ஏம் புள்ள?'ன்னு கேட்டால் 'செட்டிப்பய எதுனா கத்துவான்' என்பாள். 'அரிசி மூட்டை நழுவுது மாமோய். அமுக்கி ஓட்டு'ன்னு குரல்விட்டான் ராஸ்கல் ஒரு தடவை. நாம் மறந்துவிடுகிறோம். பொம்பள மறப்பாளா? 'எங்கண்ணன் சொந்த ஃபண்டுல இருந்து ஒரு சிகரெட் வாங்கிக் கொடுத்துருக்கே... இதக் குடிக்கிறதா வச்சு வச்சுப் பாக்குருதா ஆ டமுக்கு டப்பா ஆ டையா டப்பா'' என்று ஓடி ஓடி ஒண்ணாம் நம்பர் கடையில் இருந்து ஏழாம் நம்பர் கடை வரையில் காட்டிக்காட்டி கெக்கு கெக்குன்னு சிரித்துக்கொண்டு வந்தான் ஒருநாள். 'கேவலப்பட்ட பய புள்ளை... கேவலப்படுத்துது பாரு மாமா' என்று முத்துராமலிங்கம் சொன்னபோதுதான்... 'ஆ... நீயா?'ன்னு நீயா பட ஸ்ரீப்ரியாமாதிரி கண்கள் மினுங்க முத்துராமலிங்கத்தைப் பார்த்தோம். அவனும் எங்கள் பார்வைத் தீண்டலில் இருந்து தப்பிக்க கட்டிலுக்கு மேலாகவும் கீழாகவும் நழுவிக்கொண்டிருந்தான் கமல்போலவே. நாங்கள் போக, வருகிற போகிற பொம்பளைப் புள்ளைகளையும் ஒரண்டை இழுத்துத் தொலைவான் செட்டி. எங்கள் பயல்கள் யாரிடமும் இல்லாத பழக்கம் அது. லவ் எல்லாம் பண்ணுவார்கள். பிடித்துப்போய் பின்னாலேயும் சுற்றுவார்கள்... 'அப்ஜக்சன் யுவர் ஆனர்' வந்து விட்டால் தெறித்துவிடுவார்கள் . இரண்டு நாளைக்கு முரட்டுத்தனமா தண்ணி அடித்துவிட்டு பூப்போல தெளிந்து அடுத்த பூ பறிக்க போய் விடுவார்கள். 'எங்கிருந்துடா வந்து தொலைச்ச... யார்ட்டயாவது இந்தப் பழக்கம் இருக்காடா. மூஞ்சியும் மொகரையும் பாருன்னு திட்டிட்டுப் போகுது அந்தப் புள்ள... உன்னைய திட்டுதா என்னைய திட்டுதான்னு பாக்குறவய்ங்களுக்கு தெரியுமாடா?'ன்னு

கேட்டால்... கெக்கெக்னு சிரித்துக்கொண்டே, 'பாத்துட்டியா?'ம்பான். 'இனிமே எங்கயும் எங்களோடு வராத. இவன தொலைச்சு தல முழுகிட்டுதாண்டா கெளம்பனும் நம்ம' என்று பயல்களிடம் சொன்னாலும், 'சரி, மூடு ஓன் நயங் கோமணத்தை'ன்னு திருப்பியும் கெக்கு கெக்கு போடுவான். இரண்டுவகையான பிசினஸ் பண்ணி அதில்தான் பசியாறி வந்தான் செட்டி. சீட்டுக் கச்சேரி மெயின். கபடி சைடில். சிவகங்கை சுற்றுப்புறத்தில் செட்டியைத் தெரியாத கபடி க்ளப் இருக்காது. வந்து தூக்கிக் கொண்டுபோய் விடுவார்கள். அடிச்சிட்டு வந்தான்னா அப்படி ஒரு நுரைபொங்கும் அவன் முகத்தில். 'இதர டிட்டெர்ஜன்ட், வில்லை, பார் எதனையும் மிஞ்சும் வெண்மை' அந்த நுரை. அப்புறமெல்லாம் சீட்டுக்கு கிளம்பிவிடுவான். விவரம் தெரிந்த ஏழுகடைப் பசங்கள் செட்டி உட்கார்ந்திருக்கிற சபையில் உட்காரமாட்டார்கள். தெரிந்துகொண்டார்களல்லவா... அப்புறமும் உட்கார என்ன லூசா? எனக்கென்னவோ இந்தச் சீட்டு மட்டும் வரவே இல்லை. அதிர்ஷ்டம் மற்றும் மூளை உபயோகிக்கிற மேட்டரினால்கூட இருக்கலாம். ஆனால் இவர்கள் கச்சேரி நடத்துகிற இடத்துக்குப் போவது உண்டு. ஆளரவம் இல்லாமல் ஏகாந்தமா இருக்கும். ஒரு குவாட்டரை மட்டும் கையில் பிடித்துக்கொண்டு போய்ட்டோம்ன்னு வைங்க, அன்னைக்கி சும்மா அன்னைக்கிதான். இப்படியே போய்க்கொண்டிருந்த செட்டி, எங்கள் எல்லோரையும் ஒரு திருப்புமுனைக்குத் தள்ளினான்... கடைக்கு வந்தேன். கொஞ்சம் இனிஷியல் ஒர்க் எல்லாம் பார்த்துவிட்டு முத்து கடைக்கு வந்து, 'எங்கடா இவன்?' என்று, கடையில் இருந்த செந்திலிடம் கேட்டேன். 'செட்டி அண்ணே ஒரு அக்காவை கூட்டிட்டு வந்துருச்சுண்ணே. இரண்டுபேரையும் ஒளிச்சுவைக்க அண்ணே எங்கயோ போயிருச்சு' என்றான். இழுத்துட்டாய்ங்களா?' என்று நினைத்துக்கொண்டே ஒரு தம்மை பற்றவைத்தேன். சாயந்தரமாக வந்தான் முத்து... 'என்னடா?' 'இவந்தேன். ஒரு புள்ளைய கூட்டிட்டு வந்து கல்யாணம் பண்ணி வய்யின்னு நிக்கிறான் மாமா. இந்தப் புள்ள தொண்டி போல. போன்லயே புடிச்சிருக்கான். கொஞ்சநாளா போன்லயே பேசிக்கிட்டு திரிஞ்சான்ல. அவய்ங்க மீன் பறவாஸ் மாமா. வெட்டி கடலுக்குள்ள போட்ருவாய்ங்க. நீயும் இல்ல சூரி மாமாவும் இல்ல. டக்குன்னு வெக்கேட் பண்ணி கல்லல்ல நம்ம சொந்தக்காரய்ங்க தோப்பில் விட்டுட்டு வந்துருக்கேன்' 'என்னடா சொல்ற? இவனை நம்பி எப்டிடா கல்யாணம் பண்ணிவைக்கிறது?' 'என்ன பண்ணச் சொல்ற? இந்த மொகர இல்லைன்னா அந்த மொகர செத்துப்போவேங்குது. அந்த மொகர இல்லைன்னா இந்த மொகர செத்துப்போவேங்குது' 'இவனுக்கே நம்மல்லடா சோறு போட்டுக்கிட்டு இருக்கோம்', 'நீ எங்க போட்ட? நால்ல போட்டுட்டு இருக்கேன். இதுல இந்தப் புள்ளையவும் கொண்டுபோய் அடைச்சா என்னைய வெரட்டி

விட்ருவாய்ங்க மாமா.' 'சரிடா... அவன தனியாவா விட்டுட்டு வந்த? அவம்பாட்டுக்கு பொலிச்சல போட்டுறப்போறான்டா.' 'அதுலாம் ஆளுப்பேரு இருக்காய்ங்க சுத்தி. இப்ப மேட்டர் என்னன்னா சூரி மாமாட்ட நீதான் பேசுற.' 'டேய்... இவர்ட்ட ஓத்தாமட்டை வாங்க முடியாதுடா?' 'போ... அப்ப நம்மளே கொன்னுருவோமா செட்டியவும் அந்தப் புள்ளையவும்?' 'இவன் யார்றா இவன்... அதுக்கா சொல்றேன்?' 'இதுலாம் புதுசா மாமா... நீதான் சரியா மண்டையைக் கழுவி பேசுவ' 'இப்டியே ஏம்மண்டய கழுவுங்கடா' செட்டிக்கு திருமணம் முடிந்தது. மற்ற வேலைகளையல்லாம் ஒதுக்கி வைத்துவிட்டு இதே வேலையாக இருந்து இரண்டு அழகழகான பெண் குழந்தைகளைப் பெற்றெடுத்தான். துயரம் என்னன்னா... இவ்வளவுக்கு அப்புறமும் செட்டி அப்படியேதான் இருக்கிறான். இந்த டைரிக் குறிப்பிற்காகவே இன்றைக்கு முத்துவுக்கு போன் பண்ணி, 'செட்டி எப்டிடா இருக்கான்?' என்று கேட்டேன். 'காளையர் கோயில்ல திரியிறான்னு கேள்வி மாமா' என்றான்.

குண்டு கார்த்தி

ஏழுகடைக் கதைகள் ஐந்து

ஏழுகடை செட்டுலேயே குண்டு கார்த்தியைத்தான் சுத்தவீரன் என்பேன். எங்கள் யாரையும் எதிர்பார்க்க மாட்டான். தனியாகப் போவான். நெத்திக்கு நெத்தி முட்டுவான். அடுத்த சீனில் ஆஸ்பத்திரியிலோ, போலீஸ் ஸ்டேஷனிலோ இருப்பான்.

ஒரேமாதிரி இருந்தது இல்லை ஏழுகடை. ஒரு நாள் சிரிப்பும் கூத்துமாகப் போனால் ஒருநாள் குய்யோமுறையோன்னு இழவு வீடுமாதிரி ஆயிரும். 'அவனை தொட்டுப்டாய்ங்க இவனை தொட்டுப்டாய்ங்க'ன்னு உசும்புவாய்ங்க பாருங்கள். எனக்கு அல்லையைப் பிடிக்கும்.

'டேய்... இருங்கடா சூரி அண்ணே வரட்டும். பேசச் சொல்லலாம்'னு கொஞ்சம் தண்ணி தெளிப்பேன்.

'என்ன பேசச் சொல்ற?... ரத்தத்தோடு வந்துருக்கான். எதா இருந்தாலும் ரத்தம் பாத்துட்டு பேசலாம். நீ ஓம் பிள்ளமகன் வேலைல்லாம் பார்க்காத'ன்னு சாதியில் கொண்டுபோய் சார்த்தி விடுவார்கள். அப்புறமெல்லாம் பதட்டத்தோடு வேடிக்கை பார்க்கிறதுமாதிரிதான் இருக்கும்.

பொருளெல்லாம் அள்ளி வண்டியில் போட்டுகொண்டு கிளம்பும்போது கேட்பார்கள், 'வர்றியா என்ன?'

'இருங்கடா இந்தா வர்றேன்'ன்னு என் வண்டியை ஸ்டார்ட் பண்ணுவேன். ஒரு முருக்கு. நேரே ஆஞ்சநேயர்கோயில். பார்ட்டி ஸ்டாண்ட்டட்டிஸ்ல நின்றுகொண்டிருப்பார். 'யய்யா... இவய்ங்களோட போறேன். போலீஸ் கேஸ்னு வராமல் பாத்துக்கிறது ஓம் பொறுப்பு'

என்று ‘அட்டேஏஏஏன்சன்’ பண்ணிவிட்டு வருவேன். இப்படி எல்லாப் பயல்களும் அட்டேஏன்சன் பண்ணினார்களா என்று தெரியாது. ஆனால் சாயலைவைத்துச் சொல்லமுடியும். பய நம்மைவிட டர்ர்ரா இருக்கான்னு. அப்படி சாயலை மோந்ததில் கார்த்திதான் சுத்தவீரன். எங்களோடு வந்தாலும் சரி, ரத்தம் ஒழுக வாங்கிக் கட்டிக்கொண்டு வந்தாலும் சரி, சும்மா, கல்மாதிரி இருக்கும் அவன் முகம். கல்லில் போய் எதைப் படிக்க?

இங்கு ஒரு கட் கொடுத்து டாப் ஆங்கிளில் இருந்து குண்டு கார்த்தியை ஜூம் பண்ணலாம்.

குண்டு கார்த்தி முத்துராமலிங்கம் தம்பி. (சித்தி மகன்) ஆனால் எனக்குத்தான் தம்பியாகப் பிறந்ததுபோலவே இருந்தான். (சுத்த வீரன் மேட்டரைத் தவிர) இவர்கள் எல்லோரும் என்னை மாமான்னு கூப்பிட்டால், லதாவை அத்தை என சரியாக முறைவைத்துக் கூப்பிடுவார்கள். கார்த்தி மட்டும்தான் என்னை அண்ணன்னு கூப்பிட்டுக்கொண்டே லதாவையும் அக்கா என்று கூப்பிடுவான்.

பஸ் ஸ்டாண்ட் ஆட்டோ ஸ்டாண்டில் இருந்த கார்த்தியை நான்தான் ஏழுகடைக்கு கூட்டி வந்தேன்.

‘ஒந் தொம்பி, பஸ் ஸ்டாண்ட்ல சலம்பிக்கிட்டு இருக்கானாம். ரம்யா போன் பண்ணுச்சு (ரம்யா – குண்டு கார்த்தி தங்கச்சி) போய் கூட்டிட்டு வா’ என்று முத்துராமலிங்கம் ஒருநாள் சொன்னான்.

நம்மகிட்டதான் எப்பவும் ஒரு டி.வி.எஸ்.50 இருக்குமே. போனா, ‘வோத்தா வாங்கடா...’ன்னு சட்டை பட்டன் எல்லாம் கழன்று தொங்க சலம்பிக்கொண்டு கிடந்தான். வண்டியை அவனை ஓட்டி நிறுத்தி, ‘வண்டில ஏறுடா’ன்னு ஏழுகடைக்கு கூட்டி வந்தது நேற்று நடந்ததுபோலவே இருக்கு.

வந்த சோர்ல... ‘எங்க யாருக்காவது கேஸ் இருக்காடா? போறமா நலுக்குப்படாமல் வந்துர்றம்ல’ என்று சொன்னேன். அவனும் சொன்னான்.” ‘போனா கொத்தணும்ணே. குசு போடவா போறது?’

அப்புறமெல்லாம் கள்ளு இறக்க ஏறுகிறவனின் கவட்டையில் தொங்குகிற சுரக்குடுக்கைமாதிரி ஆகிவிட்டான் எனக்கு...

‘வீட்டில் வந்து இறங்கிட்டு ஆட்டோவுக்கு காசு கொடுக்கிறேன். வேணாம்க்கா’ன்னு ஆட்டோக்காரன் போய்ட்டான்’ என்று, லதா சொல்லிக் கேட்டிருக்கிறேன்.

‘பய, ஆட்டோ ஸ்டாண்டுல இருக்கிறான்போல’ என்று நினைத்துக் கொள்வேன். ‘அப்பா, கார்த்திண்ணே மஜீத் ரோடு முக்குல சிகரெட் குடிச்சிட்டு இருந்தாங்களா... என்னப் பார்த்தோன்ன, சிகரட்ட கீழ

போட்டுட்டு என்னத்தா... எங்கபோறன்னு கேட்டாங்க. என்னப்பா, எனக்குப் போயி பயப்படுறாங்க?' என்று, மஹா பேசிக் கேட்டிருக்கிறேன்.

'அதுக்குப்பேரு பயம் இல்லடா'ன்னு நினைத்துக் கொள்வேன்.

பேண்ட் போட்டுக்கொண்டு வந்தானென்றால் கார்த்தி, வாய்தாவுக்கு கோர்ட்டுக்கு போகிறான் என்று அர்த்தம். 'மாச முச்சூடும் பேண்ட் போட வாச்சிருக்கில்லடா கார்த்தி?'ன்னு ஊடால ஊடால கேட்பேன். தச்சிர மாட்டாதான்னு கேட்பதுதான். லைட்டாக சிரிப்பான். கார்த்தி அப்படியே ரைட் ஆப்போசிட் செட்டிக்கு. அதிர்ந்து பேசமாட்டான். சிரிக்க மாட்டான்.

'இங்க சிரிக்கணும்டா கார்த்தி... எல்லாப் பயலுகளும் சிரிக்கிறாய்ங்கல்ல... அப்ப ஏதோ சிரிப்பு இருக்கத்தான் வேணும்'னு எழுப்பணும். 'சரி, சிகரட்டக் கொடு'ன்னு குடித்துக்கொண்டிருக்கிற சிகரெட்டைக் கேட்பான்.

எப்ப சிகரெட் பற்றவைத்தாலும் பாதியைத் தாண்டிவிட்டால், 'அதுல என்ன இருக்குன்னு இப்படி சுண்ட்ற. தா'ன்னு கை நீட்டுவான். 'மூர்த்தி இவனுக்கு ஒரு சிகரெட் கொடுடா. முழு சிகரெட்ட குடிக்க விடமாட்டேங்குறான்' என்று, மூர்த்தியிடம் ஒரு தடவை சொல்லிவிட்டேன். 'டேய் கார்த்தி, டேய் கார்த்தி'ன்னு கூப்பிடக் கூப்பிட எழுந்து போய்விட்டான்

முதமுதல்ல நான் கார்த்திக்கு ஒரு செருப்புதான் வாங்கிக் கொடுத்தேன். வாங்குதோங்கா பேண்ட் எல்லாம் போட்டுக் கொண்டு, செருப்புப் போடாமல் வருகிற ஆள யாரையாவது பார்த்திருக்கீங்களா? அப்படிப் பார்த்தா, நீங்க குண்டுக் கார்த்தின்னு எடுங்க. எடுக்காட்டி, 'டேய் ராஜா, டேய் ராஜான்னு' நீங்களும் கூப்பிடக் கூப்பிட நானும் எழுந்து போய்டுவேன்.

நாம் என்ன செய்யப்போகிறோம் என்று அவனிடம் காட்டக் கூடாது. காட்டினால் வண்டியில் ஏறமாட்டான். திடுதிப்புன்னு 'கார்த்தி வாடா'ன்னு கூப்பிடணும் எல்லாப் பயல்களும் 'எங்க மாமா?'ன்னு கேட்பார்கள். இவன் ஒன்றுமே கேட்கமாட்டான். எம்பா மலைமாதிரி எழுந்து காலை வீசி பின்னாடி உட்காருவான் 'ஏண்டா, எங்க போறோம்ன்னு கேக்கவே மாட்டியாடா?' என்று ஒரு தடவை கேட்டேன்.

'நீம் போயி எங்கண்ணே கூட்டிட்டுப் போப்போற? ஒண்ணு பாரா (Bar) இருக்கும். இல்லாட்டி ஆஞ்சநேயர் கோயில்' என்றான். கேட்காமலேயே இருந்திருக்கலாமென்று சில கேள்விகளைக் கேட்ட பிறகுதானே தெரிந்து தொலைக்கிறது. 'இவன் சைசுக்கு செருப்பெடுங்க அத்தா'ன்னு ரஃபீக் அத்தாட்ட சொன்னபோது, 'ஏண்ணே?'ன்னு

கேட்டான். 'இருக்கட்டும்டா'ன்னு சொன்ன ஞாபகம். வெறும் ஸ்லிப்பர்தான். சொளகுமாதிரியான காலின் சூட்டை வெறும் ஸ்லிப்பர் தாங்கினால் போதாதா?

இரண்டு மூன்று நாட்களுக்குத்தான் போட்டுக்கொண்டிருந்தான் அந்தச் செருப்பை. திருப்பி வெறுங்காலும், வாங்கு தோங்கு நடையும். கால்களைப் பார்த்ததுமே அவனே சொல்லிட்டான். 'தொலைச்சிட்டண்ணே...'

'செரி விட்றா செருப்புதானே' என்று சொன்னாலும் வலித்தது. அடுத்த நாள் (உடனே கூப்பிட்டால் சுதாரித்துக் கொள்வான்) வழக்கம் போல தாக்காட்டி ரஃபீக் அத்தா கடையில் வண்டியை நிறுத்தியதும், 'என்னைய அசிங்கப்படுத்துறியா?' என்று வண்டியிலிருந்து இறங்கி ஆரம்பித்துவிட்டான். பஸ் ஸ்டாண்ட் பக்கத்தில்தான் ரஃபீக் அத்தா கடை. அத்தாவும் கொஞ்சம் கெட்டிக்காரர்.

'கார்த்திக்குதானே அத்தா. தொலைச்சுப்ட்டானா?' என்று கேட்டார்.

'ஆமத்தா, இவனோடு அழக் கொடுக்க முடியலை'

'கார்த்தி என்ன வேணும்த்தா'

'தம்பி அத்தா'

'அவுங்க மற வீடுல்லத்தா'

'ஆம அத்தா, நீங்க செருப்பெடுங்க... சைஸ் தெரியும்ல?'

'இது சரியா வரும்... இப்பதானேத்தா வாங்கிட்டுப் போனீங்க. நமக்கு ஆளப் பாத்தோன்னயே சைச சொல்ல வரும்த்தா'

ஆட்டோ ஸ்டாண்டில் நின்றுகொண்டிருந்தவனை, 'ஏறுடா'ன்னு வண்டியில் கூட்டிட்டு வந்து வண்டிப் பெட்டியை திறந்து, செருப்பை எடுத்து கீழேபோட்டு, 'நீ எத்தனை தடவ தொலைச்சாலும் திருப்பித் திருப்பி வாங்கிட்டுத்தாண்டா இருப்பேன். செலவுதானடா அண்ணனுக்கு?' என்று சொல்லிவிட்டு அவன் முகத்தைப் பார்த்தேன்.

அவனும் கொஞ்சநேரம் முகத்தையே பார்த்துக் கொண்டிருந்தவன் திடீரென்று நெற்றியிலேயே 'சொத்'ன்னு சத்தம் கேட்க ஒரு அடி அடித்துக்கொண்டு செருப்பெடுத்து போட்டுக்கொண்டான். ஓடாகத் தேயும் வரை போட்டுக்கொண்டு திரிந்தான். அப்புறம் செருப்பு இல்லாமல் கார்த்தியைப் பார்த்தது இல்லை. இந்தச் செருப்பு மேட்டரைப் போய் பருப்பு மேட்டர்மாதிரி பேசுகிறேனென்றால் அதுக்குக் காரணம் இல்லாமலா இருக்கும்?

'உனக்கும் ட்ரீட்மெண்ட் வருதேடா'ன்னு எனக்கும் ஒருத்தன் ட்ரீட்மெண்ட் தருகிறானென்றால் அதை நான் பேசித்தானே ஆகணும்!

அல்ல சில்ல, வெத்து சவுண்டு, கீர்றது வைக்கிறது, பீர் பாட்டில் உடைசல் இப்படி பெட்டிக் கேசா போய்க்கொண்டிருந்த கார்த்தி ஊன்றி நின்றான் ஒரு 302ல் (பிரபலமாக அறியப்பட்ட வக்கீல் தியாகராஜன் கொலை வழக்கு).

பாடி டெம்ப்பரு, பேஸ்மெண்ட் வீக்குங்கிறதால குலுங்கிப் போனது ஏழுகடை....

✸

கார்த்தியுடன் சேர்ந்து எட்டு, பத்துப் பயலுகள் உள்ளே போய் விட்டார்கள். இதில் சித்தப்பா ராமச்சந்திரனும் அடக்கம். (ராமச்சந்திரன் முத்து, கார்த்தி சித்தப்பா) பீஸ் பிடுங்கியதுபோல ஆகிப்போனது.

p.c. ரவி அண்ணன்வேறு சர்ர்ரக்குன்னு ஜீப்பை ப்ரேக் அடித்து, 'டேய்... ஸ்டேசன்ல நோட்டட் பாயிண்ட் ஏழுகடை இப்ப. எந்த நேரமும் வருவாய்ங்கடி... முங்கி நடந்துக்குங்க' என்று சொல்லிவிட்டுப் போனார். ரவி அண்ணன் சொன்னதுமாதிரிதான் நடந்தது. 'ஆ ஊன்னா வண்டி வந்து நிற்கும். 'என்ன இங்க கூட்டம்? எதுக்கு உக்காந்திருக்க? நீ கடக்காரனா?' என்று, ஜீப்பில் உட்கார்ந்துகொண்டே எஸ்.ஐ. கேட்பார். பயல்கள் சட்டென்று எழுந்து நடக்க ஆரம்பித்துவிடுவார்கள்.

ஏழுகடை தலைவாசலில் நாங்கபாட்டுக்கு சரக்கடித்துக் கொண்டிருப்போம்.

மாறி, ஏழுகடைக்குப் பின்னால், வேலிக்கருவைக்கு நடுவில் ஒரு எலெக்ட்ரிக் போஸ்ட் சாய்ந்துகிடக்கும். எலக்ட்ரிக் வயரில் உட் காந்திருக்கிற சிட்டுக்குருவிகள்மாதிரி அதில் உட்கார்ந்து சரக்கைத் தொடங்க ஆரம்பித்திருந்தார்கள் பயல்கள். 'இப்படி வெளிச்சத்தை சாச்சுப்ட்டானே கார்த்தி' என்று தோன்றும். 'வா மாமா'ன்னு வேறு கூப்பிடுவார்கள்.

'இல்லடா. நான் தண்ணியை விட்டுட்டேன்' என்று வீட்டுக்குப் போவதுபோல சூ காட்டிவிட்டு சந்துக்குள விழுந்து தொண்டி ரோட்டைப் பிடிப்பேன்.

பிடித்து... ஒரு முறுக்கு முறுக்கி பஸ் ஸ்டாண்ட் ஒயின்ஸ் ஷாப். ஒரு குவாட்டரை வாங்கி பேண்ட் பாக்கெட்டில் போட்டுக்கொண்டு நேரே லதாமங்கேஷ்கர் வீடு. (லதா மங்கேஷ்கர் நம்ம லதாதான். லதாவின் முழுப்பெயர் அரியநாச்சி (எ) லதாமங்கேஷ்கர். ஹிந்திப் பாட்டில் மயங்கக்கூடாதாங்க என் மாமனார்?)

'ஆத்தாடி... ஏம் புள்ள இன்னைக்கு சீக்கிரம் வந்துருச்சே. சுத்திவைக்கணும்'ன்னு லந்தக் கொடுப்பாள் லதா. (நம்ம டர்ர்ரு மேட்டரை பெண்டாட்டியிடம் காட்ட முடியுமா... காட்டினால்

கிரீடம் இறங்கிறாது?) 'இவனைப்போன்ற நல்லார் ஊரில் யாரும் இல்லார்' ரேஞ்சில் லதா முட்டைப் பொரியலோ, உப்புக்கண்டம் வறுவலோ சைடுக்காக அளித்து, காதலாகிக் கசிந்து கண்ணீர் மல்குவாள்.

வீட்டில், மொட்டை மாடிதான் சரக்கடிக்கிற ஸ்பாட். அடித்து விட்டு குண்டா ஏதாவது நட்சத்திரம் தெரிகிறதாவென மல்லாந்து தேடிக் கொண்டிருப்பேன்.

திருச்சி ஜெயிலில் இருந்தான் கார்த்தி.

'வாய்தாவுக்கு கூட்டிட்டு வர்றாய்ங்க மாமா கார்த்திய, பாக்க வர்றியா?' என்று இடையில் கேட்பார்கள். 'இல்லடா' என்று சொல்லிவிடுவேன். போய்விட்டு வந்து, 'உன்னத்தான் மாமா கேக்குறான். வந்துருக்லாம்ல' என்பார்கள். இரண்டு வாய்தாவுக்கு பல்லைக் கடித்துக்கொண்டு பார்க்கப்போகாமல்தான் இருந்தேன். மூன்றாவது வாய்தாவுக்கு கார்த்தி அம்மா கூப்பிட்டுவிட்டார்கள். கார்த்தி உள்ளே போனதற்குப்பிறகு வீட்டுப்பக்கம்கூட எட்டிப் பார்க்கவில்லை. சும்மாவே, 'நீ சொல்லக்கூடாதாடா... திருந்த மாட்டேங்கிறானடா' என்று சொல்லிக்கொண்டே இருப்பார்கள். 'இந்த டயத்துல போய் எப்படி அம்மாவைப் பார்க்க?' என்று போகாமல் இருந்ததுதான்.

கூப்பிட்டுட்டா போகாமல் இருக்கமுடியாதில்லையா...? போனேன்.

கண்றாவியா இருந்தாங்க அம்மா. 'நாளைக்கு வாய்தாவுக்கு வர்றானாம்லடா. என்னையும் கூட்டிட்டுப் போங்கடா' என்று கன்னத்தைப் பிடித்துக்கொண்டு கெஞ்சினார்கள். 'என்ன கொடுமடா?'ன்னு இருந்தது அந்த நேரத்தில், அந்த முகம். 'சரி கிளம்பி இருங்கம்மா. வண்டிக்கு சொல்லிறட்டா' என்று கேட்டேன். (அம்மாவால் ஸ்லாங்கமா நடக்க முடியாது)

'சொல்லிரு. சமைச்சு எடுத்துக்கிறவாடா... சாப்ட விடுவாங்களா கோர்ட்ல?' என்று கேட்டார்கள். 'அதுலாம் விடுவாங்கம்மா. நீங்க எடுத்துக்குங்க' என்று சொல்லிவிட்டு, அன்றிரவு டைட்டாக சரக்கைப் போட்டுக்கொண்டேன்,.

சிவகங்கை கோர்ட்டில், 'பயபுள்ளைகள் எம்புட்டு நேரம் உக்காந்திறப் போறாய்ங்க' என்கிறமாதிரி ஆலமரம் நன்றாக விரிந்து கிடக்கும். சிறிதுநேரம் நாங்களும் உட்கார்ந்திருந்தோம். வேனுக்குள் அம்மா தங்கச்சிகள் இருந்தார்கள். கங்கு கங்கா பயலுகள் சிகரெட் குடித்துக்கொண்டு நின்றிருந்தார்கள். ஆட்டோ ஸ்டாண்டிலிருந்து வேறு கெடைப்பயல்கள் வந்திருந்தார்கள். தாடியெல்லாம் வைத்துக்கொண்டு கார்த்தி முரட்டு ஆளாக வந்திறங்கினான். பார்த்ததும், 'அண்ணே'

என்று கையைப் பிடித்துக்கொண்டான். கையைப் பிடித்துக்கொண்டே சுற்றிமுற்றி பார்வையை வீசி சுற்றிமுற்றி பயல்களுக்கும் கையைத் தூக்கி காட்டிக் கொண்டிருந்தான்.

'அம்மா தங்கச்சிகள்ல்லாம் வந்திருக்காங்கடா... வேனில் உக்காந்திருக்காங்க' என்று, வேனைக் காட்டினேன். படக்கென்று வேனைத் திரும்பிப் பார்த்தவன் 'அவய்ங்கலல்லாம் எதுக்குண்ணே கூட்டிட்டு வர்றே. ஒப்பாரி வப்பாய்ங்களேண்ணே' என்றான். என்றாலும் மினுங்கியது முகம்.

'நா எங்கடா கூட்டிட்டு வந்தேன்?' என்று சொல்லிவிட்டு வேனுக்கு நகர்ந்தோம்.

'ஓந் தல எழுத்தாடா?... இப்படி ஒருத்தனா பெறந்து, போகாத இடத்துக்குப் போயி, செய்யாத காரியமெல்லாம் செஞ்சு... இந்தக் கொடுமையெல்லாம் என்னப் பாக்கவச்சுட்டு எனக்கென்னன்னு போய்க் கிடக்கானே அந்த மனுஷன்...' (கார்த்தி அப்பா மலேசியாவில் இருக்கிறார்னு கேள்விப்பட்டிருந்தேன்)ன்னு வாயில் புடவைத் தலைப்பை வைத்துக்கொண்டு அழுதார்கள்.

'சொன்னேன்ல'ன்னு என்னை திரும்பிப் பார்த்தான் கார்த்தி. 'சரிம்மா. அவனுக்கு சாப்பாடப் போடுங்க. மத்தவங்களையும் கூப்பிடுடா'ன்னு கார்த்தியிடம் சொன்னேன். 'எல்லாரு வீட்லருந்தும் சாப்பாடு வந்திருக்கும்ணே. ஆத்தா... நீ ஓன் சங்க நிறுத்திட்டு சாப்பாடப் போடுறியா. கூப்ட்ருவாய்ங்க.'

மீன் குழம்பு.

பெரிய பெரிய உருண்டையா உருட்டி வாயில் வைத்துக்கொண்டே 'நாக்கு செத்துப்போயி கெடந்துச்சுண்ணே' என்று லைட்டாக ஒரு சிரிப்பு சிரித்தான். அவனுடைய பெஸ்டு சிரிப்பு எதுன்னு என்னிடம் கேட்டால் அதைத்தான் சொல்வேன். மயிரு... சிரிக்கும்போது கண்ணு கலங்க எங்க எந்த மயிராய்ங்களால முடிஞ்சிருக்கு? சூடு தாங்கமுடியாமல் முகத்தைத் திருப்பிக் கொண்டேன்.

நூத்தி சொச்ச நாட்களாகியது கார்த்திக்கு ஜாமின் கிடைக்க...

ஏழுகடையில் பட்டுத் திருந்தினவனும் இருந்தார்கள். பார்த்துத் திருந்தினவனும் இருந்தார்கள். அப்படித்தானே இருக்கணும் இவனும். சொல்லப்போனால் இவன், ஏழுகடைக்காரனே இல்லையோன்னு தோன்றியிருக்கிறது நிறைய தடவை.

இங்கு சவுதி வந்தபிறகு பயல்களிடம் பேசும்போதெல்லாம், 'ஸ்டாண்டுலதான் மாமா கெடக்கான். என்னத்த அவன் திருந்தி?...' என்று, மகாத்மா கணக்காக ஸ்டேட்மெண்ட் கொடுப்பார்கள்.

‘கேஸ் என்னடா ஆச்சு?’

‘ட்ரையல் போயிட்டிருக்கு மாமா.’

முதல் பயணம். மூன்று மாத விடுமுறை. மூன்று மாதமும் ஏழு கடையில் கிடந்தான்.

இரண்டாவது பயணம். மாத விடுமுறை. மாதமும் ஏழுகடையில் கிடந்தான்.

‘நீங்கதாண்டா அவனை சரியாத் தூக்கலை... இப்ப மட்டும் எப்படி வர்றான்... இங்கயே கிடக்கான்? இதுக்குதானடா அலையிறான்’ன்னு மப்பு கூடின ஒரு நேரத்தில் பயல்களிடம் காரசாரம் பண்ணினேன்.

‘இதுக்குன்னு எதைச் சொல்ற?’ என்று கேட்டார்கள்.

‘இந்த இதுதாண்டா’ என்று எதையோ தேடினேன். ஒன்றும் கிடைக்கவில்லை. ‘போங்கடா நீங்களும் ஒங்க ஏழுகடையும்’ன்னு தள்ளாடி நடந்து வீட்டுக்குப் போய்விட்டேன் போயும் விடவில்லையே ‘இந்தப் பயலுக சரியில்ல புள்ள’ என்று, லதாவிடம் தொடங்க... ‘சாப்ட்டு வந்துட்டீகளா... சாப்டணுமா?’ என்று சப்ஜெக்ட்டுக்கு சம்பந்தமில்லாத கேள்வியைக் கேட்டாள். ‘அய்யய்யே... வீட்டுக்கு வந்துட்டமா?’ என்று தெளிந்துவிட்டேன்.

இரண்டாவது பயணத்தின்போது, ‘அவுட்டர்ல போயி தண்ணி அடிச்சுட்டு வருவோமாண்ணே?’ என்று, கார்த்தி ஒருநாள் கூப்பிட்டான். ‘ஏண்டா?’ என்றேன். ‘கொஞ்சம் பேசணும்ணே’ என்றான் கார்த்தி.

நம்புவீர்களா... இந்தக் கார்த்தி காதல் வயப்படுவானென்று.

✸

குண்டுக்கார்த்தியும் நானுமாக சரக்கைப் பிடித்துக்கொண்டு புதூர் கம்மாக்கரை மாமரத்துக்குப் போய்விட்டோம். இந்த மாமரம் பேசாதவனைக்கூட மடியில் கிடத்திக்கொண்டு ‘உங்கு சொல்லு...உங்கு சொல்லு...’ என்று பேசவைத்துவிடும். இந்த மாமரம் குறித்து ஒரு புரை ஏறும் மனிதர்களில்கூட பேசியிருப்பேன்... என் வாழ்க்கையோடு ரொம்ப நெருக்கமான ஒரு உயிர்னு இப்போதைக்கு எடுங்களேன்...

மாமரத்தின் நிழலில், ‘வாங்கடா வாங்கடா... நீங்க உக்காரலைன்னா நான் எதுக்குடா?’ என்பதுபோலவே எந்த நேரமும் குளிர்ச்சியாக ஒரு மடை இருக்கும். அதில் உட்கார்ந்து, கொண்டுபோன சரக்கு சங்கதிகளை ஒழுங்கு செய்துகொண்டிருந்தேன்...

கார்த்தி நின்றவாக்கில் பாட்டிலைத் திறந்து மட்டமல்லாக்க சரக்கை கவிழ்த்தினான். ‘ஏண்டா பறக்குற?... என்னத்துக்குடா ஆகுறது தண்ணி கலக்காம அடிச்சா?’ என்றேன். ‘ஆமா, இதைத்

தண்ணிவேற ஊத்தி அடிப்பாக' என்று நெளிந்து கொடுத்தான். 'ஒரு குடம் தண்ணி ஊத்தி ஒரு பூ பூத்தது'போல முதல் ரவுண்டை முடித்துவிட்டு, அவனே பேசட்டுமெனக் காத்திருந்தேன்.

'அண்ணே, நம்ம மாடிவீட்டில் ஒரு ஐயர் வீடு குடி வந்தாய்ங்கண்ணே.'

(கார்த்தி அம்மாவுக்கு ஏழெட்டு வீடுகள் சொந்தமாக உண்டு. அப்போதே பத்தாயிரத்திற்கு மேலாக வாடகை வந்துகொண்டிருந்தது. இவன் ஒரே பையன். கார்த்தி அக்காவுக்குக் கல்யாணம் பண்ணிக் கொடுத்துவிட்டார்கள் அம்மா. தங்கச்சி வீட்டில் இருக்கிறது. இவன் செருப்புகூட போடாமல் சிவகங்கை ரோடு முழுதும் திரிந்தான்.)

'சரி'

'ஐயருக்கு ரண்டு பொம்பளப் புள்ளைகண்ணே. மூத்தத கல்யாணம் பண்ணிக் கொடுத்துட்டாரு. இரண்டாவது புள்ள ப்ளஸ் டூ பெயிலாகி தையலுக்குப் போய்ட்டுருந்துச்சு.'

'சரி'

'அது நம்மள கொஞ்சம் ட்ரான்சாக்சன் பண்ணுச்சு.'

'ட்ரான்சாக்சன்னா?'

'அதாண்ணே... பார்வையைப் போட்டுச்சு.'

'ஓ... சரி. மூத்ததா, ரெண்டாவதாடா?'

'ரெண்டாவதுண்ணே. மூத்ததுதேன் கல்யாணம் பண்ணி போயிருச்சுல்ல. சீரியஸா பேசும்போது கூறுகெட்டதனமா எதாவது கேப்ப' என்று, லைட்டாக சிரித்துக்கொண்டான்.

'ஓஹோ... சரி சரி, சொல்லு சொல்லு.'

'என்னையதேன் உனக்குத் தெரியும்ல. நமக்கு புள்ளைகன்னாலே ஆகாது. என்னவோ, இந்தப் புள்ளையை மட்டும் கொஞ்சம் புடிச்சுப் போச்சுண்ணே.'

கார்த்தியின் முகத்தை இவ்வளவு அழகாக வேறெப்போதும் பார்த்ததே இல்லை நான். பேச்சுக்குப் பேச்சு நெளிந்தான். குழைந்தான். காலரை தூக்கிவிட்டான். சின்னச் சின்னதாக சிரித்துக் கொண்டான். சிரிப்பது நினைவுவந்ததுபோல நிறுத்திக் கொண்டான். திருப்பியும் சிரித்தான்.

'அட, இஞ்ச பார்றா... காலத்துக்கு வந்த கோலத்தை' என்று நினைத்துக்கொண்டே, அவன் முகத்தையே பார்த்துக் கொண்டிருந்தேன்.

'ஆளு அம்சமா இருக்கும்ணே' என்று திடீரென்று சொன்னான். சொன்னபோது லேசாக கண் கலங்கியிருந்தான்.

'சரிடா... மேட்டருக்கு வா'

'அது மாடியில் நின்னுக்கிட்டு பார்வையப் போடும். நான் நம்ம வீட்டு வாசப்படில உக்காந்துக்கிட்டு பார்வையப் போடுவேன். வெளியே அலையிறது குறைஞ்சுபோயி வாசப்படிலயே இருந்தனா, அம்மா பாத்துக்கிச்சுபோல. 'உள்ள பாவம் பத்தாதுன்னு ஐயர் வீட்டுப் பாவம் வேறயா'ன்னு சாடையா போட்டுச்சு. அப்புறம் அங்க உக்கார்றத விட்டுட்டு அந்தப் புள்ள தையலுக்குப் போற வர்ற வழில நின்னு பாத்துக்கிட்டு திரிஞ்சேன்.'

'சரிடா... புடிச்சிருக்குன்னு அதுட்ட சொல்லிட்டியா இல்லையா?'

'சும்மாருண்ணே... நீ பாட்டுக்கு அசால்ட்டா கேக்குற. அந்தப் புள்ள பாக்கும்போதே உள்ள எனக்கு டவுசர் கழண்டுபோகும்ணே. எங்கிட்டுப் போயி புடிச்சுப்போச்சுன்னு சொல்லச் சொல்ற?'

'ஆமடா... பயப்பட வேண்டியதுக்கல்லாம் பயப்படாதீக.'

'நீயும் சாடையைப் போடாம செத்த நான் சொல்றத மட்டும் கேட்டுக்கிட்டே வா. நான் இந்த கேஸ் விஷயமா உள்ள போய்ட்டு வந்தனா? வந்து பாத்தா, வீட்ட காலி பண்ணிப் போய்ட்டாய்ங்கண்ணே...'

'எங்க போய்ட்டாங்கடா?'

'அதான் தெர்லண்ணே. ஐயர் வீடு எங்கன்னு அம்மாட்ட கேட்டேன். காலி பண்ணி போய்ட்டாங்கன்னு சொன்னுச்சு. காலி பண்ணி?'ன்னு கேட்டேன். காலி பண்றவங்கல்லாம் சொல்லிட்டா காலி பண்றாங்கன்னு சொல்லிருச்சு. அம்மாவுக்குத் தெரியாமல் இருக்காதுண்ணே. ஐயர்ட்ட ஜோசியம்லாம் இது பாத்துக்கிட்டு திரிஞ்சிச்சு. கொஞ்சம் அம்மாவை கரெக்ட் பண்ணி பேசி எங்க போயிருக்காய்ங்க, என்ன ஏதுன்னு விசாரிக்கணும்ணே. நீன்னா கொடைஞ்சு விசாரிச்சுருவ' என்றான்.

'போடாப் போடா... இதப் போயி எப்டிடா நான் அம்மாட்ட கேக்குறது?'

'அண்ணே உனக்கு பேசத் தெரியும்ணே. அந்தப் புள்ளைய மறக்க முடியலண்ணே. உன்னால் முடியும்ணே' என்றபோது ரொம்ப கலங்கலாக இருந்தான்

'விட்றா, நம்ம வேறவகையில் விசாரிக்கலாம்' என்று சொல்லி விட்டு இந்த மேட்டரையே மறந்துவிட்டேன். அடுத்தவன் பிரச்சினை நமக்கு எப்பவும் சல்லி மேட்டர்தானே...

காலம் ஆடிய பாப்பா நொண்டியில் சவுதிப் பக்கம் ஒதுக்கினேன்.

பயல்கள் எல்லோரும் மிஸ்டுகால் பண்ணுவார்கள். நான் கூப்பிடுவேன். ‘செட்டுகள் பூராம் சேந்துருக்கோம் மாமா. ஓங்குரல் கேக்கணும்போல இருந்துச்சு’ என்பார்கள். ஒரு செகண்ட் இங்கிருந்து அங்கு போய்விட்டு இங்கு வந்துவிடுவேன்.

ஆனா இவன் மட்டும் அப்படி இல்லை. (மொபைல் வசதி எல்லோருக்கும் வந்ததுமாதிரி கார்த்தி வரைக்கும்கூட வந்திருந்தது) இவன் நேரடியாகக் கூப்பிடுவான். நான்தான் கட் பண்ணி கூப்பிடுவேன். ‘ஏண்ணே நீங் கூப்புடுற. எனட்டதான் காசு இருக்குல்ல. இல்லாட்டி கூப்டுவனா?’ என்பான்.

‘சரிடா, என்ன விஷயம்?’ என்று கேட்டால்,

‘தேனில திரியுறேண்ணே. ஐயர் வீடு இங்க மாறி வந்துட்டதாக கௌரிப் பிள்ளையார் ஜோஸ்யர்ட்ட துப்பு வெட்டுனேன். இத்தோட நாலஞ்சுவாட்டி வந்துட்டேண்ணே. கங்கு கங்கா தேடிக்கிட்டு இருக்கேன். கண்டுபுடிச்சுப்புடுவேண்ணே’ என்பான்.

‘ஓ… மாமர மேட்டரா’ன்னு நினைவு வந்து, ‘சரி கார்த்தி. பாத்துட்டா கூப்டு’ என்று முடித்துவிடுவேன்.

இரண்டு வருடங்கள் என்பது எத்தனையோ நாட்கள்தானே. அதற்குள் எவ்வளவோ நடக்கும்தானே. அதில் ஒரு நாளில் கார்த்தி தங்கச்சி திருமணம் முடிந்தது. மற்றொரு நாளில் கார்த்தி அம்மா இறந்துபோனார்கள்.

குண்டுக்கார்த்தி அம்மா இறந்துபோனது, தங்கச்சிக்குக் கல்யாணம் நடந்தது எல்லாம் அப்படியே இருக்கட்டும். நாம் கொஞ்சம் முன்னால் போய் விட்டு வருவோமே… ஒரு விஷயம் சொல்ல விட்டுப்போனது. (அம்மா இறப்பு, தங்கச்சி கல்யாணத்திற்கு முந்திய காலம்.)

சவுதியிலிருந்து ஊருக்குப் பயணம் வைக்கும்போதெல்லாம் என்னிடம் ஒரு பழக்கம் உண்டு. வீடு சேர்ந்த மறுநாள் காலையிலேயே வண்டியைத் தட்டுவேன். பயல்கள் எல்லோர் வீட்டுக்கும் ஒரு ஃப்ளையிங் விசிட்.

பயல்களை ஏழுகடையில் பிடித்துவிடலாம். பயல்களின் மனுஷங்கள, புள்ளைகள, குழந்தைகளை, பார்க்கணுமென்றால் வீடு போய்ப் பார்த்தால்தானே?. இரண்டு வருடமா கொக்கா?’ என்பதைக் காட்டித்தரும் பாருங்கள் இந்தக் காலம். முக்கியமா, குழந்தைகளிடம் தாண்டவம் ஆடிவைத்திருக்கும். நம்பவேமுடியாமல் வரும். குழந்தைகள்’னா அதுக்கும் தொக்குபோல.

சூரியண்ணன் வீட்டிலிருந்து தொடங்குவேன்.

போய் இறங்கியதுமே, 'என்ன கொழுந்தனாரே நீங்க எப்ப வந்தீங்க?... நீங்களும் வந்து விழுந்துட்டீங்களா. இனி ஊரு ரெண்டு பட்டுப்போகுமே' என்று சுந்தரி அத்தாச்சி (சூரி அண்ணன் வீட்டில்) சிரிக்கும்போது ஆட்டமேட்டிக்காக எனக்கும் சிரிப்பு வந்துவிடும்.

இரண்டு வருடங்களாக கேட்காத குரல். பார்க்காத சிரிப்பு. சிரிப்புக்குல்லாம் ஸ்விச்சா வைக்கமுடியும்? தானா பொரிந்து தள்ளிவிடும். இல்லையா?

'நைட்டு வந்தேன் அத்தாச்சி. இதென்ன ரெண்டு வருஷத்துக்குள்ள பயலுகள்லாம் வளந்து மனுஷங்களாகி நிக்கிறாய்ங்க?'ன்னு சிரிப்பேன். (சூரி அண்ணனுக்கு பெரியமருது, சின்னமருது என்று ஒரு ரெட்டையர்கள். வாஞ்சிநாதன் மூன்றாவது. வாஞ்சி, சசி கிளாஸ்மேட்)

'அண்ணே எங்கத்தாச்சி?

'அங்கிட்டுதானே வந்தாக கடையப்பக்கம். ஆமா நீங்க என்ன மெலிஞ்சு வந்திருக்கீங்க கொழுந்தனாரே? என்றோ 'செத்த கலரா வந்துருக்கீங்க இந்தத் தடவ' என்றோ அத்தாச்சி கண்மூலமாக என்னைப் பார்க்கவைப்பார்கள் கண்ணாடி காட்டாத என்னை.

'அட நம்மளும் குழந்தைதான்போல'னு ஒரு துள்ளல் பிறக்கும்.

'வீட்லருந்து வர்றேன் அத்தாச்சி இன்னும் கடைப்பக்கம் போகலை... அண்ணே எப்படி இருக்காரு?'

'என்னத்தப் போங்க கொழந்தனாரே. ஒரு காலத்துல அப்படி இருந்தோம் ஒரு காலத்துல திருந்துனோம்னு இல்லாம அப்டியேதான் இருக்காக. சுகர வச்சுக்கிட்டு குடிக்கலாமா கொழுந்தனாரே... தனக்கா தெரியவேணாம்?'ன்னு ஒரு பாட்டை எடுத்துவிடுவார்கள்.

'ஆளுகன்னா அப்படியேதான் இருக்கணும் அத்தாச்சி. பொட்டல்கதான் வீடு வாசலுமா வச்சுக்கிட்டு பழைய அடையாளத்தை காட்டாம கெடக்குதுக. மனுஷய்ங்கள பார்த்தது மாதிரியே பாத்தாத்தானே நல்லாருக்கும்.'

'ஒங்கட்டப் போயி சொல்றேன் பாருங்க. சேந்ததுபூராம் சிவலிங்கம்' என்று சிரிப்பார்கள் சுந்தரி அத்தாச்சி.

அந்த சிரிப்புடனேயே அடுத்து முத்துராமலிங்கம் வீடு.

'அய்யோ... அண்ணே வந்துட்டீங்களா?' என்று பார்த்ததும் நெஞ்சில் கையை வைத்துக்கொள்ளும் மீனா (முத்துராமலிங்கம் வீட்டில்)

'என்னத்தா சந்தோஷப்பட்றியா, ஷாக் ஆகுறியா?'

‘சந்தோஷமாவும் இருக்குண்ணே... இனி, இவுக மாமா வாங்கிக் கொடுத்துச்சு மாமா வாங்கிக் கொடுத்துச்சுன்னு டெய்லி குடிச்சிட்டு வருவாகளேன்னு ஷாக்காவும் இருக்குண்ணே’ன்னு கிடந்து சிரிக்கும்.

‘இப்படிவேற போட்டு வச்சுருக்கானா... டெய்லி வாங்கிக் கொடுக்க எவன் வீட்டுக்குத்தா போறது? போயி அவன கடைல வச்சுக்கிறேன்’ என்று சொல்லிவிட்டு வருவேன்.

ஆக, எல்லா வீட்லயும் ஒரே பாட்டுதான். ஒரே பாட்டை வேறுவேறு மெட்டில் கேட்பது நன்றாகத்தான் இருக்கும். சிரிப்பு சிரிப்பாகக்கூட வரும். அப்படி,. ஒரு பயணத்தில் குண்டுக்கார்த்தி வீட்டுக்குப் போயிருந்தேன். அம்மா கட்டிலில் படுத்திருந்தார்கள். ‘என்னம்மா முடியலையா?’ என்று பக்கத்தில் உக்காந்தேன். கொஞ்ச நேரம் முகத்தையே தேடிக் கொண்டிருந்தார்கள்.

‘ராஜால்லம்மா’ என்று சொல்ல சங்கடமாகத்தான் இருந்தது. சொன்னேன். ‘டேய்... நீ எப்ப வந்தே? என்று எழுந்து உட்கார்ந்து கைகளைப் பிடித்துக்கொண்டார்கள். எத்தனையோ தடவை கைகளை பிடித்துக்கொண்ட கைகள். ‘நீ சொன்னா கேப்பாண்டா’ என்று கன்னங்களை வருடிய கைகளும்கூட. அந்தக் கைக்கு முன்னால் உட்கார்ந்துகொண்டு, இந்தக் கையை ராஜால்லமா என சொல்லவைத்தது காலக் கை. கொஞ்சம் அதை இதை பேசிவிட்டு ‘இவன எங்கம்மா?’ என்றேன்.

‘சாப்ட்டு போயிருக்காரு துரை. இனி, மத்தியான சாப்பாட்டுக்குத்தானே வருவாரு. ஸ்டாண்ட்ல கெடப்பாரு. ஆளப் பாத்தியா?’

‘இல்லம்மா.’

‘ஆளப்பாத்தா அரண்டு போவடா. குடிதாண்டா இவனைத் திங்குது. ஏதோ ட்ரீட்மெண்டு ட்ரீட்மெண்டுங்கிறாய்ங்களே...காசு போனாலும் போய்ட்டுப்போது, அப்படி எதுனா செஞ்சு நீ வந்ததோட சரி பண்ணிட்டுப் போடா’

‘அடப் போங்கம்மா... ட்ரீட்மென்ட்லாம் எடுத்தா அப்புறம் குடிச்சான்னா பெரிய ரிஸ்க். வேறமாதிரி இவனை நிறுத்த வச்சுப்புடுவோம். பேசாம இருங்க’ என்று, ஆறுதல் சொல்லிவிட்டு (ஆறுதலெல்லாம் நல்லாத்தான் சொல்வேன். காரியம் பார்க்கத்தான் கடுப்பாக இருக்கும்) நேரே பஸ் ஸ்டாண்ட், ஆட்டோ ஸ்டாண்டுக்குப் போனேன். பயலைக் காணோம்.

புதுப்புது ஆட்டோ டிரைவர்கள் வேறு. ‘குண்டுக்கார்த்தி’ன்னு பேச்செடுத்தேன், ஒரு டிரைவரிடம்...

'பார்ல பாருங்க சார். செத்த முன்னாடி உள்ள போனாப்ல' என்றார். பாரில் தேடினேன். காணோம். 'பீச் வரையில் வந்துவிட்டு, காற்று வாங்காமல் போனால் நம் சமுதாயம் மதிக்காதே' என்று ஒரு நினைப்புவந்து மத்தியான ஓட்டத்துக்கு ஒரு குவாட்டரை பிடித்துக்கொண்டு ஏழுகடை வந்துவிட்டேன்.

வந்து ஒரு கட்டிங் போட்டிருப்பேன்...

வேகுவேகுவென லுங்கியில் வந்தான் கார்த்தி.

ஒரு முழு மனுஷனை தண்ணி இவ்வளவு தின்னுருமா என்ன?.

வந்த குண்டுக்கார்த்தி கைகளை பிடித்துக்கொண்டான். முதல் தடவை பார்க்கிறபோது பயல்கள் எல்லாம் 'மாமோய்'ன்னு ஒரு சவுண்டு விட்டு கட்டி இறுக்கி, தூக்கி, ஒரு குலுக்கிக் குலுக்கி, நிலத்தில் குத்துவார்கள். இந்தப் பக்கிக்கு அதெல்லாம் தெரியாது. பெரிய வெண்ணைமாதிரி கையைக் கொடுப்பான். நாமாகக் கட்டி இறுக்கிக்கொண்டால்தான் உண்டு.

அப்படி கட்டிக்கொள்ளும்போதும் அவன் வாசனையை நாம் குடித்தாலும் குடித்துவிடுவோம் என்பதுபோலவே வழுக்கிக் கொண்டும் நழுவிக்கொண்டும் இருப்பான். இந்தத் தடவையும் அப்படித்தான் இருந்தான். நழுவிவிட்ட கையை மீண்டும் எடுத்து கைகளுக்குள் வைத்துக்கொண்டு, 'எப்பண்ணே வந்த?... என்னண்ணே நீகூட சொல்லலை அண்ணே வரப்போதுன்னு?' என்று முத்துராமலிங்கத்தைப் பார்த்தான்.

'எங்கடா நீ ஏழுகடைப் பக்கம் வந்த? உன்னையப் பார்த்தே நாலஞ்சு மாசம் இருக்குமா? நீ வந்தா இங்கிட்டு வர்றதுதான் மாமா. போய்ட்டேன்னு வைய்யி... பய ஆட்டோ ஸ்டேண்டுக்கு போயிருவாரு. அப்புறம் என்ன மயித்த சொல்லச் சொல்ற?'

'சரி, என்னடா கார்த்தி, இப்படி மெலிஞ்சுபோய்ட்ட? குண்டுக்கார்த்திங்கற பேரை காப்பாத்தவாவது சேமா இருக்குறது இல்லையா?... என்ன புள்ள போ...'

'இதாண்ணே நடக்க... வைக்க நல்லாருக்கு.'

'தம்பி, டெய்லி ஜாக்கிங் போறாப்ல மாமா. வாக்கிங்கூட இல்ல. ஜாக்கிங். உடம்ப கண்ட்ரோல்ல வைக்கணும்ல' முத்துராமலிங்கம்.

'நம்ம ஒண்ணு பேசுனோம்னா இது ஒண்ணு பேசும்' என்று சிரித்தான் கார்த்தி. சிரிப்பும் கூட மெலிந்துபோய்தான் இருந்தது.

'காலைலயே ஊத்திர்றான்னு கேள்வி மாமா. நம்மல்லாம் சந்தோசத்துக்குத்தானே குடிக்கிறோம். இவன் சரக்கைப் போட்டுட்டு

புடிக்காத முகமா தேடி அலையிறானாம் மாமா. நீ இங்க வர்லன்னாலும் உன் சங்கதியெல்லாம் வாங்கிதாண்டி வச்சுருக்கேன்' முத்து.

'வந்தோன்னையே பத்தவைக்குது பாருண்ணே. தெரியாமையா ஏழுகடைக்காரய்ங்க இதுக்கு பரட்டைன்னு பேர் வச்சாய்ங்க'

கட்டிங் இருக்குடா... போட்றியா?'

'போட்ருக்கேண்ணே. நீ சாப்டு... வீட்டுக்கு வந்து கைலிக்கு மாறிக்கிட்டு இருந்தேன். அம்மா சொன்னுச்சு நீ வந்திருக்கன்னு. அப்படியே கிளம்பி வந்துட்டேன். சாப்ட்டு போடான்னு கத்துச்சு. ந்தா வந்துர்றேன்'த்தான்னு வந்தேன். வீட்ல சாப்டுவோமாண்ணே. அம்மா வச்ச மீன் குழம்பு இருக்கு. நேத்துக் குழம்புண்ணே.'

'இல்லடா கார்த்தி. நேத்துதானே வந்தேன். வீட்டுக்கு சாப்டப் போகலைன்னா லதா கத்துவா. இவளும் எதுனா கவுச்சி கிவுச்சி எடுத்துத்தாண்டா வச்சுருப்பா. நீ வாயேன் நம்ம வீட்டுக்கு. பேசிக்கிட்டே சாப்டுவோம்'

'சரக்குல இருக்கும்போது என்னைக்குண்ணே வீட்டுக்குல்லாம் வந்திருக்கேன். நீ சாப்ட்டு வா. சாயந்திரம் பாப்போம்'

மிச்ச கட்டிங்கையும் போட்டுவிட்டு வீட்டுக்கு போய்விட்டேன்.

சாயந்திரமாக ஏழுகடை... நைட்டு ஓட்டம்.

'எங்கடா இந்தக் கார்த்திப்பயல காணோம்?

'வருவான் வருவான். நீ ஸ்டார்ட் பண்ணு. நான் கடையல்லாம் எடுத்துவச்சுட்டு வர்றேன்... கொஞ்சப் பயலுகள் உன்னைத் தேடி வந்துட்டுப் போனாய்ங்க. மாமா' என்றான் முத்து.

'நாளைக்கு பயலுகளுக்கு நம்ம பார்ட்டிய வச்சுவிட்ரணும்டா மாப்ள.'

(ஊருக்குப்போனால் ஒரு நாள், ஒரே ஒரு நாள், எல்லாப் பயலுகளுக்கும் சரக்கு வாங்கித்தருகிற பழக்கத்தையும் கடைப்பிடித்து வருகிறேன். 'இங்க பாருங்கடா... குவாட்டர்தான் கணக்கு. குவாட்டர்க்குமேல போச்சுன்னா அவன் அவன் பாடு. குவாட்டர்க்குள்ள எவ்வளவு குடிச்சிக்கிற முடியுமோ குடிச்சிக்கிருங்க. அதுவும் இன்னைக்கு மட்டும்தான்' என்று அனௌன்ஸ் பண்ணித்தான் கூட்டிப்போவேன்.)

'இதுக்குப் பேரு பார்ட்டின்னு வெக்கமில்லாம சொல்லிக்க. குவாட்டர் வாங்கித் தரப்போறேன்னு சொல்லு' முத்து.

'அட வெண்ணைகளா... சீச்சியோட (ஸ்நாக்ஸ்) நம்ம செட்ல யாருடா சரக்கு வாங்கிக் கொடுத்துருக்கீங்க? ஒன்லி ராஜாராம். தி கிரேட் ராஜாராம்டா.'

தும்முவான் முத்து. தெறிக்கும் எச்சில்.

வீட்டுக்கு கிளம்புற நேரமாக ஆட்டோவில் வந்திறங்கினான் கார்த்தி. டைட்டாக இருந்தான். தலைதொங்கி முகம் வேர்த்திருந்தான். 'என்னடா வரும்போதே போட்டுட்டு வந்துட்ட...இங்க வந்து போட்ருக்கலாம்ல?' என்று கேட்டேன். சட்டையை தூக்கி, பேண்ட்டில் சொருகி இருந்த ஒரு ஹாஃப் நெப்போலியனை உருவி' ஓம் பிராண்டுதாண்ணே சாப்டு' என்று கொடுத்தான். 'நான் ஏற்கனவே ஆறப் போட்டுட்டனடா கார்த்தி... உனக்குத்தான் தெரியும்ல ஆறுக்கு மேல போய்ட்டா அண்ணனுக்கு வாயக் கட்டிரும்ல', 'அதுலாம் ஒண்ணும் நொட்டாது. போடு சும்மா', 'டேய், ஏற்கனவே மாமா ஆறப் போட்ருச்சு. கூடப் போட்டுச்சுன்னா பல்லு வாயில்லாம் கட்டி சிரிச்சுக்கிட்டே இருக்கும். அது அப்படியே இருக்கட்டும் நாளைக்குப் போட்டுக்குவோம். மாமா, நீ வீட்டுக்கு கிளம்பு.' 'இந்தா, ஒனட்டப் பேசுனனா... சம்மன் இல்லாம ஆஜர் ஆகுற... ஒடைச்சு ரெண்டு பேருக்குமா ஊத்து. அண்ணனோட ஒரு சிப் அடிக்கணும்', 'போடுன்னா போட்றா... சும்மா பேசிக்கிட்டே இருக்க?' நான், 'அண்ணே இந்த லந்தல்லாம் கொடுக்காத. எனக்கு நீ என்ன பேசுறன்னு தெரியும்... ரெண்டு க்ளாஸ்ல போடச் சொன்னா மூணு க்ளாஸ்ல போடுது பாரு. எப்டி ஆளுன்ற அண்ணன்?' என்று சிரித்தான் கார்த்தி. க்ளாசில் இருந்ததை கல்ஃபா ஏத்தினேன். கொஞ்சநேரம் கடலை உடைத்துக்கொண்டிருந்த நினைவு. பிறகு 'வீடு வீடு வீடு' என்று ஒரு தேவை தொடங்கிவிட்டது. கெளம்புறதுக்கு முன்னால் கார்த்தியிடம் கேட்டேன், 'கார்த்தி உனட்ட என்னைக்காவது உதவின்னு கேட்டுருக்கனா கார்த்தி?' 'இல்லையேண்ணே... ஏண்ணே?', 'ஒரு உதவி கேட்கட்டுமா கார்த்தி?' 'கேளுண்ணே', 'நாளைக்கு கேக்குறண்டா. ரெண்டுபேருமே டைட்டா இருக்கோம். இப்பக் கேட்டா தைக்காது', 'அட சொல்லுண்ணே... எனக்குத் தூக்கம் வராது. இப்டில்லாம் கேட்டது இல்லையண்ணே நீய்யி. யாரையும் தூக்கணுமா?', 'ஆமடா. தூக்கி... என்னைய சவுதி போகவிடாமல் இங்கிய செம்முங்க. புள்ளகுட்டிலாம் தெருவுல நிக்கட்டும்', 'என்னண்ணே சொல்லுது இது?' என்று முத்துவிடம் கேட்டான். 'நாந்தேன் முன்னாடியே சொன்னேன்ல... இனி நீதான் தூக்கி சுமக்கணும்', 'போங்கடா புழுத்திகளாஞ்யாரை யாரு தூக்கி சுமக்குறது?'ன்னு கிளம்பினேன். 'இந்தா அடங்கு. இப்படியே போனா அய்த்தை நாளைக்கு என்னையதேன் செருப்பக் கழட்டி அடிக்கும். உனக்கென்னங்கறதுபோல நீயும் சிரிப்ப. கார்த்தி, வாழைப்பழம் வெத்தலை செட்டு கேட்டுட்டு இருந்துச்சு மாமா. அந்த நேரத்துல நீ வந்து இறங்கிட்டியா... அப்படியே ரெண்டு புரட்டாவ பிச்சுப் போட்டு, சால்னா ஊத்தி கட்டி வாங்கிக்க... இப்படியே இது வீட்டுக்குப் போச்சுன்னா ஊரக் கூட்டிரும்' என்றுசொல்லி, அவன் வண்டிச்சாவியை நீட்டினான். 'கார்த்தி நாலு வெத்தலை செட்டு', நான் 'நாலு செட்டு யாருக்கு மாமா?', 'என்னிடம் இரண்டு குழந்தைகள்

உண்டு மிஸ்டர் முத்துராமலிங்கம்'. 'புள்ளைகளுக்கும் வெத்தலை போட்டுப் பழக்கிட்டியா?', 'வெத்தலைய ஈரம் போக நல்லா திருப்பித்திருப்பி தொடைல தடவனும் மாப்ள. புரட்டிப் போட்டு வகுடெடுத்ததுபோல காம்பு கிழிக்கணும். இந்தா இத்தினிக் கூண்டு சுண்ணாம்ப எடுத்து... புள்ளைகளுக்குதானே அந்த லெவல்போதும்... பட்டும் படாம ரெண்டு இழு இழுத்து கிரேன் பாக்க ஓடைச்சுக் கொட்டி, பீடாமாதிரி சுருட்டி, புள்ளைக வாய்ல வச்சுவிடணும். ரெண்டு மெல்லுல வாயெல்லாம் செவப்பா புள்ளைக சிரிக்குங்க பாரு. ச்... ச்... ச்... அது ஒரு தனி குவாட்டர்டா மாப்ள. வாழப் பழகுங்குடா வீணாப் போனவய்ங்களா', 'சரித்தேன்'ன்னு அதிசயமாய் கொஞ்சம் மலர்ந்து சிரித்துவிட்டு வண்டியை எடுத்துக்கொண்டு போனான் கார்த்தி. 'ஆமா அவன்ட்ட என்னமோ உதவி கிதவின்னு கேட்டுட்டு திரிஞ்ச. நிதானதுலதான் இருக்கியா?' 'நாளைக்கு கேக்குறேன்னு சொன்னேன்ல. உனக்கு தனியா சொல்லணுமா? 'சரிங்க, எசமான்' கார்த்தி திரும்பிவந்து, இரண்டுபேருமாக வீடு வந்து என்னை விட்டுவிட்டு வண்டியையும் உள்ளே தூக்கி வைத்துவிட்டுப் போனார்கள். 'வாங்க... வாங்க என் செல்லக்கன்னுக்குட்டிகளா'வென இரண்டு கைகளையும் நீட்டி வீடேறினேன். 'எறுவமாடு... எறுவமாடு வர்ற வரத்தைப் பாரு' என்றாள் லதா. 'சத்தியம் நீயே தர்ர்ர்ரர்ருமத் தாயே குழந்தை வடிவே தெய்வமகளே' என்று, கூடுமானவரைக்கும் ஸ்பெல்லிங் மிஸ்டேக் வராமல் பாடிக் காட்டினேன். 'ஓம்சக்தி தாயே இன்னும் எம்பத்தெட்டு நாளைக்கு இந்தக் கொடுமையெல்லாம் பாக்கணுமே' 'நம் குழந்தைகளும்கூட வளர்ந்துவிட்டார்களே... என்ன உரமிட்டீர்கள் காரியதர்சி? 'செருப்பும் வௌக்கமாரும்', 'ஆமாவா என் அன்புச்செல்வங்களே?' என, குழந்தைகளிடம் கேட்டேன். 'செம்ம போர்'பா என்பதுபோல, மஹா வலது கை கட்டைவிரலைக் கழுத்தில்வைத்து அறுத்துக்கொள்வதுபோல சைகை செய்தாள். சசி கெக்களி போட்டுக்கொண்டிருந்தான். 'தாய்த் திருநாட்டில் தமிழ் பேசி எவ்வளவு காலமாயிற்று. ஊறுசெய்யும் இந்த குட்டிச் சாத்தான்களை மன்னியும் நன்னரே' நாளை வந்தது. ஏழுகடை களைகட்டியிருந்தது...

✸

'எல்லா பயலுகளையும் சேத்துப்பாக்கும்போது நல்லாத்தாண்டா இருக்கு... சரி, கதிரேசன் பாருக்கு விடுங்க' என்று சொல்லிவிட்டு வண்டிச்சாவியை கார்த்தியிடம் கொடுத்துவிட்டு நான் பின்னால் உட்கார்ந்துகொண்டேன். ஒத்தையும் ரெட்டையுமாக பயல்கள் எல்லோருமாக வண்டிகளை விட்டோம். வண்டியை ஓட்டிக்கொண்டே, 'நைட்டு கொஞ்சம் ஓவராத்தான் போச்சோண்ணே. ஃபார்மாலிட்டியால்லாம் பேசுன?'ன்னு கேட்டான். 'என்னடா பேசுனேன்?', 'எனட்டப் போயி உதவி கிதவின்னு புலம்பின', 'ஞாபகம்

வச்சுருக்கியா?', 'அப்ப தெரிஞ்சுதான் கேட்டியா... என்னண்ணே, தனியாப் பேசுவமா?' 'தனியா எதுக்குடா? பயலுகளுக்கு தெரியாம என்ன இருக்கு... கடைலயே எல்லோருமா பேசுவோம்' கதிரேசன் பாரில் எல்லோருமாக ரவுண்டு கட்டி உட்கார்ந்துகொண்டோம். முத்துராமலிங்கமும், செட்டியும் குவாட்டர்களை கொண்டுவந்து அடுக்கிக்கொண்டிருந்தான்கள். (பொதுவாக, எங்க செட்டு ஷேர் போட்டு சரக்கு வாங்கிட்டு வந்தாலும் ஹாஃபாகவோ, ஃபுல்லாகவோ வாங்கிக் கொண்டுவரமாட்டார்கள். பிரித்து ஊற்றும்போது, சொத்தை சரியாகப் பிரி... நூலு கூடிருச்சு பாரு இந்த க்ளாஸ்ல' என்று குரல் விடுவார்கள். இந்தப் பஞ்சாயத்து எதுக்குன்னு அவன் அவன் சொத்தை, அவன் அவனே பிரித்து ஊற்றிக்கொள்வோம்) 'ஏ... வழக்கம் போலதாம்ப்பா... தலைக்கு குவாட்டர்தான் கணக்கு. கார்த்தி மட்டும் இன்னைக்கு எவ்வளவு குடிக்கிறானோ குடிச்சுக்கிறட்டும். ரெண்டு வருஷத்துக்கு தண்ணிய நிறுத்தப்போறான்டா கார்த்தி. அடுத்த பயணம் நான் வர்றது வரையில் இனி தண்ணி அடிக்கமாட்டான். வரப்போற இந்த ரெண்டு வருஷத்துக்கு கார்த்திக்கு இதான் கடைசிக் குடி' என்றேன். சட்டென்று ஒரு அமைதி பரவியது. கார்த்தியைப் பார்த்தேன். கார்த்தியும் என்னையேப் பார்த்துக் கொண்டிருந்தான். எல்லோரும் என்னையையும், கார்த்தியையும் பார்த்துக்கொண்டிருந்தான்கள். எதிரில் உக்காந்திருந்த கார்த்தி கையை இழுத்து என் தலையில் வைத்துக்கொண்டேன். 'அண்ணேமேல சத்தியமா கார்த்தி' என்று சொல்லிக்கொண்டிருக்கும்போதே விருட்டென்று கையை உருவிக்கொண்டான் 'இதான் கார்த்தி நேற்றுக் கேட்ட உதவி. அண்ணனை உண்மையிலேயே அண்ணனா நெனைச்சு வச்சுருந்தா எந் தலைல கைவச்சு இந்த ரெண்டு வருஷத்துக்கு இதான் கடைசிக்குடின்னு சொல்லணும் நீ. சொல்லலைன்னா எந்திருச்சுப் போயிருவேன். ஒருத்தன ஒருத்தன் சாகிறவரை பாத்துக்கிற வேணாம். ரொம்ப கேக்கலடா. ரெண்டு வருஷம்தான் நிறுத்தச் சொல்றேன். ரெண்டு வருஷங்கிறது சுண்டி ஓடிப்போகும்.' திடீரென்று செட்டி 'கெக் கெக் கெக்'கென அவனோட பிராண்டட் சிரிப்பைப் போட்டு அமைதியைக் கலைத்தான். 'சத்தியம் வாங்குற இடத்தைப் பாரு' என்று திருப்பித் திருப்பி சிரித்துக்கொண்டே இருந்தான். 'செட்டி எந்திருச்சு வெளியே போய்ட்டு ஒரு பத்து நிமிஷம் கழிச்சு வா. போகலைன்னு வை... செருப்பு பிஞ்சுபோகும்' 'சரி... சரி... பேசு பேசு இனிமே சிரிக்கல' என வாயைப் பொத்திக்கொண்டும், தலையைக் குனிந்துகொண்டும், குலுங்கிக்கொண்டுமிருந்தான். 'இப்ப வெளியே எந்திருச்சு போறியா என்னடா?' என்று எழுந்தேன். குனிந்து கைலியை எடுத்து வாயில் திணித்துக்கொண்டு சிரித்துக் கொண்டே வெளியில் ஓடினான். 'எல்லாத்தையும் வச்சுக்கிட்டு அசிங்கப்படுத்தணும்னு கிளம்பி வந்தியாண்ணே?ன்னு கார்த்தி

கேட்டான். ரொம்பக் கலங்கலாக இருந்தது முகம். 'இது அசிங்கமாடா கார்த்தி... அப்படியா புரிஞ்சுவச்சுருக்க? என்று சொல்லிட்டு பர்ஸ் எடுத்து முத்துராமலிங்கம் கையில் கொடுத்து, 'பயலுக எல்லோரும் குடிச்சதுக்கு அப்புறம் செட்டில் பண்ணிட்டு வந்து சேர்ரா நான் கெளம்புறேன்' என எழுந்தேன். 'எதுக்குண்ணே சீரியசாவுற?... இது ஒரு மேட்டரா? சரி குடிக்கல விடு' 'நீயா ஏந்தலைல கை வச்சு சொல்லணும் கார்த்தி. மத்தபடி நம்பமாட்டேன்.' 'ஏ... லூசா நீயி? அவன்தான் குடிக்கலன்னு சொல்றான்ல. அப்றம் என்ன மயித்துக்கு தலைலல்லாம் கை வைக்கச் சொல்ற?' என்றான் முத்து. 'கொஞ்ச நேரம் பொத்திக்கிட்டு இருக்கியா நீ?' என, முத்துவை அமர்த்தினேன். 'இந்தா பாரு ஓந்தலைல கைவச்சு சொல்லிட்டு குடிச்சான்னு வையி நம்ம ரெண்டுபேரும் வாவு சாவு அத்துக்கிறவேண்டியதுதான்.' முத்து கோபமானான். கொஞ்சநேரம் தலைகுனிந்தபடியே உக்காந்திருந்தான் கார்த்தி. தட்டி, 'கார்த்தி குடிக்க எனக்கு ரொம்பப் பிடிக்கும்டா. ஊருக்குக் கிளம்பி வர்ற சந்தோசங்கள்ல இதுவும் ஒண்ணு. டெய்லி குடிக்கப்போறோம்ன்னு நினைக்கவே சந்தோஷமா இருக்கும். ஒருவேளை, நீ சொல்லலைன்னு வையேன். இப்படியே எந்திருச்சுப் போறவன்தான். ஏழுகடைப் பக்கம்கூட வரமாட்டேன். சவுதில குடிக்க முடியாது தெரியும்ல. என்ன... இந்த மூணு மாசமும் சவுதிலதான் இருக்கிறேன்னு நம்பிக்கிறவேண்டியதுதான். உனக்காக இந்த சந்தோசத்தை விட்டேன்னு நான் நெனைச்சுக்கிட்டாப் போகுது.' ரயில் புறப்பட்டுப்போனதுக்கு அப்புறம் ரயில்வே ஸ்டேசன் கிடக்குமே... அப்படி திடுதிம்முன்னு இருந்தான். வறட்சியாக ஒரு சிரிப்பு சிரித்துக் கொண்டான். எல்லோர் முகத்தையும் ஒரு ரவுண்டு சுத்தி வந்தான். பிறகு எழுந்தான். என் தலையில் கை வைத்து, 'ஓம் மேல சத்தியம்ண்ணே. இதான் கடைசிக் குடி' என்றான். 'இங்க பாருடா'வென கார்த்தி முகத்துக்கு நேரே விரல்நீட்டி என்னவோ சொல்லவந்தான் முத்து. 'அப்பா நீ நிறுத்து' என்று சொல்லிட்டு 'செட்டியக் கூப்புடுங்கடா தொடங்குவோம்' என்றேன். 'நான் எங்க போனேன்... ஒளிஞ்சு நின்னு சீரியல் பாத்துக்கிட்டுருந்தேன்' என 'கெக் கெக் கெக்'குடன் வந்தான் செட்டி. தொடங்கினோம். பிறகு ரயில் வந்து நின்ற களை. எல்லோரும் குடித்ததுபோலவே குடித்தான். எல்லோரும் நிறுத்தும்போது நிறுத்திக்கொண்டான். 'டேய், உனக்கு ஃபுல் பெர்மிட்ரா. இன்னைக்கு விட்டா ரெண்டு வருஷம்டி'ன்னு சொன்னேன். 'போதும்ண்ணே' நைட்டு ஏழுகடைக்கு வந்தான் கார்த்தி. 'நல்லா பூப்போல இறங்குதுடா கார்த்தி நெப்போலியன். என்னா டேஸ்ட்டுன்ற... தொண்டைக்கு வெளியே எதாவது பூ சிந்துதான்னு பாரேன்' என தொண்டையை அருகில் கொண்டு போய்க் காட்டினேன். 'பேசுண்ணே... ஏம் பேசமாட்ட?' என சிரித்துக் கொண்டான். காலையில் நேரமே எழுந்தேன். நேராக கார்த்தி

வீடு. வாசற்படியில் காப்பி குடித்துக்கொண்டு உட்கார்ந்திருந்தான். ‘என்னண்ணே?’ என்றான். ‘என்னடா” என்று வீட்டிற்குள் போனேன். அம்மாவை, ரம்யாவை கூப்பிட்டு, ‘ரம்யா, இது இங்க நம்பர். இது சவுதி நம்பர். நேத்தோட கார்த்தி தண்ணியை விட்டுட்டான். அவன் எப்ப தண்ணி அடிச்சாலும் எனக்குத் தெரியணும். ஒரு மிஸ்டு கால் பண்ணு போதும்‘ என்று பேசிக்கொண்டிருக்கும்போதே ‘இப்டில்லாம் கொற வேஷம் போடுவாண்டா... இதை வச்சு நம்பிறாத’ என்றார் அம்மா. ‘அம்மா, அவன் தண்ணி அடிச்சா உங்களுக்குத் தெரியாமல் இருக்காதுங்குறதுக்காக உங்கட்ட வந்து சொல்லவந்தேன். அவ்வளவுதேன். மத்தபடி, அவன்மேல நம்பிக்கை இருக்கு... சரிம்மா” என்று சொல்லிவிட்டுக் கிளம்பும்போது வாசலில் இருந்தவன், ‘தீயாத்தானே வேலை பாக்குற’ என்றான். மூன்று மாதமும் எங்களுடன் உட்கார்ந்து நாங்கள் குடிப்பதை பார்த்துக் கொண்டு, சீச்சிகளை கொறித்துக் கொண்டிருந்தான்.

பிறகு இங்கு சவுதி வந்துவிட்டேன்.

‘கார்த்தி இன்னும் 23 மாசந்தாண்டா இருக்கு நாம குடிக்க... இன்னும் 22 மாசம் கார்த்தி. 21 மாசம்டா’ என, மாதம் ஒருமுறையாவது கார்த்தியை கூப்பிட்டுக்கொண்டிருந்தேன். இந்த நேரத்தில், கார்த்தி விஷயமாக இரண்டு மூன்று நல்ல விஷயங்கள் காதில் விழுந்தன.

”மாமா கார்த்தி நம்ம சரவணன் (ஏழுகடைகாரனில் ஒருத்தனென்று இப்போதைக்கு வையுங்களேன்... ஸ்டீல்ஸ் மற்றும் சிமெண்ட் வியாபாரம் பார்க்கிறான்) கடைக்கு வேலைக்குப் போறான் மாமா” என்று முத்துராமலிங்கம் கூப்பிட்டிருந்தான்.

‘கார்த்தி, திருந்திருச்சுபோல. பழனிக்கு போய்ட்டு வந்தேன், திருச்செந்தூருக்கு

போய்ட்டுவந்தேன்னு ரெண்டு தடவ வீட்டுக்கு வந்து பிரசாதம் கொடுத்துட்டுப் போச்சுங்க. யாராரோ திருந்துதுக. நாமதான் அப்டியே இருக்கோம்‘ என, லதா பாட்டைத் தட்டிவிட்டாள். சுமாராகப் பாடுவாள் லதா. வேற ச்சாய்ஸ் இல்லையென்பதால் அவள் எப்படிப் பாடினாலும் எனக்குப் பிடித்துத்தான் வரும்.

‘மாமா, ரம்யாவுக்கு கல்யாணம் ஃபிக்ஸ் ஆயிருச்சு மாமா. மாப்ள யாருன்ற? நம்ம யூஸ் மச்சான்தான்’ என்று, முத்து சொன்னபோது ரொம்ப சந்தோஷமாக இருந்தது.

யூஸ் என்கிற U.செந்தில், (முத்து, கார்த்திக்கு அத்தை பையன்) ஏழுகடைக்காரரே. வக்கீல். நான் செந்தில் என்று கூப்பிட்டிருக்கிறேன். அவரும் ‘அண்ணே’ன்னு கூப்பிட்டிருக்கார். விஷயம் கேள்விப்பட்டதும் செந்திலை அழைத்தேன். ‘என்ன மச்சான்?’ எனத் தொடங்கினேன்.

'ராஜாண்ணனா?... என்னண்ணே புதுசா மச்சான் போடுறீங்க?' என்று சிரித்தார் செந்தில்.

'எங்க வீட்டுப் புள்ளைய எடுக்கப் போறீங்கல்ல மச்சான். இனி பேரப் போடமுடியுமா?'

'அட... என்னண்ணே நீங்க போயி' என்று கொஞ்சநாள் வரைக்கும் 'அண்ணே'தான் போட்டுக் கொண்டிருந்தார்.

'எப்படிவேண்ணாலும் கூப்ட்டுக்குங்க மச்சான். நமக்கு இனி மச்சான்தான் நீங்க' என்று நினைத்துக்கொண்டே ஒரு எண்டிலிருந்து மச்சான் போட்டுக்கொண்டே இருந்தேன். விடாமல் நடந்தா பாதை பறிவதுபோல, மறு எண்டும் ஒரு நாள் மச்சான் போடக் கேட்டேன். இப்ப ரெண்டுபேருமே மச்சானென்றுதான் கூப்பிட்டுக் கொள்கிறோம்.

கூப்பாடு பாட்டுக்கு இங்கனயே கெடக்கட்டும்... எங்க போ யிறப்போது? நாம கார்த்திக்கு போவோம்.

'இன்னும் இருபது மாசம்தான் இருக்கு கார்த்தி, நாம சரக்கடிக்க.'

'இன்னும் பத்தொம்பது மாசந்தாண்டா.'

'பதினெட்டுடா'வென மாதம் தவறாமல் கூப்பிட்டுவந்தேன் கார்த்தியை.

'அட, என்னண்ணே நீ வேற?' என சத்தமாகவெல்லாம் சிரிக்கப் பழகியிருந்தான் பயல்.

மாதங்கள் குறைந்துகொண்டே வந்தன.

இடையில் முத்துராமலிங்கத்திடம் பேசும்போது, 'என்னடா இவன் உண்மையிலேயே நிறுத்திட்டானா? எதுக்கும் ஸ்டாண்டு பயலுகட்ட விசாரி மாப்ள. ஆச்சரியமா இருக்கு' என்று கேட்டேன்.

'இல்ல மாமா. சுத்தமாத்தான் இருக்கான். அடிச்சான்னா எனக்குத் தெரியாமப் போகாது. நானும் பயலுகட்ட கேட்டேன்ல. கேக்காமயா இருப்பேன்?. அவரு அண்ணன்மேல சத்தியம் பண்ணியிருக்காராம். குடிக்கமாட்டாராம்னு பயலுக சொன்னாய்ங்கல்ல. ஓந்தலை இது வரைக்கும் தப்பியிருக்கு மாமோய்...' என்று சிரித்தான்.

'இன்னும் ஆறு மாசந்தாண்டா இருக்கு கார்த்தி'ன்னு கூப்பிட்டு பத்துப் பதினைந்து நாள்தான் முடிந்திருக்குமென்று நினைக்கிறேன். கார்த்தியிடமிருந்து போன் வந்தது' என்னடா கார்த்தி?' என்று கேட்டேன்.

'மன்னிச்சுருண்ணே. சரக்குப் போடப்போறேன்.'

‘என்னடா கார்த்தி, ஏண்டா?’ன்னு சொல்லிகூட முடிக்கவில்லை. போனை கட் பண்ணிவிட்டான். திருப்பி கூப்பிட்டுப் பார்த்தேன். போனை க்ளோஸ் பண்ணி வைத்துவிட்டான். இரண்டு மணிநேரம் போயிருக்கும். ரம்யாவிடமிருந்து மிஸ்டுகால் வந்தது. கூப்பிட்டேன்.

‘அண்ணே, கார்த்திண்ணே திருப்பி தொடங்கிருச்சுபோலண்ணே...’

‘தெரியும்த்தா... என்ட்ட சொல்லிட்டுத்தான் அடிச்சான். இவ்வளவு நாள் நிறுத்தியிருந்தான்ல. விடுங்கத்தா, ஒருநாள் அடிச்சுட்டுப் போறான். நான் திருப்பி கூப்பிட்டேன். போன க்ளோஸ் பண்ணி வச்சுட்டான்.’

‘இல்லண்ணே... பஸ் ஸ்டாண்ட்ல சலம்பிக்கிட்டு நிக்குதாம். அம்மா, என்னய கூப்ட்டு உங்களுக்கு சொல்லச் சொன்னாங்க.’ (ரம்யா திருமணம் முடிந்து ஒரு பெண் குழந்தைக்கு அம்மாவாகி இருந்தது.)

‘அய்யயே... இது தெரியாதேத்தா. சரி, நான் முத்தை கூப்பிடுறேன்’ என்று முத்துராமலிங்கத்தைக் கூப்பிட்டேன்.

‘இந்தா போன்லாம் பண்ணிட்டுத் திரியாத. காதுக்கு வந்துருச்சாக்கும்?’ என்றான்.

‘ரம்யா சொன்னுச்சுடா. செரி... நீ அவனப் போயி தூக்கிட்டு வந்து வீட்ல விட்ருடா. எழவக் கூட்டிரப் போறான்.’

‘ஒனக்கும் எனக்குமே அத்துப் போச்சு. இனி அவன் யாரு?’

‘செரி விட்றா வெண்ண. ஒண்ணரை வருஷமா நிப்பாட்னான்ல. ஓந்தலைல நா அடிச்சிருந்தாலும், ஏந் தலைல நீ அடிச்சிருந்தாலும் பத்து நாளுக்கு நிறுத்திருப்பமா? ஒரு அலைன்மெண்ட்ல போயிட்டு இருக்கானே... பத்து நாளைக்கு நிறுத்துனாகூட தெளிஞ்சுருவானேன்னு நெனைச்சதுதான். இதுல போயி ரூல்ஸ புடிச்சுப் பாத்துக்கிட்டு இருக்க?’

‘போன வய்யி மாமா. வாய்ல வந்துரும்.’

‘இப்ப என்னடா சொல்ற?... போவியா, மாட்டியா?’ என்று கேட்டுக்கொண்டிருக்கும்போதே கட் பண்ணிட்டான்.

பத்து நிமிஷம் அவனை கூப்பிடுவோமா, இவனை கூப்பிடுவோமா என்று யோசித்துக்கொண்டே இருந்துவிட்டு திரும்பவும் இவனையே கூப்பிட்டேன்.

‘போய்ட்டுத்தேன் இருக்கேன் மாமா. முத்து மஹாலை தாண்டிட்டேன். அஞ்சு நிமிஷம் கழிச்சு நீயே கூப்டு. மிஸ்டுகால் பண்ணக்கூட போன்ல காசு இல்ல. ஓம் போன் வந்தோன்ன அவன்ட்ட கொடுக்கிறேன்.

நீந்தானா பேசு. எனக்கு அவன்ட்ட பேச ஒண்ணுமில்ல.' என்றான்.

பண்ணினேன்.

'என்னண்ணே?' என்றான் கார்த்தி. நான் பேசத் தொடங்குவதற்கு முன்பே, 'சரக்கெல்லாம் விட்டுட்டு ஸ்ட்ரைட்டா இருக்கணும்னு நெனைச்சா தொண்ணையா நெனக்கிறாய்ங்கண்ணே. ந்தா நிக்கிறேன்ல. தனியாதானே நிக்கிறேன். பொருதிப் பாரு... க்காளி கார்த்திடா" என, கார்த்தி குரல் கேட்டது.

'கார்த்தி... கார்த்தி' என கொஞ்சநேரம் கூப்பிட்டுக்கொண்டே இருந்தேன். அவன் பாட்டுக்கு பேசிக்கொண்டே இருந்தான்.

'சொல்லுண்ணே... கேக்குது... தொண்ணையா நெனைச்சுப் புட்டாய்ங்கண்ணே.'

'போன முத்துட்ட கொடு.'

'ந்தா ஒனட்டப் பேசணுமாம்.'

'யாருடா... என்ன பிரச்சினைடா?' என முத்துவிடம் கேட்டேன்.

'ஊறுகா மாமா. அவம் போதைக்கு நீ, நால்லாம் ஊறுகா' என்றான்.

'இவன் ஒருத்தன்' என்று நினைத்துக்கொண்டே 'அவன்ட்ட கொடுடா' என்றேன்.

'அண்ணே' என்றான்.

'முத்து வண்டியில் ஒக்கார்றீங்களா கார்த்திப்பா' என்றேன்.

'என்னண்ணே சொன்ன, திருப்பிச் சொல்லு?

'வண்டியில் ஒக்காருங்க கார்த்திப்பா. போதும். வீட்டுக்குப் போலாம்.'

'கார்த்திப்பா இல்ல... கார்த்திப்பா இல்ல... கார்த்திப்பா இல்ல' என, கொஞ்சநேரம் கார்த்தி புலம்புவதும், முத்துவின் M80 ஸ்டார்ட் பண்ணுகிற சத்தமும் காதில் விழுந்தன.

டைரி குறிப்புகள் அல்லது கூகிள் ப்ளஸ் பதிவுகள்

ஜ்யோவ்ராம் சுந்தர்

26.09.2012

அருமையாய் எழுதி இருக்கிறான் சுந்தர் மக்கா. பதினைந்து, பதினாறு வருடங்கள் முன்பாக இருக்கும்னு நினைக்கிறேன். சுந்தர், சிவகங்கை வந்திருந்தான். அப்ப, ஜீவராம் சுந்தராக இருந்தான். இப்ப ஜ்யோவ்ராம் சுந்தர். பெயர் மாற்றத்திற்குப் பிறகு எதுவும் வெற்றிக்கனிகளை பறித்தானா என, முந்தைய பயணத்தில் ஏர்போர்ட்டில் சந்தித்தபோது கேட்கத் தவறிவிட்டேன்.

இருக்கலாம். இல்லாமையும் இருக்கலாம். இது அவன் பிரச்சினை.

நாம் நாஸ்டால்ஜியாவிற்குப் போவோம்.

அப்பவே சுந்தர் சின்னச்சின்னதாக குதித்து நடந்ததாகத்தான் ஞாபகம். என்னிடமும் அந்த நடை உண்டு. இதை நான் அறிந்ததில்லை. நண்பர்கள், 'எதுக்கு நடக்கும்போது ஒரு ஜெர்க் அடிக்கிற?'ன்னு கேட்பான்கள். எனவே, இவன் நடை ஞாபகத்தில் ஃப்ரீஸ் ஆயிட்டதோ என்னவோ!

பேனா நண்பர்களாக அறிமுகமாகி, ரெண்டு, மூணு வருடங்கள் கடிதங்கள் எழுதிக்கொண்டிருந்தோம். பாக்கணும்னு கிளம்பி வர்றான். பாத்துட்டா போச்சுன்னு, நானும் வெயிட் பண்ணிட்டு இருந்தேன். வந்தான்.

இன்னைக்கு நடந்ததுபோலத்தான் இருக்கு. வீட்டிற்குள் வந்து சற்றுநேரம் லதா குழந்தைகளுடன் பேசிக் கொண்டிருந்துவிட்டு, 'குளிக்கணும் ராஜாராம்' என்றான்.

‘குளி மக்கா’ என, பாத்ரூமை காட்டினேன்.

கட்டிலில் அவன் கொண்டுவந்த பையை வைத்துவிட்டு குளிக்கப் போனான்.

வந்து ஈரத்துடன் அவன் பையைத் திறந்து BRUT என எழுதியிருந்த ஒரு பாடி ஸ்ப்ரேயை எடுத்து, பிஸ் பிஸ் என உடம்பில் பீய்ச்சிக் கொண்டு ட்ரஸ் மாத்திக்கொண்டான்.

இப்பவும் எனக்கு ப்ரூட் பாடி ஸ்ப்ரே / சென்ட் அல்லது BRUT என எதைப் பார்த்தாலும் இவன் ஞாபகம்தான் வரும். இவன் என்றால் ஜீவராம் சுந்தரை.

வாசனையும் மனிதர்கள் மாதிரித்தான்போல. மனிதர்களை நினைத்துக்கொண்டால் வாசனையும், வாசனையைப் பிடித்தால் கூடவே மனிதர்களும் ஞாபகத்திற்கு வந்துவிடுகிறார்கள்

லதாவை, ‘லதா மன்னி’ என கூப்பிட்டுக்கொண்டு திரிந்தான். அண்ணி, அக்கா, அம்மா, இப்ப புதுசா அம்மாச்சி என அழைக்கக்கூட ஆள் இருந்திருக்கிறார்கள் / இருக்கிறார்கள். என டைரிக்குறிப்பில் பதியாவிட்டால் எழவு எதுக்கு இந்த டைரிக் குறிப்பு?

ஆனா லதாவைப் போயி மன்னி என அழைத்தது நம் சுந்தர் மட்டுமே.

அவளும் சுந்தருக்குத் தெரியாமல், ’மன்னின்னா என்ன?’ என ஆவல் மேலீடாக கேட்டாள்.

‘அண்ணிதேன் புள்ள. நீ மக்கு அண்ணி. அதனால மன்னின்னு சொல்றான்’ என்றதும்

அவளும் ரிதமிக்காக ‘போடா சு...’ என என்னை திடுக்கிட வைத்ததும் நடந்தது.

சுந்தர் ரெண்டு, மூணு நாட்கள் வீட்டில் இருந்தான்னு நினைக்கிறேன்.

அப்ப எங்கள் ‘டாப்’ மூர்த்தி கடையாகத்தான் இருந்தது. அதே ஏழுகடை மூர்த்திதான். அந்த நேரம் ஏழுகடை அறிமுகமில்லாத டைம். முதலில், ரயில்வே ஸ்டேசன் எதுத்தாப்ல கடை வைத்திருந்தான் மூர்த்தி.

வரிக்கிகள், பன்கள் மற்றும் ஒரு டீ வைத்துக்கொண்டு ரயிலுக்காக காத்துக்கொண்டிருப்பான். வந்தேறிகளாக நாங்கள் மூர்த்தி கடையில் டெண்ட் அடிச்ச வகையில் சரியாகி வராதுன்னு எல்.ஐ.சி. எதுத்தாப்ல இருந்த ஏழுகடை வந்தான்.

கால மாற்றங்களில், நான் எல்.ஐ.சி. ஏஜென்ட் ஆக நேர்ந்துவிட்டது.

ஆஃபீச விட்டு வெளிய வந்தா மீண்டும் மூர்த்தி கடை. டீ, பன், வரிக்கி மற்றும் கோல்ட் ஃபில்டர் வகையறாக்களை புதுக்கணக்காக சிகரெட் அட்டையில் நம்பிக்கையுடன் எழுதிவந்தான்.

நானாவது பரவால்ல. எல்.ஐ.சி. ஏஜென்ட். ஏதோ கமிஷன் வந்தது.

ஏழுகடைப் பயல்கள் ஃப்ரெஸ் வெட்டிகளாக இருந்தான்கள். பயல்களுக்கு சிகரெட்டுகள் தேவையாக இருந்தன. ஈக்வலா சிகரெட் அட்டைகளும் மூர்த்திக்குத் தேவையாக இருந்தன.

போதாதா? அம்புட்டுதேன்.

எல்லாத்தையும் எடுத்து மூடிவச்சுட்டு குண்டி மண்ணை தட்டிட்டு மலேசியா போய்விட்டான் மூர்த்தி. இப்ப நிம்மதியாக மலேசியாவில் இருக்கிறான். (இடமெல்லாம் வாங்கிப்போட்டிருப்பதாக கேள்வி)

கால் வலி அதிகமாகிக்கொண்டே போகிறதே... இதற்கு ஏதாவது செய்யவேண்டுமே என்று இந்த திங்கட்கிழமை நியூராலஜிஸ்டை போய்ப் பார்த்தேன். பின்புற மேல்கழுத்தை ஒரு எம்.ஆர். எடுக்கச் சொன்னார். (cervical spine M.R.). அப்படியே சில ரத்தப் பரிசோதனைகளையும் செய்யச் சொன்னார்.

ரத்தப் பரிசோதனைகள் ஒன்றும் பிரச்சனையில்லை. 'சுருக்'கென்று ரத்தத்தை எடுத்துவிட்டார்கள். ஆனால் இந்த எம்.ஆர்.தான்... படுக்கவைத்து, கை கால்களை அசைக்கக்கூடாது என்று சொல்லி லாக் போட்டுவிட்டார்கள். எச்சில்கூட முழுங்கக் கூடாது என்று விட்டார்கள். பயங்கரமாகச் சத்தம் போடும் என்று சொல்லி காதுகளில் பஞ்சை வைத்தார்கள். எமர்ஜென்ஸி என்றால் அமுக்குங்கள், வருகிறேன் என்றுவிட்டு, கையில் பந்துபோன்ற ஒன்றைக் கொடுத்துவிட்டு அறையைவிட்டு வெளியேறிவிட்டார் பரிசோதகர். கை, கால்களை துளிக்கூட அசைக்கக்கூடாது, அசைத்தால் சரியாக வராது, நேரம்தான் அதிகமாகும் என்று பயமுறுத்தியிருந்தார்.

கண்களை மூடச் சொல்லிவிட்டு இயந்திரத்தை ஆன் செய்தார்கள். கொஞ்சநேரம் கழித்து கண்களைத் திறந்துபார்த்தால்... ஒரே வெள்ளையாக இருந்தது. கொஞ்சம் பயமாகவும் இருந்தது. இயந்திரமோ, தொடர்ந்து விதவிதமாக பயங்கர ஒலிகளை எழுப்பிக் கொண்டிருந்தது.

எனக்கு அப்போது விதவிதமான சந்தேகங்களும், கலப்படமான சிந்தனை அலைகளும் அடித்துக் கொண்டிருந்தன.

1. மூச்சு அடைத்து நான் பந்தை அமுக்கி அவர் வருவதற்குள் இறந்துவிடுவேனோ?

2. பந்தை அமுக்கினால் அவர் வருகிறாரா என்று சோதனை செய்து பார்க்கலாமா?

3. பெரிய சிக்கல் எதுவும் இல்லை என்று ரிப்போர்ட் வர வேண்டுமே ஆண்டவனே!

4. இந்த ஜெமோ, ஏன் தமிழர்களுக்கு நகைச்சுவை உணர்ச்சியே இல்லை என்கிறார்.

5. இப்படியே போய்க் கடைசியில் காலை எடுத்துவிடுவார்களோ?

6. எழவெடுத்த சிகரெட்டை விட்டுத் தொலைத்தால்தான் என்ன?

இப்படி போய்க்கொண்டே இருக்கும்போது சடக்கென்று சிந்தனை ஓட்டத்தை நிறுத்தினேன். என்னது ஜெமோ.வை பத்தி இப்ப ஏன் யோசிக்கறேன்... சிரிப்புக்கூட வந்தது.

45 நிமிடங்கள் கழித்து பரிசோதனை முடிந்தது. அலுவலக நண்பனுடன் திரும்பி வரும்போது சிரித்துக்கொண்டே வந்தேன். போகும்போது டென்ஷனாக இருந்ததைக் கவனித்திருந்தவன், என்ன சார் விஷயம் என்றான். என்னன்னு சொல்றது:)

கண்ணன்

கோகேல் ஹால் தெருவில் கிரிக்கெட் விளையாடுவோம். இந்த கண்ணன் பயல சேத்துக்கிறது இல்ல நாங்க (கண்ணன்: நம்ம ப்ளாக்'ல்லாம் மெயின்டெயின் பண்ணிக்கிட்டுத் திரியிறானே அவந்தேன்... அவந்தேன்) அப்ப ரொம்பப் பொடியன்ங்க எப்படி சேத்துக்கிற சொல்றீங்க?

தேர்ட் மேன்ல குத்தவச்சு உக்காந்து பாத்துக்கிட்டே இருப்பான். பந்து கிந்து வந்தா ஓடிவந்து எடுத்தும் போடுவான். அவனை ஆட்டைல சேத்துக்கிறது இல்லைன்னு பெரியம்மா (கண்ணன் அம்மா) வரைக்கும் கம்ப்ளைன்ட்ட கொண்டு போய்ட்டான். பெரியம்மாவும் திட்டித் தீப்பாங்க. பெரியம்மாவுக்காக கிரிக்கெட்ட மாத்தி விளையாட முடியுமா?

இப்டியே போய்ட்டு இருந்துச்சு.

ஒரு சாயங்காலம் இருக்கும்னு நினைக்கிறேன்...

'நீங்கள்லாம் இல்ல. என்னைய வெளையாட்ல சேத்துக்கிட்டாங்கடி. நான் பேட்டிங். பவுலிங் யாருன்ற? ரதீசு.

ஃபாஸ்ட்டா ஓடி வந்து போட்டான். சும்மா பவுன்ஸ் ஆகி வந்துச்சா. டக்குன்னு குனிஞ்சேன். விக்கட் கீப்பர் வேற இல்லையா... அடிச்சேன் பாரு ஒரு மூணு ரன்னு.'

'டேய், அது பைஸ்டா'ன்னு அன்னியிலிருந்து நான் அண்ணன்கள்லாம் சொல்லிட்டுதான் இருக்கோம்.

இதை விடுங்க. இந்தப் பஞ்சாயத்து இன்னைக்கா தீரப்போது? இன்னைக்கு ஒரு மெயில் வந்திருந்தது கண்ணனிடமிருந்து.'

‘அடேய்... என்ன ப்ளாக் இருப்பதே மறந்துபோச்சா? புத்தாண்டில் இருந்து அட்லீஸ்ட் மாதத்திற்கு இரண்டு பதிவாவது போட முயற்சி பண்ணு. அப்புறம் பேசுவோம் கண்ணன்’

‘வந்துட்டான் பாருய்யா மூணு ரன்னுக்காரன்’னு தோணியதை தவிர்க்கமுடியல.

போன வாரத்தில் தம்பி கண்ணன், ‘இருக்கியா?’ன்னு கேட்டு சாட்டுக்கு வந்தான். சமீபமாக, நான் ‘இருந்தாலும்’ கூட கண்ணனுடன் சாட்டுவதில்லை. கள்ள மௌனம் சாதித்துவிடுகிறேன். அன்னைக்கு, தம்பி பாசம் பொத்துக்கிருச்சோ என்னவோ...

‘என்னடா?’ எனத் தொடங்கினேன்...

‘பாத்தியா, நம்ம ப்ளாக் போன லட்சணத்தை?’

‘ஏண்டா?’

‘எட்டு கமண்ட்ஸ்தான் வந்திருக்கு. உன்னாலதாண்டா...’

‘ஏண்டா?’

‘என்ன ஏண்டா... வாரம் ஒரு போஸ்ட்டாவது போடணும். வந்து கமண்ட் போடுறவுங்களுக்கு நன்றி சொல்லணும். நீயும் போயி கமண்டு போடணும். எப்படி இருந்த ப்ளாக்... கொஞ்சமாவது கவலை இருக்காடா உனக்கு?’

‘இப்ப கமண்டு போடுறது அவுட் ஆஃப் ஃபேசனோ என்னவோ கண்ணா. இல்லாட்டி, நம்ம ப்ளாக்குக்கு கமண்டு வராம இருக்குமா?’

‘நீ ஒண்ணு செய்யி. என்ன வேலை இருந்தாலும் வாரம் ஒரு போஸ்ட்டாவது போடுறதுமாதிரி அனுப்பி வய்யி. விட்டத புடிக்கனும்டா’

‘எதைடா விட்டோம். எதைடா புடிக்கணும்‘

‘எது நடந்ததோ அது நன்றாகவே நடந்தது. எது நடக்கவிருக்கிறதோ அதுவும் நன்றாகவே நடக்கும். தாய்லி இதைத்தானே சொல்ல வர்ற?’

‘சரி, விடு கண்ணா. வாரந் தவறாம இனி போஸ்ட் போட்டுருவோம். உடான்ஸ் திரட்டியில் வேண்ணா நம்ம ப்ளாக்கை இணைச்சுப் பாரேண்டா. இப்ப அதேன் ஃபேமஸ்ங்கிறாங்க.’

எட்டு கமண்டுகள் இருந்தப்போ இந்தப் பஞ்சாயத்து.

அடுத்த போஸ்ட் அஞ்சு கமண்டுகள். லேட்டஸ்ட்டை போஸ்ட் பண்ணி, கிட்டத்தட்ட 24 மணி நேரம் ஆகப்போகிறது. இன்னும் ஒரு கமண்டுகூட வரல.

கண்ணனுக்காகவாவது, மணிஜிமாதிரி ஒரு நாலஞ்சு ஐ.டி. கிரியேட் பண்ணி, ‘அருமை பாரா, அற்புதம் தோழா, உங்களைவிட்டா அடிக்க ஆள் இல்லை பா.ராஜாராம் அவர்களே, இதில் கண்ணன் சாரின் பங்களிப்பு மிக நேர்த்தி’ போன்ற கமண்டுகளை தட்டிவிட வேணும். விட்டதைப் பிடிக்க வேறு வழி இல்லை.

கென்

13.03.2012

செம கென்!

இதை வாசித்துக்கொண்டே வரும்போது கண்கள் கலங்கி வந்தன. அப்பா கவர்ண்மெண்ட் எம்ப்ளாயிதான் என்றாலும் வயலில் / அறுவடைக் காலங்களில், களத்தில் நிற்கும்போதென ஒரு முகத்தை வைத்திருந்தார். தோற்ற வயலை கடைசிவரையில் திருப்ப முடியல அப்பாவாலும் என்னாலும்கூட....

'எது முடிகிறதோ, அதைச் செய்டா பாலு, மகனே ராசாராமா!' ன்னு ஒரு கவிதை எழுதிவைத்துக் கொண்டேன்.

காரணப் பெயர்

அப்பாவிடம் ஒரு நிலம் இருந்தது.
"பெரியனஞ்சை" என்று பெயர்.
பெரியனஞ்சைக்குப் பிறகே
அம்மாவைப் பிடிக்கும் அப்பாவிற்கு.
கிணறு வெட்டி, கரும்பு வளர்த்து,
கடலை நட்டு, கத்திரி பயரிட்டு,
தசைநார் தெறிக்கும் அப்பாவை
அறிவேன் வயலில்.
கொண்டுசெல்லும் கஞ்சி ஊறுகாயின்
மண்டிநீரையும் வயலில் உமிழ்வார்

ப்ரியம் பொங்க.
ஒரு நாள், ஒரு பொழுது
மழை ஏமாற்றியதில்லை அப்பாவை.
மழையும் அப்பாவும் ஒன்றுதான்
விரும்பி ஏமாற்றுவதில்லை.
காலத்தின் தேய்மானத்தில்
பெரியனஞ்சயை தோற்றார்
அப்பா ஒரு நாள்.
பிறகு.....
அப்பா சாராயம் குடித்தார்,
வெங்காயக் கடை வைத்தார்,
திரையரங்கில் வேலை பார்த்தார்,
யார் அழைத்தாலும்
போய் உழைத்தார்.
அவ்வளவு இடிபாடுகளுக்கிடையேயும்
இயங்கிக்கொண்டே இருக்க
ஐந்து காரணங்கள்
இருந்தன அப்பாவிற்கு...
எங்கள் ஊரில்
நிலங்களுக்கு பெயர்
இருந்ததுபோல்
காரணங்களுக்கும்
பெயர்கள் இருந்தன.
அது...
சுமதி
புனிதா
ராஜா
தேவி
இந்திரா...

தம்பி 50 மல்லிகைச் செடி கிழக்குப் பக்கத்தில வச்சிடுவோம், அங்கதான் பள்ளம். மழை பெஞ்சி தண்ணி நின்னாலும் ஒன்னும் ஆகாது.

கத்தரியும் வெண்டைச்செடியும் நடுவில் தக்காளிச் செடியும் வச்சிட்டு மேற்குப்பக்கத்தில மேட்டுல போர் போட்டிடலாம்.

அப்பாவுக்கு சொந்த நிலத்தில் உடனே விளைந்து அறுவடை செய்யவேண்டிய அதீத ஆர்வம். வேலிப்படல் வாங்கிட்டேன். மூங்கிக்குத்துல முள் அறுக்கவும் சொல்லியிருக்கேன். இவனுங்க போடுற படல்ல முள்ளு மூலைக்கொன்னா நிக்கும், நம்ம குத்து முள்ளறுத்து குத்து முள்ளுவச்சி நெருக்கி கட்டிடலாம். காய்கறித் தோட்டம்னா கோழி உள்ள வந்திடக்கூடாது.

போர் போட்டு வச்சிட்டு, டீசன் எஞ்சின் பழசு வாங்கிக்கலாம், நீ இங்க வரப்போ பாரு பச்சைப்பசேல்னு இருக்கும்.

மண்ணிலியே ஐம்பது வருடங்களுக்கும் மேலாய் உழன்ற ஒரு விவசாயியின் கனவு சொந்தநிலம் என்பதில்தான் இருக்கும். சின்னதோ, பெருசோ ஒரு துண்டு நிலம். உழைப்பு கொட்டிக் கொடுத்து சூழ்நிலையின் சூதாட்டத்தில் இழந்தும் திருப்பிவிட்டதைப் பிடிக்க வட்டிக்கும் வாங்கியும் அடகுக் கடையின் ரசீதுகளால் நிரம்பியும் செய்யப்படுகிற விவசாயம்.

அப்பாவுக்கு 10 வயது குறைந்துவிட்டதாய் குரல் ஒலிக்கிறது. நேத்திக்கு மேலத்தெரு கனகசபை என்கிட்ட கேட்டாம்பா, ‘என்னப்பா! நிலம் எல்லாம் வாங்கிட்டே, ட்ராக்டர் வச்சு புழுதி வாரி விட்டுடுவோமா’ன்னு,

நான் வேணாம்னு சொல்லிட்டேம்ப்பா. மூலைக்கு 4 தென்னப்பிள்ளை நிக்குதுப்பா, ட்ராக்டர் புழுதி அடிச்சா வேரை கீறிட்டு போ யிடுவானுங்க, பட்டுப்போயிடும், ஒரு நாலு வண்டி மாட்டு உரம் அடிக்கச் சொல்லியிருக்கேன். கொஞ்சம் களிப்பும் அடிச்சு தென்னமர வேர் தெரியாம பாரணைச்சிட்டு, மரத்துக்கு ஒரு பானையில சொட்டுநீர் வச்சிட்டோம்னா, நீ வரப்போ பாரேன், மரத்துக்கு 100 தேங்கா நிக்கும்.

சரி, விடு. நீ ஒன்னும் வயல்ல போய் நிக்கவேணாம், ஆள் வச்சு பார்த்தாபோதும். பணம் அம்மாக்கு கொடுத்திருக்கேன், வாங்கிக்கோ. இல்லப்பா, பணம் எல்லாம் அவளே பார்த்துக்கட்டும், என் கையால என்புள்ள வாங்கின நிலத்தில வேலை செய்யணும்ப்பா.

நீ வரப்போ பாரு, பச்சைப்பசேல்னு கிடக்கும். காயும், கனியுமா மண்ணு நம்மள என்னைக்கும் கைவிடாதுப்பா. மம்புட்டி, அருவா எல்லாம் வாயடிக்க கொடுத்திருக்கேன். கொல்லுப்பட்டறைல யாரு இருக்கா, இருக்கிற கிழவனுக்கும் கண்ணுத் தெரியல.

பேசாம உளுந்து பயிறு அடிச்சுவிட்டு, செடியா மண்ணோட அடிச்சு கிளறிவிட்டு, அப்பறமா பயிர் பண்ண ஆரம்பிச்சுடலாமான்னு பாக்கிறேன்ப்பா.

நீ எதையாவது பண்றேன்னு சாப்பிடாம அலைஞ்சிட்டு கிடக்காதே, உடம்பை பார்த்துக்கோ. என் கையில், ஒரு வேலை சோறு திங்கிறதே உடம்புக்கு பெரும்பாடா இருக்கு, நம்ம தோட்டத்தை சீர்படுத்தி, பயிர் வச்சி, காய்கறி, பூன்னு வெளையிறத பாக்கனும்ப்பா, நீ வரப்போ பாக்கத்தானே போறே.

ஒரு 60 வயது விவசாயியின் ஆன்மா, தன் சொந்த நில உழைப்பைக் கொட்டிக்கொடுக்க காத்திருக்கிறது. நான் ஒரு விவசாயக் கூலியின் மகன் என்பதை என் மகளுக்குப் புரியவைக்க முடியாமல்கூட போகலாம். அரிசி எந்த மரத்தில் காய்க்கும் போன்ற கேள்விகள் வரலாம். எனக்கும், என் தந்தைக்குமான இடைவெளி என்பது இப்போது குறையலாம்

* புனைவு

மணிஜி

10.03.2013

நம் மணிஜியிடம் ரொம்பப் பிடித்ததே அவரின் தன்னம்பிக்கையும் தைரியமும்தான். மணிஜியுடனான எனது வசிப்பு மிகச் சொற்பமே. சந்திப்பு என்று சொல்லியிருக்க முடியும். சந்திக்கிறபோதெல்லாம் வாழவைத்துக் கொண்டிருந்தால் அது வசிப்புதானே. எனவே வசிப்பே இந்த இடத்தில் இருக்கட்டும்.

மணிஜியை முதன்முதல் ஏர்போர்ட்டில் சந்தித்தது, மஹா திருமணத்திற்கு நண்பர்களுடன் அவர் வந்திருந்தது, பிறகு மஹா திருமணம் முடிந்து மீண்டும் சவுதிக்குப் பயணம் வைத்தபோது இரண்டு பகல்கள், இரண்டு இரவுகள் அவருடன் நான் தங்கியிருந்தது என்று விரல்விட்டு எண்ணிவிட முடியும் வசிப்பை.

'டேய் மயிரு என்னடா கவிதை எழுதியிருக்க?'

'மக்கா, உண்மையிலேயே கலக்கிட்டடா இந்தக் கவிதையில'

'பாரா, என்னய்யா பண்ணி வச்சிருக்க மஹா கல்யாணத்துக்கு? எதையும் யோசிக்காத என்ன?'

'ஓ... வாய்ல நல்லா வந்துரும். கல்யாணம்னா ஆயிரத்தெட்டு பிரச்சினைதான். பிரச்சினை இல்லாம எந்தக் கல்யாணம்டா நடந்திருக்கு... இந்தக் காதுல வாங்கி அந்தக் காதுல விடு. நடக்க வேண்டியதப் பாரு.'

'ஒன்னய யார்ரா சென்னை வந்துட்டு ரூம் போடச் சொன்னா? நீ எக்மோர்ல இருந்தே எனக்கு ஒரு ஃபோன் பண்ண வேண்டியதுதானே?

எழவு அதெல்லாம் அப்புறம் பாக்கலாம். இப்ப நீ என்ன செய்ற... அந்த லாட்ஜ் ரிசப்சன்ல வந்து வெய்ட் பண்ற. இந்தா அரை மணிநேரத்துல நான் காரை எடுத்துட்டு வர்றேன். ரூமை வெக்கேட் பண்ணிட்டு மொதல்ல நம்ம ஆஃபீஸ் வர்றோம். நைட்டு நம்ம வீட்டுக்குப் போயிர்றோம். சரியா?'

'இல்ல மணிஜி... என்னன்னா'

'சொல்றத செய்டா வெண்ண'

ராஜா, மயிரு, பாரா, ஓ... என விதம்விதமாக விளிப்பார் மணிஜி. எல்லாவற்றிலும் ப்ரியமும் அக்கறையும்தான் பொங்கி வழியும். தவிர்த்து தன்னம்பிக்கையையும், தைரியத்தையும் சிரஞ்சில் ஏற்றி நம் ஆன்மாவில் வலிக்காமல் ஏற்றுவார். (வலித்தாலும் ஏற்றுவார்)

பத்மா

24.05.2012

நேற்று நம் பத்மா அழைத்திருந்தார்கள். அந்த நேரம் பாத்து நான் பேங்கில் நின்னுக்கிட்டுருந்தேன். 'வரப்போற சம்பளம் தொட்டு இனிமே பேங்குதாண்டி அவனவன் அக்கவுண்ட ஓப்பன் பண்ணிக்க'ன்னு பேலஸ் சொன்னது. 'ஆகட்டும்'ன்னு கிளம்பிப் போயி ஆளோட ஆளா நிக்கும்போதுதான் இது. (பத்மாவும் பேங்கில்தான் இருக்கிறார்கள். அழைக்கும்போது நானும் பேங்கில்தான் நிக்கிறேன். பாருங்க ப்ரோஃபசன் எப்படி ஒட்டுதுன்னு.)

'பத்மா நல்லாருக்கீங்களா?'

'பா ரா எப்படி இருக்கீங்க'

'நல்லாருக்கேன் பத்மா. சுதா எப்படி இருக்காங்க?'

'எல்லாரும் நல்லா இருக்கோம் பா ரா. பா ரா, என் கவிதைத் தொகுப்பு ஒண்ணு வருது. முப்பதாம் தேதி. நம்ம வெற்றி சார் மகன் கல்யாணத்தில் வைத்து ரிலீஸ் பண்ணலாம்னு ஒரு நினைப்பு பாரா. வெற்றி சார்ட்ட கேட்டேன். தாராளமா நடத்துங்கன்னு சொன்னார். கல்யாணம் முடிஞ்சதுக்கு அப்புறமா ஒரு ஓரமா இதையும் நடத்திரலாம்னு ஒரு ஐடியா. நண்பர்களுக்குச் சொன்னேன். உங்களுக்கும் சொல்லணும்.'

'உங்க கவிதைத் தொகுப்பு வருதுன்னு தெரியும் பத்மா. ரா.சு அண்ணன்தான் முன்னுரை இல்லையா. அண்ணன் ஒரு ப்ளஸ் விட்டிருந்தார். அதைப் பார்த்துதான் தெரியும். ரொம்ப சந்தோஷமா

இருக்கு பத்மா. பேங்குல இருக்கேன். இல்லாட்டி நெட்லருந்து கூப்பிட்டிருப்பேன்.'

'பரவால்ல பா ரா. பாருங்க. சொல்லணும். அதான்'

'ஒடம்புக்கு எப்படி இருக்கீங்க பத்மா?'

'இருக்கேன் பா ரா. முழுசா தேறிட்டேன்னு சொல்லமுடியாது. ஓடிட்டு இருக்கு.'

கியூவில் பின்னாடி நின்றுகொண்டிருந்த ரோஸ் கலர் சட்டைக்காரரிடம், 'ஒன் நிமிட் ப்ளீஸ்' ன்னு, என்னவோ சொல்லிட்டு பேங்கை விட்டு வெளியில் வந்து ஒரு தம்மை பத்தவச்சேன்.

இழுக்க இழுக்க கண்கள் கலங்கிக்கொண்டு வந்தது.

பத்மா, யாரு என்னன்னு தெரியாது. இப்படி இங்க அறிமுகமாகிக் கொண்டதுதான். மஹா கல்யாணத்திற்கு ஒரு காரில் சுதாவையும் அழைத்துக்கொண்டு வந்திருந்தார்கள். அறிமுகமாகிக் கொண்டோம்.

'பா ரா, ஒங்க லதா ரொம்ப அழகா இருக்காங்க' என்றார்கள் இடையில்.

'வேற யாரையோ லதாவாக பார்த்துவிட்டார்களோ?'ங்கிற குழப்பம் வந்தது. காட்டிக்கொள்ளாமல் கல்யாண வேலைகளில் பிசியாக இருப்பதுபோலான ஒரு முகத்தை வைத்துக்கொண்டேன். (புத்திமான் பலவான்)

கிளம்பும்போது பத்மா கேட்டார்கள், 'எங்க பாரா நம்ம மக்களெல்லாம் காணோம்?'

'இந்தா, இங்கதேன் பக்கத்துல. இருங்க நானும் வர்றேன்'னுட்டு பத்மா காரிலேயே வந்திறங்கி ஒவ்வொருத்தரா பிடிச்சுக் கொடுத்தேன்.

வாயை துடைத்துக்கொண்டே வந்த மணிஜி, 'கிளம்பிட்டீங்களா சரி சரி, கிளம்புங்க' என்றார்.

தட்டி மறைவில் நம் மக்கள் நிற்கவும் கண்டேன். சிரித்துக்கொண்டே காருக்குள் இருந்த சுதாவைப் பார்த்து, 'bye டா சுதா' என்றேன்.

அந்த பத்மாதான் இந்த பத்மா.

ராஜசுந்தரராஜன்

06.05.2012

ரா. சு. அண்ணன் முன்னுரை அனுப்பியிருந்தார். அவை இரண்டு அடுக்குகளாக இருந்தன.

முதல் viewவை தட்டினேன். அதில் ஜாதக குறிப்பிடுகள் மாதிரி முதல் கட்டத்தில் ஆச்சரியக்குறி தொடங்கி „ * , $, %, போன்ற குறியீடுகளும், ABCDகளும் ஔ, ழ், ழ போன்ற உயர் தமிழ் எழுத்துகளும் இருந்தன. ஒன்று பலிக்காவிடில் அடுத்ததை தட்டுவது தமிழன் பண்பாடு என்கிற ரூல்ஸ்படி downloadஐ தட்டினேன். 'மூதேவி இது உனட்ட ஏற்கனவே இருக்கு. திருப்பியும் download வேணுமா... என்னா திண்ணக்கம்?' என்றது ஆங்கிலத்தில். 'இந்தாரு எதுக்கு எடுத்ததுக்கல்லாம் கோபப்படுற?'ன்னுட்டு ரெண்டாவது வரிசைக்கு வந்து view பண்ணிப் பார்த்தேன்.

'அடுக்குப்பானைப் புளி' எனத் தலைப்பிட்டு, 'இந்த சொத்தை இன்னாருக்கு எழுதிவைக்கிறேன். இன்ன கோயிலில் இருந்து, இன்ன தேதியில், இவ்வளவு வரி வரும். அவற்றைச் சேர்க்கவேண்டிய விபரங்கள்' என்கிற உயில் பத்திரம்போல கொஞ்சம் புரிந்தும் புரியாமலும் இருந்தன. தமிழன் பண்பாட்டின்படி அடுத்தது download.

திரை விலகியது.

'அடுக்குப்பானைப் புளி' எனத் தலைப்பிட்டு அண்ணன் எழுதித் தந்திருக்கிறார், அவர் உயிலை எனக்காக. தாங்கமுடியாமல் வந்தது. உடனே அழைத்தேன். 'அண்ணே அண்ணே' என்பதற்கு மேலாக பேச முடியாமலும் போயிற்று. ஸ்டெமினாவை தேத்தி, 'சரிண்ணே

அப்புறம் கூப்பிடுறேன்' என்றேன்.

'சரி தம்பி, மெயில் பண்ணுங்க' என்றார் அண்ணனும் சர்வ சாதாரணமா.

ஒரு தம்மை பத்தவைத்துக்கொண்டு அழுதேன். அழுகை வரும்போது தம் அடிச்சிருக்கீங்களா? அடிங்க. ஆரோக்கியத்திற்கு நல்லது. தம் அடிச்சு கொஞ்சம் ஸ்டெடியான பிறகு மீண்டும் பாடிப் போனேன் 'அண்ணே... அண்ணே...'

கபடி கபடி என பாடிப்போவதே நடுக்கோடில் வந்து விழத்தானே. விழுந்தபிறகு அமைதியாயிட்டேன்.

(பதிப்பாளர் வாசு, லூசு வேற. 'முன்னுரையை ப்ளஸ் கிளஸ் பண்ணிறாதீங்க' என சொல்லியிருக்கு. லூசுகளின் ரூல்சுகளை ஒருபோதும் மீறமுடியாது என்பதால் அண்ணனின் முன்னுரையை பகிர இயலவில்லை)

வாசு பாலாஜி

29.08.2012

பாரா. நல்லாருக்கீங்களா?

கொஞ்சநாள் முன்னாடி வரைக்கும் (ரமதான்னு காணாம போய் திரும்புறவரைக்கும்) உங்க டைரிக் குறிப்பும் சரி, அங்கன இங்கன போடுற ப்ளஸ்ஸும் சரி, போறபோக்குல இங்கிலிபீசின கமெண்டுக்கு நான் அடிமை. ரொம்ப பொருத்தமா அதேநேரம் ரொம்ப நெருக்கமா விட்டேத்தியா அடிச்சிவிட்டா அடக்கமாட்டாம ஒரு சிரி வருமே அப்படி. இப்ப ஏன் அதக் காணல? அது வலிஞ்சி போட்டதில்லன்னு நல்லா தெரியும்.

இப்ப எழுதறது வலிஞ்சி அத தவிர்க்கிறாமாதிரி தோணுது. இதுக்கு ஒரு வாசக கூட்டமே இருக்குன்னு உங்களுக்குத் தெரியாம இருக்காது. அது எப்டியோ உங்க ஸ்டைலா என் மனசுல பதிஞ்சிபோச்சு. தேவன், பாக்கியம் ராமசாமி கதையெல்லாம் படிக்க ஆரம்பிச்சதுமே முதல் வார்த்தையிலயே ஒரு சிரிப்பு வந்து உக்காந்துக்குமே. அப்படி ஒரு சிரிப்போட படிக்க ஆரம்பிச்சி அந்த உங்க பஞ்ச் இல்லன்னா 'பே'னு ஆயிடுது.

ப்ளீஸ் ப்ளீஸ்! திணிச்சா சரியா வராதுன்னு தெரியும். ஆனா இந்த குசும்பு புடிச்ச மனுசனுக்கு அது வாராம போவாதுன்னும் தெரியும். பார்த்து செய்யுங்க பாஸூ. இல்லன்னா இதுக்கு ஒரு ப்ளஸ் விட்டு ஆள் சேர்க்க வேண்டியிருக்கும். ரிஸல்ட் எப்டி இருக்கும்னு சொல்ல அவசியமில்லதானே. பீ கேர்ஃபுல்:)))...உங்களத்தான் சொன்னேன்:)))

எப்ப ஊர்ப்பக்கம் வரீங்க. இந்த முறையாவது சந்திக்கணும்.

அன்பு

பாலா.

✹

ரொம்ப மதிக்கிற மனுஷனிடமிருந்து மனசிலிருந்து வந்த மெயில். அவருக்கு இப்படி ஒரு பதில் அனுப்பியிருக்கிறேன்.

பாலாண்ணா நன்றி! எதையும் வலிஞ்சு செய்யல பாலாண்ணா. போறபோக்கில் செய்வதுதான். எனக்கு இது உபோயகப்படும் என்கிற உங்களின் முயற்சிதான் கஷ்டமாக இருக்கிறது. அடுத்த வருஷம் வந்துரலாம்னு நினைக்கிறேன் பாலாண்ணா. உங்களைப் பார்க்காமல் என் கட்டை வேகாது.

✹

பா ரா வின்
முற்றுப்பெறாத கடைசி எழுத்து

ஒரு SBI - இன்ஷூரன்ஸ் காரனின் டைரிக் குறிப்பு

நம் அரிய சரவணன் அண்ணனின் தோட்டத்தில் வேலை பார்த்துக் கொண்டிருந்தேன். அப்போதான் இப்படி 36 வாய்ப்பு கிட்டியது. வெற்றி என்கிற நண்பர் என் நண்பர் சிவாவின் மூலமாக என்னைத் தேடி வந்தார்.

'சார் நீங்கள் பழைய LIC ஏஜெண்டாமே நீங்கள் ஏன் SBI-யில் இன்ஷூரன்ஸ் ஏஜெண்டாக சேரக் கூடாது? என்றார்.

கேள்வி கேட்பவரிடமே கேள்வி கேட்பது என்பது எனக்குப் பிடிக்கும் என்பதால்

'அதானே. ஏன் சேரக் கூடாது?' என்றேன். கேள்விக்கு பதிலாக கேள்வியே பதிலாக தருபவரை அவருக்கும் பிடிக்கும் போல. ஆச்சரியமாகி விட்டார்!

'36 எக்ஸாம் மட்டும் எழுதி பாஸ் பண்ணிட்டா... நீங்க SBI-யில் IA தான்' என்றான்...

நான் ஆச்சரியமாகி விட்டேன்.

படிக்கிற காலங்களிலேயே பரீட்சை என்கிற வார்த்தை எனக்கு அவ்வளவாகப் பிடிப்பதில்லை. அவ்வளவாக எனக்கு கூட சொல்லத்தெரியவில்லை. அவ்வளவும் என்பதுதான் சரி!

எனவே படிக்கிற காலங்களில்
ஓட்டக்காரனாக இருந்திருக்கிறேன். அதில்
வெற்றி கிடைத்து பதவியாலும் பார்ப்பதில்
வெற்றி. வெற்றி என்கிற வார்த்தை மேல்
எனக்கு தீராத பாசம் உண்டு.

வந்திருக்கிற யூனிட் மேனேஜர்
பெயரும் வெற்றி. அதை மறைத்து விட்டேன்.

30 இடத்தில் வேலைக்கு இருக்கிறோம்.
அந்த வேலை கெடாமல் இந்த வேலையையும்
செய்து விட முடியுமா என்கிற கேள்வி எழுந்தது

அண்ணன் தோட்டத்தில்தான்
வேலைக்கு இருக்கிறேன் என்றாலும் அண்ணன்
(அண்ணன் என்றால் நிஜமல்லா பெயர்.)
என்னை வேலைக்காரனாகவே நடத்தியதில்லை.
அப்பன் கூடப் பிறந்த தம்பியாகவே
நடத்தி வந்திருக்கிறார். நான் பார்த்த வேலைகளிலே
மிக நேசித்த வேலை அந்த தோட்டத்தில்
வேலை பார்த்த நாட்கள்தான்.

'30 மரம் பார்க்க 30 ஜென்மம்
போதாதுடா' என்று இலக்கிய நண்பன் ஒருவர்
சொல்லக் கேட்டிருக்கிறேன். அனுபவித்தும் வந்திருக்கிறேன்
அண்ணன் தோட்டத்தில் சற்றேறக் குறைய
2000/தென்னை மரங்கள். தென்னம் மா,
பலா, இப்படி.

வேலை பார்த்த அந்த இரண்டு வருடங்களிலும் அந்த மரங்களனைத்தையும் ஒரு முறையாவது தொட்டிருப்பேன். தடவி இருப்பேன். பேசியிருப்பேன். சிரித்திருப்பேன்.

அண்ணன் என்னை வேலைக்காரனாக நடத்தவில்லை என்றால் என்ன? அந்த மரங்கள் அனைத்தையும் ~~நான்~~ எனக்கு எஜமானாக நான் எடுத்துக் கொண்டேன்.

எந்த எஜமான் தன்னை தொட்டுத் தடவ, பேசச் சிரிக்க அனுமதிக்கும்? என் எஜமானர்கள் அனைவரும் அனுமதித்தனர்.

இரண்டரை அல்லது மூன்று மணி நேரம்தான் தோட்ட வேலை. மீதி நேரங்களில் சும்மாதானே இருக்கிறோம். சரி! இந்த பரீட்சையையும் எழுதிப் பார்த்து விட்டால் என்ன? எனத் தோன்றியது.

எஜமானர்களிடம் கேட்டேன். தலைமை எஜமானர் அண்ணனிடம் கேட்டேன். 'பாருங்க ராஜா. எட்ட என்ன கேட்டுட்டு.' என்றார்.

இதுதான் அண்ணன்! தோட்ட வேலைதான் உன் அடிமை. அறிவுக்கு சுதந்திரம் தந்தார். தன்னிச்சையாக நான் படிக்க அனுமதிப்பார். அதே வேளையில், என் சுதந்திரம் எல்லை தாண்டும் போது, "இதை இப்படி பண்ணலாம் நல்லா இல்லையோ ராஜா" என அன்பிடம்

அனுமதி கேட்டது போல வேலைகளை சொல்லித் தருவார். எதையும் நிதானமாக அணுகினால் எல்லாமே அனுபவந்தான் என்கிற உலகத்தை அவரிடம்தான் கற்றுக் கொண்டேன். முழுதாக கற்றதில்லை என்றாலும் பார்த்து தெரிந்து கொண்டேன்.

IRDA பரீட்சை தேதி வந்துவிட்டது. அதற்கு போவதற்கு முன்பு 12 வருடங்கள் LIC ஏஜெண்ட் என்பதால் முதல் attemptலேயே பாஸ் செய்தேன். பதிவிட்டபிறகு 7 பேர்கள்